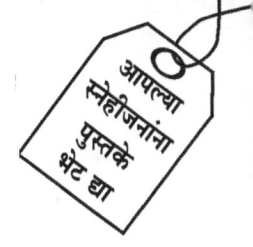

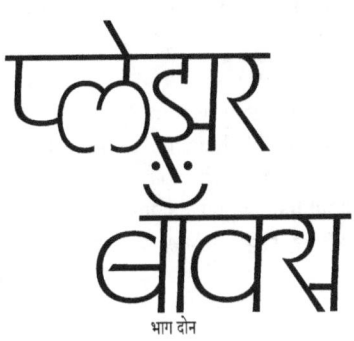

प्लेझर बॉक्स

भाग दोन

वपु काळे

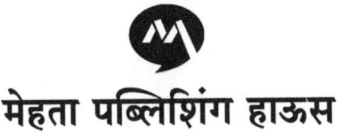

मेहता पब्लिशिंग हाऊस

Please contact us at **Mehta Publishing House,** 1941, Madiwale Colony, Sadashiv Peth, Pune 411030.

© +91 020-24476924 / 24460313

Email : info@mehtapublishinghouse.com
production@mehtapublishinghouse.com
sales@mehtapublishinghouse.com

Website : www.mehtapublishinghouse.com

- *या पुस्तकातील लेखकाची मते, घटना, वर्णने ही त्या लेखकाची असून त्याच्याशी प्रकाशक सहमत असतीलच असे नाही.*

PLEASURE BOX BHAG - 2 by V. P. KALE

प्लेझर बॉक्स भाग - २ : वपु काळे / ललित लेख

© स्वाती चांदोरकर व सुहास काळे

मराठी पुस्तक प्रकाशनाचे हक्क मेहता पब्लिशिंग हाऊस, पुणे.

प्रकाशक : सुनील अनिल मेहता, मेहता पब्लिशिंग हाऊस,
१९४१ सदाशिव पेठ, माडीवाले कॉलनी, पुणे - ४११०३०.

मुखपृष्ठ : चंद्रमोहन कुलकर्णी

प्रकाशनकाल : ऑक्टोबर, २००१ / फेब्रुवारी, २००४ / एप्रिल, २०१३
पुनर्मुद्रण : जून, २०१६

P Book ISBN 9788184984675

E Books available on : play.google.com/store/books
m.dailyhunt.in/Ebooks/marathi

खरं तर ह्या पुस्तकाची प्रस्तावना खूप वेगळी, अतिशय सुंदर आणि आशयप्रधान असणार होती. बापू म्हणजेच वपु आज आपल्यामध्ये नाहीत. त्यांच्या मनातली प्रस्तावना मनातच राहून गेली. ह्या पत्रसंवादात त्यांना नेहमीच आनंद, उत्सुकता वाटत राहिली. मला स्पष्टपणे आठवतं, बापू ऑफिसमधून साधारणपणे सात-सव्वासातच्या सुमाराला यायचे. मग चहा आणि दिवसभरातल्या ऑफिसमधल्या आणि घरातल्या घटनांची कौटुंबिक देवाणघेवाण व्हायची. घराच्या दारावरल्या पत्रांच्या पेटीला, त्या काळात, जेव्हा 'प्लेझर बॉक्स' असं पुस्तक काढावं असा विचारही नव्हता तेव्हा त्याही कैक अगोदर त्या पेटीला, त्यांनी 'प्लेझर बॉक्स' असं नाव दिलं होतं. घटनांची देवाणघेवाण झाल्यावर त्या दिवसाचं प्लेझर घरात आणलं जायचं. पत्रांचं वाचन व्हायचं, अगदी जाहीर वाचन. काही काही पत्रं सुमार असायची. काही कौतुकाने ओथंबलेली, तर काही टीका करणारी. मी लहान होते. बापूंवर कुणी टीका केलेली आवडायची नाही, राग यायचा आणि नेमकं तेच पत्र बापूंना आव्हानात्मक वाटायचं. बाकीचं सर्व लेखन सोडून बापू आधी त्या टीका असणाऱ्या पत्राला उत्तर लिहायला घ्यायचे. मग पत्र लिहून झाल्यावर त्या उत्तरांचंही जाहीर वाचन व्हायचं. त्या उत्तराने मग छान वाटायचं. मला आलेला राग पळून जायचा.

माझ्यापुरता हा विषय इथेच संपायचा. पण बापूंकरता मला वाटतं ही टीका असणारी पत्रं, त्यांच्या विचारांना, भावनांना आणि त्यांचे स्वतःचेच मत अजून जास्त ठाम होण्याकरता उपयुक्त ठरली असावी. ह्या टीकेमुळेच ते जास्त जास्त घडत गेले असावेत. जिथे टीकेत तथ्य वाटलं असेल तेथे त्यांनी स्वतःला बदलवलं असेल. जी टीका अवास्तव असेल, तिथे त्यांनी परामर्श घेतला असेल. वाचकांनीच त्यांना घडवलं असणार. नुसती स्तुती माणसाला सुस्त बनवते, पण टीका त्याच माणसाला खडबडून जाग आणते. टीकेमुळे त्यांना राग आलाय असं कधीच झालं नाही. पण इतरांच्या टीकेपेक्षा किंवा प्रशंसेपेक्षा त्यांनी घरातल्या माणसांच्या टीकेला-प्रशंसेला नेहमीच ग्राह्य मानलं. माझी आई उत्तम समीक्षक

होती. एखादी गोष्ट किंवा कुठल्याही तऱ्हेचं लिखाण झाल्यावर पहिलं वाचन घरात व्हायचं. त्यांची एक ठरावीक शीळ होती. आम्हापैकी कुणालाही बोलवायचं की ही शीळ वाजायची. आई कामात असेल तर ओले हात पदराला पुसत पुसत यायची आणि श्रावणमास प्रारंभ व्हायचा. अपेक्षित ठिकाणी त्यांना दाद मिळाली की बरं वाटायचं. पण जर कुठलं लिखाण आक्षेपार्ह वाटलं किंवा आईला पटलं नाही तर तत्क्षणी ते लिखाण फाडून टाकलं जायचं. ते पान किंवा ते संपूर्ण लिखाणच का खटकलं, काय गैर आहे, असा प्रश्नसुद्धा बापूंकडून आईला विचारला गेला नाही. आई हीच त्यांची प्रथम वाचक! तिच्याकडून सँक्शन झालं की बापूंना आनंद! मग त्या लेखनावर कशीही, चुकून टीका झालीच तर बापूंना ते आव्हान वाटायचं.

ही आणि अशा प्रकारची किती तरी पत्रं बापूंनी जपून ठेवली. त्यांच्या उत्तरांच्या झेरॉक्स कॉपीसकट. पण सर्व तऱ्हेच्या पत्रांची मिळून संख्या इतकी मोठी आहे हे 'प्लेझर बॉक्स' नावाने पहिलं पुस्तक काढावंसं त्यांना वाटलं आणि पत्रं निवडण्याचं काम सुरू झालं तेव्हा समजलं.

हे प्लेझर बॉक्स-भाग २.

ही पत्रं वाचता-वाचता मी अंतर्मुख झाले. ते पूर्वीचं वातावरण... ती आई... ती बापूंची शीळ... आता काहीच राहिलं नाही. पण ही पत्रं आहेत. अनेकांच्या अनेक प्रकारच्या समस्या आहेत, दुःखं आहेत, आनंदही आहेत आणि टीका तर आहेतच आहेत. किती तऱ्हेची माणसं, किती विचार आणि कित्ती काय काय!

ह्या पुस्तकातली पत्रं बापूंनीच निवडली आहेत. त्या त्या पत्रांमागची प्रस्तावना त्यांनीच लिहून ठेवलेली आहे. मी फक्त ती सादर करत आहे.

बापूंनी हीच पत्रं का निवडली, ह्याचं उत्तर कुणाजवळच नाही. त्या त्या पत्रसंवादामध्ये अनेक सूर असतील जे आता विरून गेलेत. ही पत्रं ज्या ज्या दिवशी बापूंपर्यंत पोचली, तेव्हा त्यांचा मूड कसा होता, जेव्हा त्यांनी ह्या पत्रांना उत्तरं पाठवली, तेव्हा ते कुठल्या मनःस्थितीत होते हे आता कायमचं रहस्य होऊन राहणार आहे. म्हणूनच सुरुवातीला म्हटलं, 'ह्या पुस्तकाची प्रस्तावना खूप छान, वेगळी' झाली असती. बापूंनीच म्हटल्याप्रमाणे हा संवाद पत्रलेखक आणि बापूंमधला होता. मी तिसरी, ह्यात आले आहे. आता ह्या गप्पाच होणार.

पत्रांमधली विविधता, भाषेची, भावना व्यक्त करण्याची, अक्षराची आणि विचारांची, 'माणूस' जाणून घेण्याकरता पुरेशी आहे असं नाही. कारण त्या त्या व्यक्तीचे ते ते विचार, भावभावना आपल्यापर्यंत पोचेपर्यंत ती लिहिणारी व्यक्ती तोपर्यंत वेगळीच झालेली असते. ते पत्र हे त्या क्षणीचं आणि त्या क्षणापुरतंच असतं. ह्यातली काही पत्रं, पोस्टाच्या पेटीत पडल्यानंतर त्या पत्रांच्या लेखकाला,

'अरेरे, उगीचच लिहिलं!' असंसुद्धा वाटलं असेल. कुणी सांगावं?

पण काही काही पत्रांच्या बाबतीत मात्र असे विचार येत नाहीत. उलट असं वाटतं की हे पत्र लिहिणाऱ्या व्यक्तीला नक्की उत्सुकता आहे, अधीरता आहे की हे पत्र लवकरात लवकर पोचावं!

हे दोन्ही भाव मला ह्या पत्रसंवादात दिसले. चटका लावणारी, आनंद देणारी, अस्वस्थ करणारी ही पत्रं भौगोलिक, जातीय अंतर तोडून बापूंपर्यंत पोचलेली, अनोळखी-ओळखीची अशी! विचार देणारी आणि विचार करायला प्रवृत्त करणारी, वैचारिक, भावनिक भूक असणारी.

हे पहिलंच पत्र.

कोण व्यक्ती आहे माहीत नाही. तिला मराठी येत नाही, समजतं फक्त. इतक्या मोठ्या आजारपणात ह्या व्यक्तीला बापू आठवले.

किती छान लिहिलंय...

प्रिय निर्मला,

अजब इत्तेफाक है ये दुनिया
अजब इत्तेफाक है ये मिलना
अजब इत्तेफाक है ये जीवन
अजब इत्तेफाक है ये बिछडना

वाकई तुम्हारा मिलना एक अजब इत्तेफाक ही था। इस मायानगरी में आयी तो थी अपने तन का इलाज करने। लेकिन यहाँ के तमाम सर्जन नाकामयाब हो गये, लेकिन मन के कैन्सर को सर्वश्री कालेसाहब की कथाओं ने बिना चिरफाडके ही ठीक किया। निर्मला, एक काम कर दो, उन्हे मेरी ओर से हार्दिक बधाईयाँ देना. (शब्द तो काफी अधूरे हैं.) उनकी कथाएँ वाकई नजदिकीयाँ, गहराईयाँ है जीवन की। एक घरेलू लहेजा है। अपनापन और सहजता है उनकी भाषामें। मेरे शब्द तो निहायतही नाटे और अधूरे है। काश मैं बोल सकती। सोचती हूँ, एअरपोर्ट से तुमसे उन्हे फोन करवाऊंगी, सिर्फ उनकी आवाज सुनने के लिये। सर्वश्री कालेसाहेब को, बहोत बहोत शुक्रिया।

कुणी एक निर्मलाताई. कोण? हे मला माहीत नाही. त्यांना आलेलं हे पत्र चौऱ्याऐंशी सालातलं. लिहिणारी व्यक्ती कोण? हे तर माहीत असण्याचा काही उपायच नाही. फक्त मी एवढंच सांगू शकते की त्यांना घशाचा कॅन्सर झाला होता. त्या बोलायला लागल्या की फक्त घरघरच ऐकू यायची. बापूंच्या लिखाणाने काही काळ तरी आपल्या वेदना विसरली. पत्रातलं एकच वाक्य सर्व भावना सांगून गेलं. 'मन का कैन्सर बिना चिरफाडके ही ठीक कर दिया।'

खरंच, आत्तापर्यंत शरीराच्या वेगवेगळ्या अवयवांचे कॅन्सर ऐकले. काही जवळचेही असे नातेवाईक गमावून बसले. तो कॅन्सर कळतो, त्यावर उपायही केले जातात, तशी औषधं मिळतात. पण मनाचा कॅन्सर? ह्यावर उपाय आहे? औषध आहे? नाहीच! रोगही आपलाच. तो रोग निर्माण करणारेही आपण, औषधही आपणच, तरीही आपलेच उपाय आपल्याच मनाच्या कॅन्सरला बरं करीत नाहीत. एक सततची पोखरण, सततची हुरहूर! अशा प्रकारच्या मनाच्या रोगावर बापूंच्या अनेक गोष्टींनी मलमपट्टी केली आहे. व्यक्ती ओळखीची की अनोळखी हा प्रश्न कधी उद्‌भवलाच नाही. कुणी हाक द्यावी, आधार मागावा आणि बापूंनी 'ओ' म्हणावं, हात पुढे करावा.

ही प्रस्तावना मी लिहीत आहे. बापूंच्याच खुर्चीवर, त्यांच्याच टेबलावर आणि त्यांच्याच लेखनाच्या कागदावर! ह्या बापूंच्या खुर्चीवर लिहिलंय,

'AUTHOR'S CHAIR
YOU ARE NOT AUTHORISED.'

YES. मान्य आहे. मला हा अधिकार नाही. तशी माझी पात्रताही नाही. पण कदाचित इथे बसून ह्या जागेवर ह्या विशिष्ट खुर्चीचा, टेबलाचा, कागदांचा मला आशीर्वाद मिळेल. आज तब्बल पंचवीस वर्षं ह्या वस्तूंना त्यांचा सहवास, स्पर्श झालेला आहे. तो सहवास कायम इथेच रेंगाळणार आहे. हा स्पर्श मला होणार आहे, होत आहे. तेच माझ्याकडून हे लिहून घेत आहेत. असंच हे असणार आहे.

आजपर्यंत त्यांनी जे काही काम हाती घेतलं, ते पूर्णत्वाला नेलं. प्लेझर बॉक्स-भाग २ हा मग अपूर्ण राहून कसा चालेल? त्यांचे आशीर्वाद आणि आपणा सर्वांचे सहकार्य माझ्या सोबत आहेत. म्हणूनच बापूंचं हे राहिलेलं अपूर्ण काम नाईलाजाने मी माझ्या कुवतीनुसार पूर्ण करत आहे.

हवं तर असं समजा—

बापू म्हणायचे, 'मी त्या ईश्वराचा स्टेनोग्राफर.'

मी आता म्हणते, 'मी बापूंची स्टेनोग्राफर.'

दोहोंत फरक आहे तो जमीन-अस्मानाचा.

ते मुरलेले स्टेनोग्राफर.

मी नवशिकी आहे. चुका होणार, मायना, मजकूर चुकणार. पण ही स्टेनोग्राफर चुकत चुकत शिकणार. बापूंचं डिक्टेशन पूर्ण करणार. आशीर्वाद द्या!

स्वाती चांदोरकर

माझ्या आप्तस्वकीयांनो,

गायकाला ऐकू न येणं, नर्तकीचा पाय निकामी होणं, चित्रकाराला न दिसणं, हे त्या सगळ्यांचं मरणच.

माझं वेगळं काय झालंय?

हार्ट ट्रबलपायी माझे विचार थांबले नाहीत, पण लेखणी दुरावली. मनातल्या मनात मी तुमच्या उत्कट पत्राला त्याच क्षणी उत्तर पाठवलं. ज्या रसिकांकडे फोन आहेत, त्यांना लगेच ट्रंककॉल केले आणि संवादाचा आनंद मिळवला.

तुम्ही उदंड प्रेम दिलंत. हे पत्रक असलं तरी ह्याला पत्रच समजा.

पलीकडचा किनारा जवळ आला आहे, तरीसुद्धा प्रत्येकाला स्वतंत्र पत्र लिहिण्यासाठी नियती मला शारीरिक आणि मानसिक बळ देईल, ह्याची मला खात्री आहे.

मी त्या शक्तीचा स्टेनोग्राफर आहे. तुमची मानवंदना मी तिच्यापायी वाहतो.

म्हणूनच स्वतंत्र पत्रोत्तराची अपेक्षा न करता त्याच शक्तीत आणि अल्प उरलेल्या कालावधीत इतर लेखन करण्याची (तेही नियतीच्या हातात) मला अनुज्ञा द्या, ही विनंती.

तुमचा.

अशा प्रकारचं पत्र मला अत्यंत नाईलाजाने तयार करावं लागलं. माझ्या आयुष्यातलं अत्यंत आनंदाचं एक दालन मीच माझ्या हातांनी बंद केलं. श्रीकांत जोशींसारखे इतर वाचक मला पत्रव्यवहारातून आनंद देत, माझ्या व्यथा हलक्या करीत होते. डॉ. शाश्वत शेरे आणि सौ. शमीन, वीणा पुरोहित, रेवती काठाळे, अशोक चिटणीस, डॉ. र. म. शेजवलकर यांची पत्रं म्हणजे पंचपक्वान्नांची ताटं होती. खऱ्या डायबेटिसच्या अगोदर मला हा वाङ्मयीन डायबेटिस पचवावा लागला.

पत्रकरूपाने पत्र पाठवण्याचा उपाय हार्ट ट्रबल आणि डायबेटिस ह्या दोन्हीत भर म्हणून जोडीला डिप्रेशन ह्या गोष्टींमुळे स्वीकारावा लागला. त्यातूनही मी

निग्रहाने प्रत्येकाला पूर्वीप्रमाणेच स्वतंत्र आणि सविस्तर उत्तरं पाठवू शकलो असतो, पण लिहिताना कधी कधी हात कापू लागला तेव्हा नाईलाजाने हा पर्याय स्वीकारावा लागला.

'मनुष्य बलवान होत नहीं, समय होत बलवान।' हा कबीराचा दोहा प्रत्यक्ष जगण्याची वेळ आयुष्यामध्ये आली.

एखादं कोठार साखरेच्या पोत्यांनी भरलेलं असतं, जमिनीवरदेखील बरीच साखर सांडलेली असते. एक मुंगी एका वेळेला एकच दाणा घेऊन जाते. कोठाराला तेवढी कमतरता जाणवत नाही. इतक्याच संथ गतीने निसर्ग तुमची शक्ती हिरावून नेतो. त्यामुळे डॉक्टरांच्या 'हे नेमकं कधीपासून व्हायला लागलं?' ह्या प्रश्नाचं उत्तर आपल्याला देता येत नाही.

'प्लेझर बॉक्स'च्या पहिल्या आवृत्तीच्या लोकप्रियतेचा अंदाज मला येऊ लागला आणि प्रकाशकांना विक्रीवरून समजत गेलं. तोपर्यंत मी दुसऱ्या भागाची तयारी सुरू केली होती. मी पत्रांना काटेकोरपणे उत्तरं पाठवतो, हे 'प्लेझर बॉक्स'मुळे मीच वाचकांना सांगितलं. म्हणून वाचकांच्या पत्रांचा ओघ वाढतच गेला.

लिहिणाऱ्यांचे हात हजारो असतात, पण उत्तर देणाऱ्याकडे दोनच हात असतात. हा हिशोब ध्यानात आला. दोन हातांपैकी एक उजवा हातच खरा. डाव्या हाताची मदत पत्राची घडी करणं आणि पाकीट चिकटवण्यापुरतीच होत होती.

दिवसाकाठी मिळणारे रिकामे तास खूपच अपुरे पडू लागले. मग ज्यांच्याकडे टेलिफोन आहे, अशा रसिकांना फोनवरूनच उत्तरं देऊ लागलो. पहिला भाग प्रकाशित झाला तेव्हा वाचकांची मूळ पत्रं मी साक्षेपाने सांभाळून ठेवली. कारण एखादा वाचक कशावरून 'तुम्हाला ही खरी पत्रं आली?' असा प्रश्न विचारील याची मला खात्री होती. आणि त्याप्रमाणे शंका व्यक्त करणारा गृहस्थ काळे आडनावाचाच निघावा हा योगायोग. ए. बी. काळे त्यांचं पूर्ण नाव.

'प्लेझर बॉक्स'च्या पहिल्या भागाचा प्रकाशनसमारंभ पुण्याला टिळक स्मारक मंदिरात थोर विचारवंत राम शेवाळकर यांच्या अध्यक्षतेखाली साजरा झाला. त्यानिमित्ताने मला माझे प्रकाशक 'मेनका प्रकाशन'चे पु. वि. बेहेरे यांचाही सत्कार करायचा होता. माझ्या साठ पुस्तकांपैकी जवळजवळ बत्तीस पुस्तकं पु. वि. बेहेरे यांनी प्रकाशित केली होती. मुखपृष्ठापासून लेआऊटपर्यंत त्यांनी माझे सगळे हट्ट पुरवले होते. आणि सांगायला खूप अभिमान वाटतो की, पु. वि. बेहेरे यांच्या पश्चात सुमन बेहेरे, स्वाती आणि वैशाली ह्यांनी तीच परंपरा चालू ठेवली आहे.

मी श्रीयुत राम शेवाळकरांना तेव्हा विनंती केली होती की, त्यांनी माझ्याबद्दल काहीही बोलू नये. मी त्यांना मुद्दाम 'शब्दाविण संवादीजे' हा विषय सुचवला होता.

भाषणाच्या प्रारंभीच राम शेवाळकरांनी एक प्रश्न विचारला आणि श्रोत्यांकडून भरघोस प्रतिसाद घेतला. ते म्हणाले,

'मी वपुंच्याबद्दल बोलणार आहे, हे वपुंना कुणी सांगितलं? आणि मला विषय सुचवणारे वपु कोण?'

ह्यातला गमतीचा भाग सोडून दिला तर त्यांचा एक मुद्दा महत्त्वाचा होता.

'वपुंच्या या पुस्तकाने एक सामाजिक कार्य केलं आहे. वाचक हा लेखन न करणारा लेखक असतो. अशा लेखकांना या पुस्तकाच्या माध्यमातून त्यांनी प्रकाशात आणलं आहे. प्रत्येक प्रश्नाला उत्तर देताना, त्यांच्या समस्या आपल्या जीवनात निर्माण झाल्या आहेत, असं समजून वाचकांच्या भावनांशी एकरूप होऊन वपुंनी पत्रोत्तरं लिहिली आहेत. या पुस्तकाच्या लेखनामुळे वपु आत्मशोधाच्या प्रयत्नात आहेत हे प्रकर्षाने जाणवतं.'

ही एक बाजू झाली. वाचकांनी माझ्यावर विश्वास ठेवून मोकळेपणाने घरातील कथा कळवल्या. आत्मस्तुतीपर आलेली पत्रं मी पहिल्या भागात कटाक्षाने टाळली आहेत. त्याचप्रमाणे माझ्यावर असाच स्तुतिसुमनांचा वर्षाव करणारी पत्रं ह्याही भागात टाळणार आहे.

'प्लेझर बॉक्स'चा पहिला भाग हे एक प्रायोगिक लेखन होतं. ते लेखन माझं एकट्याचं नव्हतं. अनेक वाचकांचा त्यात पन्नास टक्के गौरवाचा भाग होता. वैयक्तिक पत्रं प्रसिद्ध करावीत की करू नयेत याबद्दल मनात संभ्रम होता, पण अनेकांचे चांगले विचार वाचले, जी माणसं स्वत:ला सामान्य म्हणवतात, ती माणसं किती मुक्तपणे आणि नेमकेपणाने आपले विचार कळवतात ते अनुभवलं. खरं तर त्यांची जी नावं, आडनावं आहेत, तीच मला वाचकांसमोर यायला हवी होती, पण त्या त्या व्यक्तींना त्यांच्या परिवाराकडनं जास्त उपद्रव होईल ही शक्यता गृहीत धरून तो मोह आवरावा लागला. गेल्या दहा वर्षांत 'प्लेझर बॉक्स'च्या तीन आवृत्त्या प्रकाशित झाल्या यावरून वाचकांना हा उपक्रम आवडला असं मी मानतो. ह्याव्यतिरिक्त 'प्लेझर बॉक्स'च्या प्रकाशनानंतर माझ्यावर अभिनंदनाचा किती वर्षाव झाला, तो मी मोजला नाही.

एक गोष्ट पक्की, ती म्हणजे वाचकांच्या व्यथांचा बाजार मांडून आपण मानधन मिळवायचं हा विचारही डोक्यात नव्हता. असंख्य माणसं ह्या मिळालेल्या आयुष्यात काय काय सोसतात, किती कष्टांना सामोरं जातात, ह्याचा फक्त आढावा घ्यायचा होता.

ह्याउलट ह्या सगळ्या व्यथा झेलूनसुद्धा माणसं ताजेपणाने आयुष्य जगतात, हे बघितल्यानंतर तर स्वत:च्या व्यथा बोथट वाटू लागल्या.

क्वचित काही पत्रांतून माझ्या आणि त्यांच्या व्यथा एकच निघाल्या. त्यांनी

केलेली उपाययोजना मला माझ्या वाटचालीत करता आली.

कुणाचीही खरी नावं लिहायची नाहीत असा दंडक मी घालून घेतला. पण एका व्यक्तीबाबत खऱ्या नावाचा निर्देश करणं भाग पडलं. हे पत्र मी सात वर्षं जपून ठेवलं.

त्या पत्रात त्यांनी एक प्रश्न विचारला होता, तो प्रश्न असा—

'माझ्या पत्राचा तुमच्यावर काय परिणाम होणार आहे ते मला माहीत नाही. तुम्ही मला समर्पक उत्तर पाठवाल? अनुल्लेखाने टाळाल? हेही पत्र प्रसिद्ध करून नाव कमवाल? तुमच्या एखाद्या फॅनमार्फत माझी समजूत काढाल? तुमचं लिखाण बदलाल? वा बंद कराल? इ.इ. पण हे पत्र वाया जाणार नाही हेही नक्की! पाहूया, काय होतं ते!'

मीच तुम्हाला आपणहून काय करतोय हे सांगतो. तुमचा एक अंदाज बरोबर आहे. मी तुमचंही पत्र खऱ्या नावासहित छापणार आहे. पुस्तक प्रकाशित झाल्यानंतर मी तुमचा पत्ता न देता तुमचं नाव छापलं आहे हे तुमच्या लक्षात येईल.

सदाशिव पेठेतच राहणारे असल्यामुळे तुमचे कुजकट प्रश्न वाचले. त्यातल्या एका प्रश्नाचा मी सोईस्कर फायदा करून घेत आहे. तो प्रश्न होता—

'हेही पत्र प्रसिद्ध करून नाव कमवाल का?' मी एका पिढीला पांगळं केलं आहे, या तुमच्या तर्काने माझी खूप करमणूक झाली. माझं स्वतःचं वैयक्तिक मत विचाराल तर रामदासांनी मनाचे श्लोक लिहिल्यानंतर मराठी भाषेत एकही पुस्तक प्रकाशित करण्याची गरज नव्हती. असो!

तुमच्या प्रश्नाला वाजवीपेक्षा जास्त महत्त्व देऊन मी माझी प्राप्ती वाढवू इच्छित नाही. मुळात ही प्राप्ती वाढून वाढून किती वाढते?

सहज सत्य म्हणून हिशोब सांगतो. हा हिशोब शोधण्याकरिता तुमच्याच पत्राने मला मदत केली. मी 'प्लेझर बॉक्स'चंच उदाहरण घेत आहे. 'प्लेझर बॉक्स'चा पहिला भाग १९९१ साली प्रसिद्ध झाला. १८० पानांच्या पुस्तकाची किंमत होती पंचाहत्तर रुपये. एक हजाराची पहिली आवृत्ती. संपूर्ण आवृत्ती विकली गेल्यानंतर पंचाहत्तर हजार रुपये मिळतात. या रकमेतून लेखकाला पंधरा टक्क्यांप्रमाणे साधारणपणे ११२५०/- रुपये मिळतात. म्हणजे प्रत्येक पानाला ६२ पैसे.

राम शेवाळकरांसारख्या व्यासंगी व्यक्तीने 'वपुंचा हा आत्मशोधाकडे चाललेला प्रवास आहे' असं मत व्यक्त केलं आणि तुम्हाला त्या लेखनातली प्राप्ती दिसली. या दोन्हींचे मूल्यमापन वाचकांनी करावं.

ए. बी. काळे यांच्या पत्रातील चार-पाच प्रश्नांचा मी उल्लेख केला, परंतु संपूर्ण पत्रात किती आकस आहे हे वाचकांनी वाचावं.

प्रिय वपु,

Happy Diwali to you and more to those, who made you, what you are today.

आत्ता 'सखी' (पुस्तक) वाचत होतो. त्यातील 'बाप.' मग वाटलं, आता तुम्हाला लिहिलंच पाहिजे. काय लिहिणार आहे, माहीत नाही. दोघेही वाचू.

मी एके काळी तुमच्या टेकाडेभाऊजींचा नियमित श्रोता होतो. नंतर 'पार्टनर'चा काळ आला. तेव्हा मी कॉलेजात होतो. तुमची तेव्हा उपलब्ध असलेली बहुतेक सारी पुस्तकं वाचून काढली. ती पुस्तकं/त्या कथा आवडायच्या हे खरं. आणि वाचनातून मला मिळालेल्या आनंदाच्या क्षणांपैकी काही मोजक्यांवर तुमचंही नाव आहे.

नंतर असं लक्षात आलं, असा मीच एकटा नाही. इतरही अनेक आहेत. पण ही इतर माणसं मात्र तुमच्या विचारांची-पुस्तकांची वा कथांची नव्हे, तर विचारांची *addict* झाली आहेत. त्यांना स्वतःचे विचारच नाहीत. त्यांच्या आयुष्यातील खऱ्या प्रसंगात ते तुमच्या तशा प्रसंगाच्या आसपासच्या कथेतील विचार चक्क *adopt* करून जगतात. तुम्ही त्यांना तयार कुबड्या देऊन पांगळं केलं आहे / होतं.

मला हे सारं जाणवलं कारण मी वेळीच तुमचा कंपू सोडून इतरांचीही पुस्तकं / विचार समजून घेऊ लागलो तेव्हा. माझ्या असं लक्षात आलं की महाराष्ट्रीय-मध्यमवर्गीय-शहरी समाज यापलीकडे तुमच्या कथांची / विचारांची झेप नाही. तसंच तुमच्या विळख्यातील लोक बाहेरच्या खुल्या जगाकडे *unbiased* नजरेने पाहण्याची शक्ती गमावून बसत आहेत.

त्यात मी जेव्हा अलीकडचे तुमचे काही संग्रह पाहिले, तेव्हा त्यात बऱ्याच जुन्या कथा आढळू लागल्या. म्हणजे १०० कथा लिहायच्या. मग त्या निरनिराळ्या १० संग्रहांत, कालानुक्रमे छापायच्या. मग त्यातीलच विवाहसंबंधावरच्या कथा घेऊन 'तप्तपदी' काढायचं वगैरे. तुमची कल्पनाशक्ती आटू लागली काय? नंतर तुम्ही 'प्लेझर बॉक्स' काढलं. का हो, लोकांनी तुम्हाला विश्वासाने लिहून पाठवलेली त्यांची दुःखं, शल्यं वेशीवर टांगून तुम्हाला काय (पैसे सोडून) मिळालं? तुमच्याकडे किती सालापासूनची सारी पत्रं रेकॉर्डला आहेत? एक वेळ ती असतीलही. पण तुम्ही त्यांना दिलेली उत्तरंही जपून, कॉपी करून ठेवली होतीत / आहेत यावर माझा तरी विश्वास नाही.

तुम्हाला त्या त्या लोकांनी जी पत्रं लिहिली ती एक विश्वासू सुहृद म्हणून. त्या त्या वेळी तुम्ही जी उत्तरं दिली, तीही त्याच नात्याने आणि विश्वासाने, असं मी गृहीत धरतो. म्हणजेच हा एकूणच व्यक्तिगत पत्रव्यवहार होता. तुम्ही जन्मजात 'प्रथितयश कथाकार वपु' नसल्याने तुम्ही हा वाचकांचा पत्रव्यवहार म्युनिसिपालिटीच्या

पत्रव्यवहाराप्रमाणे उत्तराच्या कॉपीसकट 'फाईल' करून ठेवण्याचे तुम्हाला काहीच कारण नव्हतं. तसंच इतक्या पत्रांना दिलेली उत्तरं तुम्हाला इतक्या वर्षांनंतर जशीच्या तशी आठवण्याचंही प्रमाण कमीच. तेव्हा तुम्ही 'प्लेझर बॉक्स'मध्ये इतरांची खरी पत्रं, तुमची बनावट. त्या वेळी असं लिहायला हवं असं आता वाटतं म्हणून हे असं उत्तर. आता उत्तरं लिहिली नाहीत असं कशावरून? त्या पुस्तकाची तर मला कीव करावीशी वाटली.

ही रिॲक्शन इतकी तीव्र होती की त्यामुळे माझे, माझा मित्र अनिल जोशी, पुणे— जो तुमचा जबरदस्त फॅन आहे– त्याच्याशी जबरदस्त भांडण झालं. त्यालाही तुम्ही एक-दोन पत्रं पाठवली आहेत. जर तुमच्याकडे खरंच record असेल तर लक्षात येईल, तो कोण वगैरे.

तुम्हाला कथाकार म्हणणं चूक आहे. तुम्ही 'परीकथाकार' आहात. तुम्ही ना-बालांसाठी परीकथा लिहिल्या. *All you have told is a fairy tale full of wishful thinking.* तुमच्या परीकथांनी महाराष्ट्रीय-मध्यमवर्गाचा एक मोठा वर्ग अल्पसंतुष्ट झाला. आपल्याही आयुष्यात साऱ्या प्रश्नांच्या उत्तरांचं तयार *package deal* घेऊन कोणी 'पार्टनर' येईल, आपल्या ऑफिसात एवढा कर्तबगार 'रावसाहेब' येईल असं समजू लागणारा एक गट निर्माण झाला. ही सारी तुमची देणगी आहे.

तुम्ही टीव्हीवर 'हॅलो जिंदगी' पाहता का? तशी एकही प्रक्षोभक कृती तुम्ही दिली नाहीत. तुम्ही लोकांच्या प्रश्नांनाच फक्त छान स्वरूपात मांडलं आणि निरनिराळ्या मार्गांनी आहे तेच छान आहे असं उगाळत राहिलात. तुमच्या लेखनात *reality based* उत्तरं तर नाहीतच पण लोकांना तुम्ही ती उत्तरं शोधायला प्रवृत्तही केलं नाही. *You made them inert, inactive.*

एक मात्र मान्य केलं पाहिजे की *you are a very good salesman. You know very well how to present 'nothing' in a way that seems to be worth something.'*

या माझ्या पत्राचा तुमच्यावर काय परिणाम होणार आहे, ते मला माहीत नाही. तुम्ही मला 'समर्पक' उत्तर पाठवाल/अनुल्लेखाने टाळाल/हेही पत्र प्रसिद्ध करून नाव कमवाल/तुमच्या एखाद्या फॅनमार्फत माझी 'समजूत' काढाल/ तुमचं लिखाण बदलाल वा बंद कराल इ.इ. पण हे पत्र वाया जाणार नाही, हेही नक्की.

पाहूया, काय होतं ते!

आपला,
ए. बी. काळे

ए.बी. काळे यांच्या पत्राप्रमाणेच मला डॉ. राजीव देव यांचं पत्र आलं. हे गृहस्थ डेन्टिस्ट आहेत. त्यांच्या पत्रातला मजकूर प्रत्यक्ष वाचण्यासारखा असल्यामुळे पत्राचा सारांश न देता, त्यांचं पत्रच संपूर्ण प्रसिद्ध करत आहे. माझं लेखन हे 'बुलशिट्' (Bullshit) आहे आणि त्यावर मी पैसे कमवू नयेत असा यांचा सल्ला.

अशा पत्रांनासुद्धा थंड डोक्याने उत्तर देणं जरूरीचं आहे. ते साधलं तर आपण जिंकलो. पण हा विचार 'सत्तरीत' पदार्पण करताना आला. मूळ पत्रव्यवहार १९८७ सालातला. त्या वेळेला तुकारामांचा 'तुका म्हणे ऐशा नरा। मोजुनी माराव्या पैजारा।' याच ओवीचा जास्त परिणाम झाला. आताच्या वयात मी माझी प्रतिक्रिया खूप सौम्य शब्दांत व्यक्त केली असती. कमीत कमी इतकंच म्हटलं असतं की,

'तुमचं पत्र मिळालं. तुम्हाला माझ्या कथा 'बुलशिट्' वाटत असूनसुद्धा माझी सात पुस्तकं तुम्ही का वाचलीत? माझी 'पार्टनर' कादंबरी तुम्हाला आवडली एवढंच लक्षात ठेवून तुमचं बाकीचं पत्र 'बुलशिट्' आहे असं लिहिलं असतं. इतर पुस्तकांबद्दलचा तुमचा अभिप्राय हा तुमच्यापुरता सत्य आहे असं मी समजतो. एक वाचक म्हणून तुमचा अभिप्राय काहीही असू शकतो.

२५/९/१९८७
पुणे

श्री. व. पु. काळे यांस,
स. न. वि. वि.,

मी आपला चाहता नाही.

आपलं बरंच लिखाण मी वाचलेलं मात्र आहे. आपण अत्यंत लोकप्रिय लेखक, कथाकथनकार इ. आहात ह्या सत्य परिस्थितीला कोणीच नाकारू शकत नाही आणि त्याचमुळे औत्सुक्याने आपली पुस्तकं (लायब्ररीतून घेऊन) वाचली.

आवडली नाहीतच असं नाही. (पुणेरी)

आपण एकदा भेटलो (?) आहोत असं तुम्हाला सांगितलं तर तुम्हाला आश्चर्य वाटेल. पण हे खरं आहे. अनिल टिळक नावाचा आपला एक भाचा माझा क्लासमेट होता. शाळेत. (त्या वेळी आपण एक उदयोन्मुख लेखक होतात.) आमच्या वर्गाच्या (आता शाळेचं नाव विमलाबाई गरवारे शाळा) गणेशोत्सव किंवा तत्सम कुठल्या तरी सामान्य कार्यक्रमाला आपण आला होतात, अध्यक्ष म्हणून. कमीत कमी पंचवीस वर्षांपूर्वीची ही गोष्ट. त्या वेळी आपल्याशी हस्तांदोलन केलेलं आठवतं.

आपली 'पार्टनर' कादंबरी आजच वाचून संपवली. छान आहे. 'ही वाट एकटीची' सुद्धा वाचली आहे. (dull वाटली.) आपले कथासंग्रहही बरेच वाचले.

(उदा., 'काही खरं काही खोटं', 'कारे भुललासी', 'वन फॉर द रोड', 'इण्टिमेट', 'घर हरवलेली माणसं' आणि आणखी एखादं.

मी स्वत:ला (भारतीय *standards* नुसार) सुशिक्षित समजतो. (ग्रॅज्युएट आहे.)

आपण कृपा करून कथासंग्रह लिहिणं बंद करावं अशी माझी विनंती आहे. 'वपु' नाव ऐकून वाचक भुलतात आणि विकत घेतात म्हणून तुम्ही (सॉरी, आपण) त्यांच्या गळी काहीही *bull-shit* मारावं आणि पैसे कमवावे, हे कोणत्याही सुजाण माणसाला चूक वाटल्यावाचून राहणार नाही.

स्पष्ट बोलल्याबद्दल अभिमान आहे, आपण दुखावले गेले असाल तर क्षमस्व. आपल्याला दुखावणं हा ह्या पत्राचा हेतू कदापि नव्हता आणि नाही.

कळावे, ही विनंती.

आपला,
(डॉ.) राजीव देव.

२६/९/१९८७

स. न. वि. वि.,

कंसात 'डॉ.' अशा सहीनिशी आपलं पत्र मिळालं. मी अशा पत्रांना केराची टोपली कधीच दाखवीत नाही. कारण आमचा झाडूवाला कचऱ्यापेक्षा जास्त फडतूस गोष्टी नेत नाही.

शिक्षणाने माणूस सभ्य व्हावा ही शिक्षणाची प्रमुख अपेक्षा कधीच संपुष्टात आली आहे. म्हणूनच आपल्या सहीतल्या 'डॉ.' ऐवजी 'कंस'च महत्त्वाचा ठरला.

वाचकांना न आवडलेल्या साहित्याबद्दल नाराजी व्यक्त करण्याचा संपूर्ण अधिकार आहे. त्यानुसार तुम्हाला माझं साहित्य आवडलं नाही हे मी समजू शकतो.

पण तरीही तुम्ही आठ पुस्तकं कशी वाचलीत? विकत घेऊन नक्कीच वाटत नाही. (कारण-पुणेरी). वाचनालयातून आणून वाचली असतील तर हे *bullshit* साहित्य आपण का मिळवलंत? काही चॉईस आहे की नाही? वर पस्तीस पैसे *inland* चे खर्च केलेत.

असो.

स्पष्ट बोलण्याचा राग नाही.

पण फटकळ शब्दाला 'स्पष्टवक्तेपणा' मानणं ही खास पुणेरी दर्पोक्ती.

त्याच गर्वाने तुम्ही मला लेखन बंद करावं असं म्हणता. हा अधिकार तुम्हाला कुणी दिला? सुशिक्षितपणाचं भारतीय स्टँडर्ड जरी लावलं तरी तुम्ही 'सु' तर सोडाच, पण 'शिक्षित' शब्दापासूनही अनेक कोसांवर आहात. लिहिता-वाचता

येतंय तेव्हा फार तर 'साक्षर' म्हणता येईल. खरं तर 'राक्षस'च. कारण शिक्षणाने कोणताही संस्कार न झालेला माणूस 'राक्षस'च. 'साक्षर' नव्हे.

आजवर माझी बेचाळीस पुस्तकं प्रकाशित झाली. कथासंग्रहांच्या तर तीनच्या वर आवृत्त्या निघाल्या. महाराष्ट्रातल्याच वाचकांनी पुन्हा पुन्हा ती पुस्तकं वाचल्याशिवाय ह्या आवृत्त्या निघालेल्या नाहीत.

एकट्या 'राजीव'ला ते लेखन bullshit वाटलं तरी पुस्तकं वाचली जाणार. 'जंगली महाराज रोड' ह्या तुमच्या पत्त्यातलं पहिलं विशेषण, किमान सभ्यतेचे संकेत न पाळणाऱ्या तुमच्यासारख्यांना लागू आहे.

अर्थात,

'राजीव' नावाच्या माणसाकडून सुजाणतेची अपेक्षाच नाही. यथा राजा तथा प्रजा. ह्या पत्राला उत्तर पाठवण्याचा सभ्यपणा तुमच्याजवळ नाही हे गृहीत धरून पत्र रजिस्टर करतो आहे.

वपु काळे.

१/१०/१९८७
पुणे

श्री. व. पु. काळे यांस,
स. न. वि. वि.,

सर्व प्रथम माझ्या 'बुलशिट्' इ. गलिच्छ शब्दांनी आपण दुखावले गेलात त्याबद्दल क्षमस्व. आपल्याला दुखावण्याचा माझा खरोखरीच हेतू नव्हता. शप्पथ. मी तुमचा दोस्त नव्हे, समवयस्क नव्हे, त्यामुळे आणि आपण जनमानसात मिळवलेली अमाप लोकप्रियता आणि as a result आपणास प्राप्त झालेली श्रेष्ठता, ह्यामुळे मी आदरयुक्त नाही तरी सभ्य शब्द वापरायला हवे होते. पुन्हा एकदा, सॉरी!

आपलं पत्र वाचून विस्मय वाटला. कारणं : (१) आपण माझं पत्र नीट वाचलेलं दिसत नाही. मी त्यात लिहिलंच आहे की, लायब्ररीतून आणून पुस्तकं वाचली. हे तुम्ही वाचलं असतं तर 'विकत घेऊन नक्कीच नाही, कारण 'पुणेरी' असा तर्क आपल्याला करावा लागला नसता.

(२) आपल्या स्थानावर पोचलेला माणूस एखाद्या 'राक्षस', 'जंगली', 'फटकळ' वाचकाच्या पस्तीस पैशांच्या 'असभ्य' पत्राची दखल घेतो, इतकंच नव्हे तर त्याला रजिस्टर्ड पोस्टाने उत्तर लिहितो!

(३) इतकी वर्षं प्रसिद्धीच्या झोतात असणारे आपण इतके संतापू शकता. (षड्रिपूंच्या आहारी न जाणारा माणूस हा महापुरुष अथवा संतच, हे मी जाणतो,

पण 'कचऱ्यापेक्षा फडतूस' पत्रावर इतकी तीव्र प्रतिक्रिया व. पु. काळ्यांकडून अपेक्षित नव्हती.)

आता एक गंमत सांगतो. माझ्या एका मित्राने त्याच्या area मधील लायब्रीतून पुस्तकं आणायला सुरुवात केली. तो सहा आठवड्यांकरता परदेशी गेला होता. मला म्हणाला, 'तुला पाहिजे तर लायब्ररी चालू ठेव.' मी (एका महिन्याची वर्गणी भरून–पुणेरी?) पुस्तकं आणू लागलो. ती लायब्ररी खरोखरीच (पुन्हा शब्द वापरू?) Bullshit आहे. त्यांच्याकडे वपु, रत्नाकर मतकरी, व्यंकटेश माडगूळकर सोडून इतर फक्त फत्रूड लेखकांची पुस्तकं आहेत. अहो, लायब्ररीत पुलंचं एकही पुस्तक नाही! 'नवीनच सुरू केलीय, हळूहळू आणणार आहे' हे त्याचं उत्तर! (च्यायला म्हणू का?) बाबा कदम, सुगंधा कोणीतरी, कोणीतरी शेजवलकर, असली पुस्तकं बरी आणलीस रे? त्याच्या आसपास असलीच पुस्तकं वाचली जातात. म्हणजे तो area ही काय level चा असावा बघा!

मुळात माझं मराठी वाचन कमी. (इंग्रजी फार अशातला भाग नाही. पण तुका म्हणे त्यातल्या त्यात!) by chance लायब्ररीतली पुस्तकं वाचायला मिळाली इतकंच.

आता काफ्काचं पुस्तक bullshit वाटलं किंवा साऊल बेलोचा 'हरझॉग' भयंकर आवडला (काफ्का अनाकलनीय म्हणून आवडला नसेल) तर कोणाला कळवायचं? वपु आपलेच वाटतात, लिहावं पत्र आणि 'बुलशिट्' हा शब्द मी फारच सहजतेने ('च्यायला', 'साला'सारखं) वापरतो, त्याचं माझ्या दृष्टीने जरी गुळगुळीत नाणं झालं असलं तरी भाषेवर प्रभुत्व असलेल्या आपल्यासारख्या प्रतिभासंपन्न माणसाला खूपच टोचतो हे लक्षात आलं. अधिक काळजीपूर्वक वापरीन.

पुणेरी, पुणेरी करून तुम्ही त्या शब्दाचा शिवीसारखा वापर करताय का? अहो, श्रमसाफल्य काय, झपूर्झा काय, माणूस बदलतो का? 'पुणेरी वृत्ती' ही ज्या अभिप्रेत अर्थाने वापरतात ती पुण्यात कधीही न राहताही माणसात आढळते आणि माझ्यात ती नाही असं मत आहे.

'पत्राला उत्तर पाठवण्याचा सभ्यपणा माझ्याकडे नाही हे गृहीत धरून' तुम्ही रजिस्टर केलंत. आता साधं पत्र पाठवलंत तरी खूपच आवडेल. (अपेक्षा? पत्रोत्तराचा सभ्यपणा?) मीही लिहीन. आपली स्वाक्षरी तर मिळाली. अजूनही खूप लिहायचंय. प्लीज उत्तर पाठवा. तुम्हाला वाटतो तितका असभ्य नाही. रागावलात?

आपला,
डॉ. राजीव देव.

४/१०/१९८७

प्रिय डॉ. राजीव,

'तुला नाही हं, तुला नाही हं' असं म्हणत लहान मुलाचे दात काढतात. तशा समजुतीचं तुमचं पत्र मिळालं. तुमच्या पत्राला उत्तर लिहिल्यावर तुमचं पत्र पुन्हा वाचलं. वाचनालयाचा उल्लेख वाचूनही मी माझ्या पत्राचा 'ड्राफ्ट' बदलला नाही. माझी चूक दाखवण्याच्या सुरसुरीतून तुम्ही उत्तर पाठवणार, ही सायकॉलॉजी मी जाणली म्हणून.

तुम्ही 'सॉरी' म्हणालात.

वाद संपला.

तरी काही खुलासा आवश्यक.

एखादी व्यक्ती दोस्त नसेल.

पण दोस्ती-समवयस्कता-लोकप्रियता-ह्याच्यापोटी आदरयुक्त शब्द वापरायचे नसतात.

स्वतःचे संस्कार व्यक्त करण्यासाठीच शब्दयोजना केली जाते. तुम्ही जे शब्द वापरता त्यामुळे तुम्ही कसे आहात हे प्रथम व्यक्त होतं. आज मी दैवी देणगीमुळे 'टॉप सेलर' आहे. श्री. रवींद्र पिंगे दरवर्षी हा आढावा घेतात. मला पत्राने तसं कळवतात. हे तुम्हाला कळवण्याचं प्रयोजन इतकंच की तुम्ही माझ्या साहित्याला नावं ठेवलीत तर मी फार तर इतकंच म्हणेन की, तुमची-आमची तार जुळत नाही. पण Bullshit वगैरे विशेषणं वापरली गेली तर तुम्हाला तुमची जागा दाखवणं आवश्यक आहे. म्हणजे तुम्ही शब्दांचा वापर सांभाळून कराल.

'मला आवडणाऱ्या माणसाच्या थोबाडीत मारण्याची माझी प्रथा आहे. कारण मी त्याला 'पाठीवर थाप मारल्यासारखं समजतो' असा खुलासा जर एखाद्याने केला तर तो पटेल का?

पटला तरी आवडेल का?

वैयक्तिक टीकास्पद सवयी समाजासाठीच सोडायच्या असतात.

तेव्हा सभ्यतेच्या मर्यादा इतरांसाठी पाळायच्या नसतात.

डेन्टिस्टकडे गेलं की जबडा पसरावा लागतोच. त्याने 'चूळ भरा' म्हटलं की तेही करावं लागतं. पण तसं करताना मन संकोचून गेलेलं असतं. कारण साधी जांभई देतानाही तोंडावर हात ठेवायचा असतो ते स्वतःचे संस्कार किंवा असला जुनाट शब्द नको असेल तर 'इमेज' सांभाळण्यासाठीच.

हा किमान संकेत न पाळणाऱ्या सुशिक्षित माणसासाठी वपुंनी संयम का बाळगायचा? 'काफ्का' किंवा 'साऊल बेलो'ला अभिप्राय चांगला किंवा Bullshit असा कळवायचा झालं की दहा-पंधरा रुपयाला फोडणी. (अंदाज.) वपुला पस्तीस

पैशात झोडता येतं. पहिल्या पत्रात 'लेखन बंद करा' हे लिहिता येतं आणि चार सामान्य माणसांप्रमाणे वपु 'षड्रिपूंच्या' आहारी गेला तर दुसऱ्या पत्रात 'वपु आपलाच आहे' म्हणता येतं.

तेवढंच Thrilling.

आता तुमच्या माहितीसाठी आणखी एक खुलासा.

दात उपटण्यात जेवढे पैसे मिळतात तेवढे लेखणीवर मिळत नाहीत.

लेखणीपेक्षा 'फॉरसेप्स' जास्त ताकदवान. तुम्ही मंडळी वेगळं काय करता?

प्रथम फिलिंग.

ते नाही टिकलं तर 'रूट कॅनॉल.'

नाहीतर 'उपटणं' आहेच. अशी कमाई केलीत तरी सुजाण माणसाला चूक वाटून चालणार नाही.

'काफ्का' सापडत नाही म्हणून 'वपु का'ला झोडता काय?

हे कसं झालं?

तर सनसनाटीपणाची भूक भागवण्यासाठी, पर्वत शिखरावरची मुमताज नाही तर नाही, पठारावरची शीमा तर कुठे गेलीच नाही.

कसे?

तुमचा,
वपु काळे

डॉ. राजीव देव ह्यांचं पहिलं पत्र मला जेव्हा मिळालं (२५-९-८७) त्याच दिवशी माझे जिवाभावाचे मित्र जयंत पटवर्धन आणि सुषमा पटवर्धन हे दोघेही मला भेटायला आले. सुषमा पटवर्धन या ऑर्थोडेन्टिस्ट आहेत. या जोडीला पाहिलं म्हणजे 'मेड फॉर इच अदर'चा अर्थ समजतो. दोघंही अत्यंत खेळीमेळीने कालक्रमणा करीत आहेत. मी 'जे. के. मालवणकर' कथेत एक विधान केलं होतं, 'माणसांचे चेहरे कसे असतात? तर भारताने जागतिक बँकेकडून काढलेलं कर्ज यांना यांच्या बेसिकमधून फेडायचंय' असे.

जयंत आणि सुषमा ते कर्ज फिटल्याप्रमाणे दिसतात. केवळ त्यांची फिरकी घ्यायची म्हणून मी विचारलं, 'तुम्ही डेन्टिस्ट कसे असता सांगू?'

त्यांचा होकार येण्याच्या आत मी डॉ. राजीव देव ह्यांचं पत्र त्यांना वाचायला दिलं.

जयंत हसत म्हणाला, 'मी ह्याला ओळखतो. तो आम्हाला सिनियर होता. लग्नाचा विषय निघाला म्हणजे तो म्हणायचा, 'पहिल्यांदा मुमुकडे शब्द टाकणार आहे.' मुमताज ही त्याची आवडती नटी. ते अर्थातच शक्य नाही तेव्हा तो

म्हणाला, 'शिखरावरची मुमु नाही तर नाही, पठारावरची शीमा काय वाईट आहे? पण सालं आमच्या पत्रिकेत काही थ्रिलिंग नाहीच. पळून जाऊन लग्न करणार होतो. पण शीमाच्या वडिलांनी पहिल्याच भेटीत होकार दिला आणि आमच्या लग्नातला चार्मच गेला.'

ही हकीकत समजल्यावर राजीवला लिहिलेल्या दुसऱ्या पत्रात मी हा उल्लेख केला. त्यानंतर राजीवचं उत्तर नाही. हे नेमकं मला कसं समजलं या आश्चर्यात कदाचित तो असेल.

माझ्या कथाकथनाच्या वाटचालीत एकदाच आणीबाणीचा प्रसंग आला. कार्यक्रम होता, वालचंदनगरला. संपाचं वातावरण होतं. कामगारांच्यात खेळीमेळीचं वातावरण निर्माण करावं म्हणून व्यवस्थापकांनी ठरवलेला कार्यक्रम होता. तिथं मी 'बाप' ही कथा सांगितली. ही एका व्रात्य, कलंदर मुलाची कथा. छापलेली कथा वेगळी असते. ती जेव्हा कथनासाठी निवडली जाते तेव्हा प्रयोगाच्या दृष्टिकोनातून कथानकात थोडी कमी-अधिक भर घालावी लागते. त्याप्रमाणे वेगवेगळ्या मासिकांतून अगोदरच प्रसिद्ध झालेले दोन-तीन विनोद मी कथेमध्ये सांगितले. म्हणजे नेमके कुठले? त्यातला एक नमुना येथे देत आहे.

एका लाँचमध्ये–लाँच म्हणण्यापेक्षा तिला मोठी बोट म्हणणंच योग्य ठरेल–दोनशे-अडीचशे प्रवासी होते आणि बोट वादळात सापडली. सगळ्या धर्मातल्या लोकांनी आपापल्या दैवताचा धावा केला. त्याप्रमाणे येशू ख्रिस्त त्याच्या धर्मातल्या लोकांना घेऊन गेला. मुसलमानांकरिता त्यांचा अल्ला होताच. हिंदूंनी विघ्नहर्त्या गजाननाचं स्मरण केलं. त्याप्रमाणे गणपती आला. पण त्याने प्रवाशांची सुटका करण्याऐवजी वेडेवाकडे हातवारे करून नाचायला सुरुवात केली.

प्रवाशांनी विचारलं, 'आमचं रक्षण करण्याऐवजी तू असा नाचतोयस का?'

गणपती म्हणाला, 'दरवर्षी माझं विसर्जन करताना तुम्ही नाही का जल्लोष करून नाचत?'

अनेकजणांना अगोदरच माहीत असलेला हा विनोद मी जरा रंगवून सांगितला. मॅनेजमेंटवर नाराज असलेल्या पत्रकारांनी (त्या पत्रकाराचं नाव माहीत असूनही मी ते टाळत आहे.) विकृत स्वरूपात कथाकथनाचा रिपोर्ट 'तरुण-भारत'ला पाठवला. हा राग माझ्यावर नसून मॅनेजमेंटवर होता.

'देवादिकांची टिंगल करणारे कार्यक्रम मॅनेजमेंट ठेवतं' एवढंच त्याने जाहीरपणे म्हटलं नाही. उल्लेख केला तो 'वपुंनी देवदेवतांची टिंगल केली' असा.

हा मजकूर वाचून चिंचवडहून 'पंकज' नावाच्या एका वाचकाचं मला पत्र आलं.

श्रीराम समर्थ

२८/९/१९८७

श्री. वपु,

पुण्याच्या 'दै. तरुण-भारत' मध्ये दि. २५-९-१९८७ रोजी 'हिंदू देवदेवतांची टिंगल केल्याचा तीव्र निषेध' या मथळ्याखाली प्रसिद्ध झालेल्या वार्तेने अस्वस्थ होऊन मी आपणास हे पत्र लिहीत आहे. आपण दि. १६-९-८७ रोजी वालचंदनगर येथील कथाकथनाच्या कार्यक्रमात हिंदू देवदेवतांबद्दल जे अनुद्गार काढलेत, ते जसेच्या तसे 'दै. तरुण-भारत'ने छापले आहेत.

आजकाल सुधारणेच्या व सर्वधर्मसमभावाच्या ढोंगी बुरख्याआड दडून अनेक विद्वान (?) हिंदू धर्माची व देवांची नालस्ती करीत असतात. आश्चर्य हे की, या लोकांना हिंदू वगळून इतर धर्मातील अनिष्ट प्रथा दिसत नाहीत किंवा दिसत असूनही ते त्याबद्दल चकार शब्द काढत नाहीत. याचं कारण असं असेल की, त्यांच्या पत्नींचं त्या ज्या हिंदू धर्माचं (नवरे टिंगल, नालस्ती करीत असूनही) प्रतीक म्हणून कुंकू लावतात ते कुंकू कायमचं पुसलं जाण्याची शक्यता निर्माण होईल. आपणही यातलेच एक नाही ना?

या वालचंदनगरच्या कार्यक्रमात आपण म्हणालात की, 'मारुती जन्माने सरदारजी असावा. दुसऱ्याची बायको तिसऱ्याने पळवली तर याने आपली शेपटी जाळून घेतली.' यात आपण श्री मारुती व शीख बंधू यांची टिंगल केलीत. पंजाबातील समस्येने सध्या शीख व शीखेतर हिंदू यांच्यात काहीसा दुरावा निर्माण झाला आहे, देश फुटू पाहतो आहे. अशा परिस्थितीत लेखक, नट अशा कलेच्या प्रांतातील मान्यवरांनी आपल्या कलेद्वारे तो दुरावा कमी करण्याचा प्रयत्न केला पाहिजे. कोणतीही कला ही सामाजिक स्वास्थ्यासाठी असते. पुण्याच्या ज्ञानप्रबोधिनीचे वीस-वीस वर्षांचे निधड्या छातीचे तरुण-तरुणी ऐन धामधुमीत पंजाबात सद्भाव यात्रा करून आले. आपण मात्र 'सरदार-सरदार' हिणवत बसला आहात. हनुमंताने लंकेतील बंदिवान असलेल्या सुष्टांना सोडवलं अशी कथा आहे. आता श्री हनुमंत व सरदार म्हणून आपल्याच बांधवांना चिडवून दुरावा वाढवणारे आपण यात डोक्याचा भाग नक्की कुठे कमी आहे?

याच कार्यक्रमात आपण बुडणाऱ्या नावेतून प्रवास करणाऱ्या ख्रिस्ती, मुस्लिम व हिंदू प्रवाशांची गोष्ट सांगितलीत. हिंदू बुडत असता या कथेतील गणपती म्हणतो (नाचत) की, 'मला बुडवताना तुम्ही काय करीत असता?' वास्तविक आपल्याला गणपती बुडवणे या क्रियेला विसर्जन हा शब्द आहे हे माहीत असेलच. या विसर्जनामधील प्रतीक या क्रियेतील अर्थ वास्तविक आपणास किमान लेखक म्हणून तरी माहीत असायला हवा.

या प्रकरणावर बरेच काही बोलता-लिहिता येईल. असे देशद्रोही व धर्मद्रोही लेखन हे लांच्छन आहे. समर्थ रामदासांनी 'देवद्रोही तितुके कुत्रे। मारोनी घालावे परते।।', 'देवमात्र उच्छेदिला। आपुला स्वधर्म बुडविला। जित्यापरीस मृत्यु भला। ऐसे समजावे।।' असा इशारा दिलेला आठवतो.

कुठल्याशा कथेत आपण 'मला शांतारामबापूंनी काही काळ लेखन बंद कर' असा सल्ला दिला, असं लिहिलंत. माझा अधिकार बापूंइतका नाही, परंतु वाचक म्हणून व हिंदू म्हणून मी आपणास असा सल्ला देऊ इच्छितो की, आपलं लेखन याच प्रकाराने जाणार असेल तर ते आपण कायमचं बंद करावं.

कळावे.

– पंकज.

५/१०/१९८७

प्रिय पंकज,

आपलं अपरिपक्व पत्र मी शांतपणे शेवटपर्यंत वाचलं ते ह्या प्रकारची काही उथळ पत्रं वाचायची सवय आहे म्हणून. मला लिहिलेलं पत्र आपण आपल्या परिवारात मोठ्या प्रौढीने 'मी कोणत्याही लेखकाला, संतमहात्म्यांची वचनं वेठीला धरून कसं सुनावू शकतो' असं म्हणत वाचून दाखवलं असेल. त्याच समतोल विचारांनी हे उत्तर वाचून दाखवाल असं मी समजतो. ते धाडस जर तुमच्यात नसेल तरी बिघडत नाही. माझ्या आगामी 'प्लेझर बॉक्स' ह्या पुस्तकात आपला हा पत्रसंवाद सगळ्यांनाच वाचायला मिळेल.

ह्या उद्धट पत्राला उत्तर देऊ नये. पण पुन्हा वाटलं, 'तुका म्हणे ऐशा नरा। मोजून माराव्या पैजारा।।'

त्या काळात चपला स्वस्त होत्या.

सध्या त्यांच्या किमतीही शंभराच्या वर गेल्या आहेत. त्यामुळे पैजारांनी मारणं हाही गौरवच.

'तरुण भारत'मधला वृत्तान्त मी वाचलेला नाही. पण वर्तमानपत्रातील पूर्वग्रहदूषित मजकुरापायी जेव्हा मंद बुद्धीच्या माणसांना असली पत्रं लिहावीशी वाटतात तेव्हा कीव पत्रकारांची करावी की वाचकांची, हा प्रश्न सुटत नाही.

माझ्याच पुस्तकातला दाखला मला देऊन 'लेखन थांबवा' असा सल्ला देताना पुस्तक तरी काळजीपूर्वक वाचलं असतंत, तरी मला बरं वाटलं असतं. कै. गुरुवर्य य. गो. जोशी ह्यांचा सल्ला आपण व्ही. शांताराम ह्यांच्या नावावर टाकलात तेव्हा चिंचवडमध्येही एक सरदारजी आहे ह्याची खात्री पटली.

मागचा-पुढचा संदर्भ न सांगता, फक्त स्वतःच्या मतलबापुरता रिपोर्ट करून

कलावंताचं चारित्र्यहनन आणि त्याच्या निर्मितीवर चिखलफेक करण्याचं कार्य पत्रकार सातत्याने करीत आलेले आहेत. तुमच्यासारख्या अप्रबुद्ध वाचकांच्या हातात आपला पूर्वग्रहदूषित मजकूर पडणार आहे ह्याचं भान एका जेवणावर आणि दारूच्या बाटलीवर विकल्या जाणाऱ्या पत्रकार कंपनीला असतं तर काय हवं होतं?

प्रख्यात सर्जन डॉ. अजित फडक्यांपासून ज्ञानेश्वरीचे प्रगाढ उपासक, व्यासंगी श्री. पागे ह्यांच्यापर्यंत आणि श्री. सुधीर फडके, पूज्य बाबा आमटे ह्यांच्यापासून श्री. सुशीलकुमार शिंदे ह्यांच्यापर्यंत 'वपुंचं कथाकथन म्हणजे लोकशिक्षण, अध्यात्म आणि मानवतेचं दर्शन' असं मत आहे. ह्या सर्व मंडळींना त्याच कथा ऐकताना देवादिकांची हेटाळणीही वाटली नाही की धर्माची चेष्टाही वाटली नाही. ह्याचं कारण ह्या अशा मान्यवरांनी आणि हजारो अज्ञात विचारवंतांनी (अज्ञात म्हणजे, ज्यांचा आणि माझा परिचय नाही अशांनी) माझे कार्यक्रम संपूर्ण ऐकले आहेत. वाटेल त्या मजकुराने कॉलम खरडून एका दिवसाचं जेवण मिळवणारी ही पोटार्थी माणसं नव्हेत. एखाद्या लेखकाने आत्तापर्यंत कसं लेखन केलं, त्याचा पिंड कोणता, वैचारिक भूमिका कोणती, त्याचं इतर सामाजिक कार्य आणि एकूण आयुष्य असा सगळ्या जीवनाचा मागोवा घेणारी ही माणसं. म्हणूनच ही माणसं संपूर्ण चित्र पाहतात. चित्रातला स्वतःच्या सोईचा एखादाच भाग बघत नाहीत.

आणि आता थोडं जास्त अधिकारवाणीने सांगतो. प्रत्येक कलावंतात, निर्मितीक्षम व्यक्तीत, विचारवंतात परमेश्वरी अंश जास्त असतो. त्या पूर्णब्रह्मावर संपूर्ण श्रद्धा असते, त्याच्यावर नितांत प्रेम, भक्ती असते तेव्हाच त्या महान शक्तीची थोडी 'खिल्ली' उडवायचाही अधिकार पोचतो, हे समर्थांचे श्लोक नुसते पाठ करणाऱ्या 'मंबाजी'ना समजणार नाही.

कोणत्याही माणसाला हे असलं पत्र लिहिण्यापूर्वी स्वतःचं वय, व्यासंग, जीवननिष्ठा, सामाजिक स्थान, पात्रता ह्याचा विचार केलात तरी खूप झालं. किमान वृत्तपत्रीय मजकुरावर स्वतःचं मत अजमावून जी काय बुद्धी असेल ती विकू नका.

स्वतःचं मत मांडायचा तुम्हाला जरूर अधिकार आहे. नाराजी व्यक्त करण्याचा हक्कही मी मान्य करतो. पण तो अनुभवावर आधारित असावा. आणि किमान दुसऱ्याच्या दूषित विचारांवर नसावा. शुद्ध पाणी पिऊनही इन्फेक्शन झालं तर तिथे इलाजच नाही. पण डबक्यातलं पाणी पिणं हा जर तुमचा चॉईस असेल तर 'तुका म्हणे ऐशा नरा...।' हेच योग्य नाही का?

आपला,
वपु काळे.

ता. क. : तीन पानी पत्रानंतर आणखीन थोडा खुलासा मला जरूरीचा वाटतो.

पत्रात पत्रलेखकाचं वय समजत नाही. संतवाङ्मयाचा आपला अभ्यास असावा.

वयाने वडील असाल तर काही अमर्याद विधानांबद्दल माझे संस्कार मला दिलगिरी व्यक्त करायला भाग पाडतात. तरीही वडिलकीच्या नात्याने आपलं पत्र परिपक्वतेचं निदर्शक वाटत नाही.

वयाने लहान असाल तर तुम्हाला ही भाषा लिहिण्याचा अधिकारच नाही. ज्या प्रसंगाला तुम्ही साक्ष नाही आणि ज्या लेखकाची वैचारिक भूमिका त्याच्या बेचाळीस पुस्तकांतून सातत्याने व्यक्त होत राहिली त्याचीही साक्षदखल न घेता, त्याला वृत्तपत्रीय खोडसाळ प्रचाराबद्दल जाब विचारणं, व्यक्ती म्हणून तुम्हाला शोभत नाही.

'हिंदू' वगैरे जातिवाचक भूमिका मला मान्य नाही. हिंदुत्वाचाच नव्हे तर, प्रत्येक धर्माचा मूळ भाव सहिष्णुता हाच आहे. कबीर, पैगंबरापासून येशूपर्यंत सगळ्यांनी जे कंठरवाने सांगितलं ते अनुयायी म्हणवणाऱ्यांपर्यंत पोचत नाही, हाच अधर्म. इंदिरा गांधींपासून पुण्याच्या अरुणकुमार वैद्यांपर्यंत आणि निरपराधी प्रवाशांची बेगुमान हत्या करणारे शीख, त्यांचा तुम्हाला चिंचवडमध्ये बसून पुळका का यावा, हे अनाकलनीय आहे. शीख लोक एकाएकी हिंसाचारी व्हायला माझा एक विनोद कारणीभूत आहे असं आपण मानत असाल तर मग मला वाचासिद्धी प्राप्त झाली म्हणायची.

तेव्हा हिंदुत्वाचं अकारण भांडवल न करता 'माणूस' होण्याचा प्रयत्न करा.

वालचंदनगरला झालेल्या कार्यक्रमाची माझ्याजवळ 'टेप' आहे. सवडीने ऐकायला या. कथेतले मागचे-पुढचे संदर्भ ऐका. कथेतली व्यक्तिरेखा कोणत्या वृत्तीची आहे, त्याचा विचार करा.

आणि वपुंचं काहीही चुकलेलं नाही असं वाटलं तर कार्यक्रम ऐकताक्षणी, मला तिथल्या तिथे जाब न विचारता, वर्तमानपत्रात बोंबाबोंब करण्याचा भ्याडपणा त्या पत्रकाराने का केला असा जाब त्या 'तरुण-भारत'ला विचारा.

हे जर तुम्हाला करावंसं वाटलं नाही तर हिंदुत्ववादी म्हणवणारी माणसं अशाच शेपट्या घालून बसतात हेच सिद्ध होईल. आपला इतिहास वेगळं काय सांगतो?

माझ्या कथेचा संपूर्ण आशय लक्षात न घेता वेडेवाकडे रिपोर्ट्स प्रसिद्ध करणारे वार्ताहरच धर्माची, कलेची, कलावंतांची विटंबना, नालस्ती करतात. ह्याचं कारण ह्या फडतूस माणसांच्या बायकोच्या कुंकवाला कधीच धक्का लागणार नाही, म्हणून.

वपु काळे.

११/१२/१९८९

प्रिय पंकज,

दहा आकडे मोजावेत. प्रक्षोभ निवतो.

मी दोन वर्षं थांबलो.

तुमचं पत्र वाचताक्षणीचा प्रक्षोभ कागदावर उतरवल्यावर ते पत्र तुम्हाला मिळालंच पाहिजे, हे काही प्रक्षोभनिवारणासाठी आवश्यक नव्हतं.

वर्तमानपत्री लिखाणावर ज्याची भिस्त आहे, माणूस जाणून घेण्याची ज्याची वृत्ती नाही, अशा माणसाचं मन-बुद्धी कशी आहे, ते तुमच्या पत्रावरूनच स्पष्ट झालं होतं.

मग तिथे आक्रोश करण्यात काय अर्थ?

आणि त्याहीपेक्षा ब्रेन ट्युमर सर्जरीपायी विकलांग झालेल्या पत्नीला दोन वर्षांच्या मुलासारखं सांभाळतानाच शारीरिक-मानसिकदृष्ट्या खचून गेलो होतो.

आजही तीच परिस्थिती आहे.

'प्लेझर बॉक्स' पुस्तकाचं रेंगाळलेलं काम मन गुंतवण्यासाठी सुरू केलं आहे.

ह्या आगामी पुस्तकात आपला पत्रव्यवहार प्रकाशित होणार आहे.

केवळ पूर्वसूचना म्हणून पत्र पाठवीत आहे.

सर्वांना नमस्कार.

आपला,
वपु काळे.

'आपला पत्रव्यवहार मी आगामी 'प्लेझर बॉक्स'मध्ये प्रकाशित करत आहे', असं मी पंकजला कळवलं. त्याचं ताबडतोब दिलगिरी व्यक्त करणारं उत्तर आलं. त्याचं पत्र मी प्रकाशित करू नये हेही त्याने सांगितलं.

तरीसुद्धा मी हे प्रकाशित का केलं? त्याला एक कारण आहे. ते पत्र पंकजचं नव्हतं. वय वर्ष एकवीसचं होतं. दुसऱ्याला कमी लेखण्यात, त्याची खिल्ली उडवण्यात एक सुप्त अहंकार असतो. अध्यात्माची फार मोठी आच त्याच्यामागे नसते. आध्यात्मिक ग्रंथ किंवा संतवाङ्मयाचं वाचनही नसतं. याच पंकजला मी जर 'तू सकाळ-संध्याकाळ संध्या करतोस का? देव मानत नसलास तरी स्वत:च्या जन्मदात्यांना परमेश्वराच्या ठिकाणी मानतोस का?' ह्यासारखे प्रश्न विचारले असते तर? त्याने काय उत्तर दिलं असतं?

ओशो सांगतात, 'हातून चूक घडल्यानंतर दिलगिरी प्रदर्शित करणं, हाही एक बहाणा आहे. माझी मूळ वृत्ती तशी नाही, हे सांगण्याचा प्रयत्न आहे. दिलगिरी व्यक्त करून मोकळं होणं, ह्याचा अर्थ पुन्हा तीच चूक करण्याचा परवाना

मिळवणं. खऱ्या अर्थाने ते आत्मावलोकन असतंच असं नाही. ह्या दृष्टिकोनातून कुठल्याही व्यक्तीने दिलगिरी व्यक्त करण्यामागे आत्मशोधनाचा प्रयत्न आहे का? ह्यावर विचार करावा.’

पंकजचं पत्र मी सुडापोटी प्रकाशित केलेलं नाही. खरं तर मघाशी म्हटल्याप्रमाणे माझं उत्तर पंकजला नव्हतंच. वय वर्ष एकवीसला होतं. हे वय उतावीळ असतं, तारुण्याची मस्ती असते. कुणावर तरी वार करायला मिळेल का, ह्याचा शोध चालू असतो. अमक्या-तमक्याची मी खरड काढली हे कुणाला तरी छाती फुगवून सांगायचं असतं.

पंकजचं पत्र छापण्यामागे एवढाच हेतू आहे. अशा तऱ्हेचं अरेरावीचं वागणं हा तरुण पिढीचा स्थायिभाव झालाय. समाधानाची गोष्ट एकच आहे की २००१ सालातली तरुण पिढी साहित्याचं वाचनच करीत नसल्यामुळे कोणत्याही लेखकाला एखादा तरुण विद्यार्थी अशी निषेधाची पत्रं पाठवणार नाही.

अर्थात अशा स्वरूपाची पत्रं लिहिण्यासाठी एकविशीतला तरुणच लागतो असं नाही. काही मध्यमवयीन वाचकही कमी नाहीत.

कोल्हापूरहून सुनेत्रा नावाच्या भगिनीचं पत्र येतं. माझ्या कथाकथनाच्या कार्यक्रमाला ती सवड काढून येते. पाठोपाठ पत्राने प्रतिक्रिया कळवते. त्या प्रतिक्रियांमागे निर्भिड मतप्रदर्शन नसतं. कथेतला एखादा तपशील खटकला, तर तो काहीशा वेगळ्या पद्धतीने सांगता येईल, ह्या तऱ्हेचं मार्गदर्शन नसतं किंवा तो तपशील संपूर्णपणे वगळला तरी चालेल, असा मित्रत्वाचा सल्लाही नसतो. याउलट त्या पत्रात भेसळ नसलेला आकस असतो. नमुन्यादाखल सुनेत्राच्या पत्रातील हा एक तपशील. ह्या पत्रात तिने तिच्याबरोबर कार्यक्रमाला आलेल्या पंधरा-वीस मैत्रिणींची मतं कळवली होती.

एकजण म्हणाली,

‘चार कथांपैकी एक कथा पूर्वी ऐकलेली होती. त्या एका माहीत असलेल्या कथेमुळे सात रुपयांची आणि पाच रुपयांची तिकिटं घेतल्याबद्दल पश्चात्ताप होतोय.’

कॉमेंट नंबर दोन–वपुंनी हजार कार्यक्रम केले. आता त्यांनी थांबावं. कॅसेटविक्रीनंतर तर निश्चितच!

कॉमेंट नंबर तीन–कुणी कुठे थांबावं, हे जरी व्यक्तिगत असलं तरी वेळीच थांबण्यात एक सन्मान असतो. ते नाही थांबत तर श्रोत्यांनीच थांबावं हेच बरं!

कॉमेंट नंबर चार–छान कथा लिहाव्यात, कॅसेट्स कराव्यात आणि आर्थिक लाभापेक्षा मिळवलेलं श्रेय टिकवावं.

झकास नोकरी आहेच. मग हे कथाकथन हातचं राखून का नाही करत?

आणि शेवटी सुनेत्रा लिहिते, 'ह्या व्यथा वाऱ्यावर उडण्यापेक्षा ह्यातलं काही आपल्या फायद्याचं झाल्यास पाहा.'

ऐंशी-एक्क्याऐंशी साली सुनेत्राबाईंचं पत्र आलं. बिचारीचं कमनशीब म्हणजे एक्क्याऐंशी-ब्याऐंशी सालात माझे पाच-सहा कार्यक्रम कोल्हापूरलाच हाऊसफुलच्या थाटाने गाजले.

सुनेत्रासारख्या व्यक्तीचं पत्र आणि विचार एक वेळ समजू शकतो. अशा पत्रांवर स्वत:चं मन शांत कसं ठेवायचं किंवा त्यांचं स्वागत कसं करायचं, याबद्दल माझ्या वडिलांनी अशाच एका प्रसंगी माझं समाधान केलं होतं. वडिलांनी घातलेली ती समजूत नव्हती. तो एक संदेश होता. आयुष्यभर पुरणारं विचारधन होतं. वडील विद्यमान असतानाच मला रसिकांचा भरघोस प्रतिसाद मिळाला आणि तो माझ्या वडिलांना बघायला मिळाला हे माझं परमभाग्य. त्याच कालावधीमध्ये मला एका वाचकाचं पत्र आलं. पोटदुखीचा विकार व्यक्त करणारं ते पत्र होतं. माझ्या त्या वेळच्या वयानुसार मी खूप चिडलो. वडिलांनी जवळ घेऊन मला एकच तत्त्व सांगितलं,

'आपला कुणी मत्सर करू लागलं म्हणजे ओळखावं आपली प्रगती होत आहे.'

माझ्या वयाच्या सत्तरीपर्यंत वडिलांचे हे शब्द माझ्या पाठीवरून फिरत आहेत.

वाचक सामान्य असला तरीसुद्धा त्याने एखादा उद्बोधक सल्ला दिला असेल तर तो मी मानत आलेलो आहे. इतकंच नव्हे तर तर पुण्याला टिळक स्मारकमध्ये एका कार्यक्रमात मी एक नवीन कथा 'प्रायोगिक' म्हणून सांगितली. त्यापूर्वी श्रोत्यांना मी आव्हान केलं,

'रसिक-श्रोत्यांनो, आज मी प्रथमच 'भातुकली' या कथेचा आपल्यासमोर प्रयत्न करीत आहे. एखादी कथा यशस्वी होईल की नाही, हे घरात बसून ठरवता येत नाही. म्हणूनच तिला 'परफॉर्मिंग आर्ट' हा शब्द अत्यंत योग्य आहे. प्रयोग केल्याशिवाय समाजाकडून तिचं स्वागत होतं की नाही ह्याचा अंदाज येत नाही. कथा विनोदी असेल तर रसिकांच्या हास्यकल्लोळाच्या परड्या आणि टाळ्यांचा पाऊस या प्रतिसादावरून स्वत:ला अंदाज करता येतो. कथा गंभीर असली म्हणजे त्या कथेचा कितपत परिणाम झाला ह्याचा पत्ता लागत नाही. श्रोते शांत बसून ऐकताहेत, ते रसिकतेमुळे की सौजन्यामुळे हे ओळखणं अत्यंत कठीण असतं. 'मेलोड्रामा'कडे झुकणाऱ्या कथांचा अंदाज रसिकांच्या चेहऱ्यावरचे भाव आणि त्यांची एकाग्रता यावरून करता येतो, पण 'भातुकली'सारख्या कथेच्या बाबतीत, म्हणजेच मनोविश्लेषणात्मक कथा, मग ती कोणतीही असो, आडाखे बांधता येत नाहीत. शेवटी पडणारी टाळी, ही कथा आवडल्यामुळे की संपल्यामुळे मिळाली

ह्याचाही वेध घेता येत नाही.'

पण 'भातुकली'चा प्रयोग केल्यानंतर एक जोडपं मला भेटायला आलं. कथेच्या कथनामध्ये कोणते बदल हवेत हेही त्यांनी सांगितलं. हा एवढा सगळा तपशील एवढ्याचसाठी दिला की सुनेत्रासारख्या बाईने इतरांची ऐकलेली नव्हे, तर स्वत:ची मतं म्हणून वेगळ्या पद्धतीने कळवली असती तर दखल घ्यायला आवडलं असतं.

सुनेत्रासारख्या सामान्य वाचकांचं समजू शकतो, पण मराठीचे प्राध्यापक म्हणून बिरुद मिरवणाऱ्या मराठवाड्यातल्या श्री. श्री. जोशींबद्दल काय म्हणायचं? पंकजप्रमाणेच वर्तमानपत्रातल्या बातमीवर विश्वास ठेवून त्यांनी जे अर्वाच्च पत्र लिहिलं, त्याचा तपशील दिल्याशिवाय राहवत नाही.

सध्याचा तरुणवर्ग प्राध्यापिका पुष्पा भावे, वसंत बापट, शंकर वैद्य अशा व्यक्तींबद्दल खूप आदराने बोलतो. इतर प्राध्यापकांच्या अनेक मर्कटचेष्टा माझ्या कानावरती येतात. निरक्षर माणसाला एखादं पुस्तक वाचून दाखवावं, त्याप्रमाणे काही प्राध्यापक वर्गामध्ये क्रमिक पुस्तकं वाचून दाखवतात. अगोदरच गाजलेल्या साहित्यकृतीत स्वत:च्या विचारांची जोड द्यावी असं अध्यापन करणारे प्राध्यापक आता किती असतील? श्री. श्री. जोशींसारखे प्राध्यापक किती विद्यार्थ्यांच्या ललाटी आहेत हे सांगणं मुश्कील.

१०/१०/१९८७

श्री. व. पु. काळे,

सप्रेम नमस्कार,

दि. १६ सप्टेंबर १९८७ रोजी आपण वालचंदनगर इथे केलेल्या कथाकथनाचा वृत्तान्त समजून खेद वाटला. ज्या हिंदू संस्कृतीने, हिंदू दर्शनाने कला, साहित्य व वाक्‌वैभवाने संपूर्ण विश्वाला स्तिमित केलं त्या संस्कृतीत संस्कृतीविषयी कृतज्ञ व सार्थ अभिमान बाळगणारा कुलदीपक जन्माला येण्याऐवजी तुमच्यासारखा या संस्कृतीतील श्रद्धेय देवदेवतांचा पोट भरण्यासाठी उपयोग करणारा कुलंगार उपजावा हे आपल्या माता-पित्यांचं दुर्दैव, दुसरं काय? बरं असो! आपल्याला कोणत्या धर्मातील महात्मे श्रद्धेय वाटावेत हा आपला वैयक्तिक प्रश्न असला तरी या राष्ट्रातील बहुसंख्य लोकांच्या श्रद्धेय बाबींची केवळ उदरभरणासाठी विदुषकी चाळे करून टिंगल करण्याचा व त्यांच्या भावना दुखावण्याचा तुम्हाला अधिकार आहे असं समजत असाल, तर वेड्यांच्या रुग्णालयात दाखल केलेल्या नर-मादीच्या पाशवी संयोगातून तुम्ही उपजला असाल व तुम्ही समजता त्या आदरणीय माता-पित्यांनी तुम्हाला दत्तक घेतलं असेल असं वाटतं. आता तुमच्या कथाकथनातील

काही तोडलेल्या अकलेच्या ताऱ्यांचा परामर्श.

'मारुती जन्माने सरदारजी असावा' हे विधान पंजाब किंवा नांदेडमध्ये येऊन करा व जोडे न खाता परत जा, म्हणजे मी तुम्हाला शिखंडी समजणार नाही. दुसऱ्याची पत्नी तिसऱ्याने पळवल्यामुळे संताप येऊन शेपटी जाळून घेऊन पळवणाऱ्याची xx जाळणारा तुम्हाला अविचारी वाटतो. म्हणजे याचा अर्थ एखाद्याच्या बापाची बायको पळवून नेऊनही जो कुलदीपक आई पळवणाऱ्याची दाढी खाजवीत बसेल तर तो तुमचा आदर्श असेल व तुम्ही त्याचं अनुकरण करण्यात धन्यता मानणार.

तुम्हाला कंबरेवर हात देऊन उभे राहिलेले मनस्वी आवडत नाहीत. पण पंढरपूरचा विठोबा तुमच्या आवडीनिवडींना त्याचा मापदंड समजत नाही व विदुषकी चाळे करून व लोकांना हसवून पोट भरत नाही. त्याला आपण काय करावं?

येशू व अल्लानेच नावेतील लोकांना वाचवल्याचा तुम्हाला साक्षात्कार झाला याचं कारण तुम्हाला असा साक्षात्कार झाला नसता तर वालचंदनगरमधील येशू व अल्लाच्या वारसांनी तुमचा तैमुरलंग केला असता. गणपतीचे वारस बिचारे आज तरी सुस्त आहेत. पण सुस्तीतून हळूहळू जागे होतील तेव्हा सुस्तीच्या पूर्वलक्षी प्रभावाने तुमच्यासारख्या कृतघ्नांना त्यांची खरी जागा दाखवतील व त्यांचं गणपतीच रक्षण करील. तुम्हालाही चर्चमध्ये गेल्यानंतर आलिंगनासाठी हात पसरलेल्या येशूच्या व अल्लाच्या वारसांनी मगरमिठीत घेतल्यानंतर सुखकर्ता-दुःखहर्ता असा गणपतीपुढे तुम्ही धावा केल्याचा साक्षात्कार होईल.

दत्तात्रेयाच्या तीन तोंडांविषयी तुम्हाला लहानपणापासून प्रॉब्लेम आहे असं तुम्ही म्हणता. पण तुमचं लहानपण अद्याप टिकून आहे. दत्ताच्या तीन तोंडांचा प्रॉब्लेम तुम्हाला असण्याची आवश्यकता नाही, तर आता आपलं काळं झालेलं तोंड (अद्याप कुणी डांबर फासलं नसेल तर लवकरच फासतील.) घेऊन पोट भरण्यासाठी गावोगाव कसं भटकावं याचा प्रॉब्लेम तुम्हाला असण्याची आवश्यकता अधिक आहे.

'मस्तपैकी आरामात बायकोकडून पाय चेपीत बसलेला विष्णू' तुम्हाला आवडला असं म्हणता, पण आरामात असतानाही त्याच्या हातातील सुदशर्नचक्र व खड्ग त्याने खाली ठेवलेलं नाही इकडेही लक्ष असू द्या. सुदर्शनचक्र व खड्गाकडे दुर्लक्ष करून विष्णूचं केवळ अर्धवट अनुकरण करीत आरामात बसाल तर आमच्या आदरणीय वहिनींच्या शीलरक्षणार्थ हनुमानाच्या वानरसेनेलाच यावं लागेल. तुमचा आकाशस्थ बाप किंवा अल्ला कधीच येणार नाही. कारण अपघाताने का होईना, तुम्ही येशू किंवा अल्लाच्या खानदानीत न जन्मता हनुमानास श्रद्धास्थान मानणाऱ्यांच्याच खानदानीत जन्मला आहात, हे लक्षात ठेवा.

तुमच्या कथा मला खरोखरच आवडतात हो! एवढंच काय, मी तुमच्या

कथाकथनाच्या ध्वनिफिती पण संधी मिळेल तेव्हा ऐकतो, पण सरस्वतीच्या अल्पशा कृपेने उन्माद होऊन जीभ सैल सुटते व कालपर्यंत आवडत्या साहित्यिकांच्या यादीतील माणूस 'आचरट' कसा ठरतो याचा आम्हा चाहत्यांना तुम्ही धडा दिलात. खरोखरच तुम्ही ग्रेट आहात. कारण तुमचा आचरटपणा व सवंग पातळीही आम्हाला 'कसे होऊ नये' हा नकारात्मक धडा देणारी ठरली. वा! वपु वा! खरं तर ही पत्रभेट म्हणजे 'वंध्या मैथुन' ठरेल असं वाटतं. पण तुमची प्रत्यक्ष भेट घेऊन पैशांचा व वेळेचा अपव्यय करावा वाटत नाही. तुम्ही जर अशाच उपद्व्यापाच्या निमित्ताने इकडे याल तर बरं होईल. नव्हे एक वेळ लातूरला याच वपु. लातूरला याच. तुमच्या माजी चाहत्याची एवढी इच्छा नाही का पूर्ण करणार? तुमचा प्रसन्न चेहऱ्याने हात पसरून उभा असलेला येशू तुम्हाला दुर्बुद्धी देवो व तुमचं इकडे आगमन होवो ही सदिच्छा.

आपल्या प्रतीक्षेत,
श्री. श्री. जोशी.

१०/१२/१९८९

प्रिय श्री. श्री. जोशी,

तुमच्या दहा ऑक्टोबर १९८७ च्या पत्राला मी दोन वर्षांनंतर उत्तर लिहीत आहे. ज्यांनी मला खूप जवळून पाहिलं आहे, माझ्या वृत्तींचा अभ्यास केला आहे, साहित्यातून सातत्याने तीस वर्षं माणसामाणसांत सुसंवाद असावा म्हणून मांडलेला हट्ट पाहिलेला आहे आणि व्यक्त केलेले विचार स्वत:च्या आयुष्यात उतरवताना झालेली ओढाताण पाहिलेली आहे, अशा मित्रांनी तुमच्या विकृत पत्राला उत्तर पाठवण्याची गरज नाही असं सांगितलं.

बत्तीस वर्षं जिने अजोड साथ दिली, ती सौभाग्यवती ब्रेन ट्युमरच्या ऑपरेशनपायी जगते की नाही अशा अवस्थेत होती आणि अद्यापि तिच्या आजाराला उतार नाही, अशा अशांत मन:स्थितीत माझ्याकडून तुमच्या पत्राइतकंच असभ्य, शिवराळ पत्र लिहिलं जाण्याचा धोका होता. तो मला टाळायचा होता.

'बाप' ही माझी अत्यंत गंभीर आशय असलेली कथा. खऱ्या प्रेमाचं दर्शन झालं तर व्रात्य, happy go lucky वृत्तीचा मुलगाही कार्यरत होऊन कर्तबगार होऊ शकतो. स्त्री आणि पुरुष ह्यांच्यात फक्त स्त्रीजवळच शृंगार आणि वात्सल्य, क्षमा आणि शिक्षा, हे गुण समान प्रमाणात असतात. किंवा अशी स्त्री ज्यांना लाभते त्या पुरुषाचा संसार किती कृतकृत्य होतो, हे सांगणारी ही कथा. सगुण साकारापासून निराकार निर्गुणापर्यंतचे संकेतही कथानायकाला बापाच्या रूपाने अनुभवायला मिळाल्यावर पंढरीच्या विठ्ठलापेक्षा त्याला स्वत:चा बाप श्रेष्ठ वाटला. 'आकाशापेक्षा उंच

कोण?' तर 'बाप' हे उत्तर देणारा महाभारतातील 'धर्म' तुमच्यासमोर आला तर त्याच्या ह्या भूमिकेची तुम्ही हीच संभावना कराल काय?

एका व्रात्य मुलाची स्वभावरेखा मांडण्याच्या हेतूने पूर्वीच प्रचारात आणि प्रचलित असलेले काही विनोद, जे प्रेक्षकांपैकी काहींना पूर्वीच माहीत होते, ते मी सांगितले. 'देवादिकांची टिंगल करण्याचा हेतू नाही' किंवा 'तमोगुण, रजोगुण' जर त्याज्य असते तर देवादिकांनी त्यांना आश्रय दिला नसता' ही महती विशद करून व्रात्य मनाला मात्र ह्याच गोष्टी कशा दिसतात, ते केवळ ठसवण्यासाठी गंभीर कथेत थोडा *relief* म्हणून मी काही किस्से सांगितले.

आपण ती कथा प्रत्यक्ष ऐकली नाहीत.

त्या कार्यक्रमाचा वर्तमानपत्री रिपोर्ट वाचलात.

काही पत्रकार आणि काही दैनिकांचे संपादक सत्यापेक्षा सनसनाटीपणाला प्राधान्य देतात. स्वत:च्या दोन वेळच्या भाकरीसाठी, पोटाच्या टीचभर खळगीसाठी आणि दैनिकाच्या एका दिवसाच्या खपासाठी, हे कावळे टपून बसलेले असतात. इतरांना उपद्रव दिल्याशिवाय त्यांचं चालत नाही.

अशा काही दैनिकांच्या खत्रूड संपादकापेक्षा प्राध्यापकांचा दर्जा मी फार वरचा मानत होतो. महाविद्यालयीन शिक्षण जे. जे. स्कूल ऑफ आर्टमध्ये झाल्याने मराठी, संस्कृत, इंग्रजीचे आर्ट्स कॉलेजचे प्राध्यापक मला जवळून पाहता आले नाहीत किंवा त्यांच्या वर्गात बसण्याचा आनंद मिळवता आला नाही. पण लेखणीचं वरदान मिळाल्यामुळे अनेक प्राध्यापक मित्र झाले. मराठी वाङ्मय मंडळाच्या निमित्ताने शे-सव्वाशे कॉलेजांमधून मी कार्यक्रम केले. त्यावेळी विद्यार्थीवर्ग प्राध्यापकांबद्दल किती आत्मीयतेने बोलतात ते मी पाहिलं. त्यावरून सरसकट सगळे प्राध्यापक स्वत:च्या बुद्धिसामर्थ्यावर विश्वास ठेवतात, भाडोत्री माहितीवर आपली मतं बनवीत नाहीत, असं मी मानत आलो.

पण तुमच्यासारखाही एखादा असतो.

'वेड्याचा इस्पितळात माझा जन्म...', 'आईवडिलांनी दत्तक घेतलं' वगैरे विधानं करताना माझे वडील नेपथ्यकार पु. श्री. काळ्यांचाही अपमान करताना तुम्ही संयम आणि सभ्यता दाखवली नाहीत.

मला काय वाटलं सांगू?

तरुण मुलामुलींच्या काही पिढ्या तुमच्या हाताखालून जात आहेत. गाइड्स (दुसऱ्या विचारवंतांनी लिहिलेली) आणि अशीच हीन पातळीची दैनिकं वर्गात वाचून दाखवून तुम्ही तुमची नोकरी सांभाळून असाल. कारण छापील पत्रावर, मजकुरावर तुमचा विश्वास आहे. दुर्दैवाने माझा अंदाज जर अंशत: खरा असेल तर असे अपरिपक्व प्राध्यापक किती असतील?

माझ्या कथेतील काही, लोकांना अगोदरच माहीत असलेल्या विनोदांनी जेवढं समाजाचं नुकसान होणार नाही, त्याच्या कितीतरी पट अधिक नुकसान, तेही तरुण पिढीचं नुकसान वर्षानुवर्षं होत राहणार आहे, जर तुमच्यासारखे प्राध्यापक त्यांना लाभले तर.

'बाप' ही कथा अनेक मान्यवरांनी, विचारवंतांनी आणि ज्यांच्या ज्ञानापुढे, जीवनमूल्यांपुढे मी नतमस्तक होतो अशा समाजसेवकांनी ऐकलेली आहे. ज्या कार्यक्रमावरून मागचे-पुढचे संदर्भ न छापता केवळ गदारोळ माजवण्यासाठी, एका दैनिकाने त्यांच्या सोईचा भाग छापला, त्या कार्यक्रमाची माझ्याजवळ टेप आहे. आपण ती ऐकू शकता. आणि मला झोडपायचं की नाही हे ठरवू शकता.

तुमच्यासारखा शिक्षणव्यवसायातला माणूस जर एवढी किमान माणुसकीची रीत आणि संकेत पाळत नसेल, तर झुंडशाहीवर काही संघटना चालवणारी अल्पमती माणसं काय करतील? अशाच एका समूहाने संख्याबळ आणि अडाणी, अरेरावी वृत्तीपायी मी आणि माझे आप्त ह्यांना मारण्याच्या धमक्या दिल्या होत्या. त्या वेळी पोलीस यंत्रणेतील माणसं तटस्थ होती. कारण प्रत्यक्ष गुन्हा घडायचा होता.

तुमच्यासारख्या प्राध्यापकांच्या हाताखाली अशीच पिढी तयार होणार.

तुम्ही माझे चाहते आहात असं शेवटी म्हणता.

माझे जे खरे चाहते आहेत, ते असे नाहीत.

तुम्ही मला पत्र पाठवून जाब विचारला असतात, माझी बाजू ऐकून घेण्याचं तारतम्य बाळगलं असतंत आणि ती बाजू पटल्यावर संबंधित दैनिकाला वेठीवर धरलं असतंत, तर तुम्ही माझे नुसतेच चाहते नसून तुम्हाला अन्यायाची चीड आहे, ह्याचा प्रत्यय आला असता. सामाजिक बांधिलकीचं जतन ह्या मार्गानेही करता येतं. ह्याऐवजी 'आमच्या गावाला तुम्ही येऊनच दाखवा', अशी तुम्ही धमकी देता.

तुम्हाला 'चाहता' कसं म्हणावं?

ह्या प्रकरणात थोडा परिपक्वपणा दाखवला असतात तर मला लातूरला एक मित्र मिळाला असता. पण...

आजही हे पत्र मी लिहिलं नसतं.

पण पुढच्याच महिन्यात वाचक-लेखक पत्रव्यवहारावर आधारित 'प्लेझर बॉक्स' हे माझं पुस्तक प्रकाशित होत आहे. १९८४ चं हे लेखन पत्नीच्या आजारपणापायी रेंगाळलं. आयुष्यातलं वैय्यर्थ प्रकर्षाने छळतंय. मन स्थिरावण्यासाठी, गुंतवण्यासाठी, रेंगाळलेलं पुस्तक हातात घेतलं आहे.

समाजापुढे असंख्य व्यासंगी, लोकप्रिय, परंपरा निर्माण करणारे प्राध्यापक

आहेत. लेखकाच्या आईवडिलांचा उद्धार अकारण करणारे प्राध्यापकही असू शकतात हे समजापुढे यावं, म्हणून मी आपला हा पत्रसंवाद असाच्या असा 'प्लेझर बॉक्स'मध्ये प्रकाशित करीत आहे.

आपला,
वपु काळे.

कथाकथनाच्या कार्यक्रमावर प्रतिक्रिया दर्शवणारं असंच एक पत्र. हे पत्र पुण्याच्या गंज पेठेतून आलं होतं.

पाच वर्षांच्या कालावधीनंतर मी तो पत्रसंवाद पुन्हा वाचला.

आज मला प्रश्न पडतोय की मी इतकं तडकून जाऊन तेव्हा पत्र का पाठवलं?

'प्लेझर बॉक्स' एकोणीसशे पंचाऐंशी साली प्रकाशित होणार होतं. कौटुंबिक अडचणींची, उद्ध्वस्त करणारी एक फौज चालून आली आणि त्यांचे हल्ले अद्यापि थांबलेले नाहीत. कधीकधी खरा प्रक्षोभ झाला असेल तर अधूनमधून परिस्थितीने घेरल्यामुळे पत्रात कडक भाषा उतरली असेल.

पाच वर्षांतले आयुष्यातले चढउतार पाहिल्यावर म्हणा किंवा साठी जवळ आली असेल म्हणून म्हणा, मूळच्या हळव्या वृत्ती जास्त हळुवार झाल्या असतील.

एक गोष्ट नक्की.

काही पत्रांचा अपवाद वगळता तर आज मी त्या काही वाचकांची इतक्या कडक शब्दांत संभावना केली नसती.

गंज पेठेतल्या त्या एका श्रोत्याला मी आज नक्कीच तसं पत्र लिहिलं नसतं.

ह्या पुस्तकात प्रकाशित केलेल्या ह्या आमच्या पत्रव्यवहारानंतर मी त्यांना एक पुस्तक भेट म्हणून पाठवलं. त्यानंतर त्यांचंही एक मन अस्वस्थ करील असं पत्र आलं. गंज पेठेतला तो एक श्रोता, प्रत्यक्ष गाठभेट न होता माझा मित्र झाला आहे.

आपण योग्य तऱ्हेने आपली प्रतिक्रिया लेखकाला कळवलेली नाही, ह्याची जाणीव माझ्यावर टीका करणाऱ्या वाचकांना एका सवाल-जबाबानंतर होते. त्यांपैकी झालेली चूक मान्य करण्याचा मोठेपणा दाखवणारी जितकी मंडळी भेटली, त्यांची माझी मैत्री झाली. संवाद साधला की भिंती पडतात, ह्यावरचा माझा विश्वास वाढत गेला.

एकूण एक ललितकलांचं प्रयोजन माणसं जोडणं, मैत्रीचा गोफ विणणं हेच असायला हवं असं माझं मत आहे. 'माणूस जोडणं' ह्यापेक्षा अन्य कोणताही संस्कार मोठा म्हणजे श्रेष्ठ नाही असं मी मानतो. म्हणूनच प्रतिकूल टीका करणाऱ्यांशीही दोस्ती व्हावी ह्याचा आनंद, नवं कथानक सुचण्याइतका असतो.

गंज पेठेतल्या त्या श्रोत्याने म्हणण्यापेक्षा मला त्या व्यक्तीचं खरं नाव

सांगायला आनंद आणि अभिमान वाटेल. ज्या व्यक्तीच्या अंगात आपली चूक मान्य करण्याचा प्रामाणिकपणा आणि त्याहीपेक्षा धाडस आहे, त्या व्यक्तीचं खरंखुरं नाव सांगायला काही हरकत नाही. प्रामाणिकपणा आणि चुकलेपणाची जाणीव असणारी असंख्य माणसं असतात. पण मोकळेपणी मान्य करायचं धाडस ही दुर्मिळ गोष्ट आहे. ते धाडस असल्यावर शत्रुत्वातून मैत्रीचाही जन्म होऊ शकतो. या धाडसी माणसाचं नाव आहे आहे संभाजी पवार.

टिळक स्मारक मंदिर. दि. २-६-८५. सायंकाळचे पाच वाजलेले.
मंदिराबाहेर बराच श्रोतृगण जमलेला. पाच वाजून पाच मिनिटे झाली. परंतु मंदिरात काहीच हालचाल नाही. लोक चिकाटीने बाहेर थांबले आहेत. कंटाळा न करता. पुणेकरच ते. पाच वाजून दहा मिनिटं झाली. तरीही आत व बाहेर काहीही फरक नाही. एखाद्या नवीन सिनेमाचा पहिला खेळ असतो, तेव्हा फिल्मची पेटी न आल्यामुळे प्रेक्षकांना थिएटरमध्ये सोडत नाहीत आणि ते पेटीची वाट बघत बाहेर चिकाटीने बसून असतात. आताही क्षणभर वाटलं की, तशीच प्रतीक्षा चालली आहे. पण आली, पेटी आली. सर्व श्रोतृगण उत्साहाने आत पळाले.

वाटलं, की वपु आपल्या प्रिय श्रोत्यांना कमीत कमी सुस्वागतम तरी म्हणतील. पण नाही. डायरेक्ट सुरुवात–बोरीबंदर रेल्वे स्टेशन. माफ करा! म्हणून मी या पत्राची सुरुवात 'प्रिय' न करता डायरेक्ट 'टिळक स्मारक मंदिर' अशी केली आहे. हे वाचताना आपणास जर काही विक्षिप्त वाटलं तर आपण समजून घ्या की हाच अनुभव आम्हाला त्या दिवशी आला होता. आपणास फिल्म पेटीचं उदाहरण देऊन अपमान (आपला, पेटीचा नव्हे!) करण्याचा विचार बिलकूल नव्हता. पण ते उदाहरण द्यायचं कारण की, आपल्या कार्यक्रमात सुरुवातीपासून एक कृत्रिमता भरलेली होती. कथाकथनाचा आपणास प्रचंड अनुभव असल्यामुळे आणि आपण कथाच एवढ्या रंगतदार निवडल्यामुळे कार्यक्रम न रंगला तरच नवल!

कै. अनंत अंतरकरांनी एका पुस्तकात अस्खलित वक्त्याचं उदाहरण दिलं आहे की, समोरचा श्रोता एकसारखा जांभया जरी देत असला तरी आपलं वक्तव्य त्याच्या गळी उतरवणारा, तोच अस्खलित वक्ता. आपण कथांवर कथा सांगत होता. पण पाच पाच मिनिटांनी आपलं हातातील घड्याळाकडे लक्ष जात होतं. आम्ही ओळखलं की, स्वारींना घाई झाली आहे आणि प्रसंग जेवढे रंगायला हवेत तेवढे रंगत नाहीत.

टिळक स्मारक मंदिरातच गेल्या वर्षी आपण 'करंजी' आणि 'हे असंच चालायचं' या आपल्या कथा सांगितल्या होत्या. त्या वेळी 'करंजी'ची चव जी काही

अफलातून होती ती चव या वरील कार्यक्रमात चाखायला मिळाली नाही. म्हणून मनाला खेद होतो की आपल्या कथाकथनातून पदोपदी दिसणारी ती अकृत्रिमता कुठे गेली? आपणाशेजारी एक टेपरेकॉर्डर दिसत होता. एक क्षण मनाला अशी शंका चाटून गेली की, हा टेपरेकॉर्डर आपल्याला प्लेबॅक तर देत नाही ना?

आणि हा सर्व पत्रप्रपंच करायचं कारण की आपल्या या बेगडी वर्तनामुळे माझ्या प्रिय लेखकाचा, 'थ्री चिअर्स फॉर वपु' अशा लेखकाचा झालेला अपमान मला सहन झाला नाही. म्हणून हा लहान तोंडी मोठा घास घ्यावा लागला. कथाकथनाच्या दिवशी माझ्या पत्नीची दाढ अत्यंत ठणकत होती. ती कार्यक्रमास यायला तयार नव्हती. पण मी वपुवेडा! मी फुशारकीने तिला सांगितलं की, 'तुझ्या दाढेचा ठणका तुला विसरायला लावेल, असा कार्यक्रम आपण ऐकायला चाललो आहोत.' पण तिच्या दाढेचा ठणका तर कमी झाला नाहीच. पण माझी डोकेदुखी वाढली. आणि शेवटी त्या रंगतदार कथेला (जोशी) ती बिचारी झोपी गेली. आणि मी बिचारा डोकं धरून गप्प बसून राहिलो. आता मला 'अरसिकेषु कवित्वम्' असलाही प्रकार असावा, पण आपल्याला काय वाटतं याची मला प्रतीक्षा आहे.

माझा जॉब टेक्निकल असल्यामुळे मला लिखाणाची सवय नाही. (फक्त मेमोचं उत्तर देताना लिखाणाचा उपयोग होतो.) तरी अर्वाच्य अक्षराबद्दल क्षमा असावी.

आपला प्रिय,
संभाजीराव.

१५/६/१९८५

प्रिय राजमान्य राजेश्री संभाजीराव,
ह्यांना साष्टांग नमस्कार,

रिवाजच फक्त सांभाळायचे असतील तर 'साष्टांग नमस्कार' लिहिल्यावर 'विनंती विशेष' हे शब्दही लिहायला हवेत, नाहीतर टेक्निकल जॉब करणाऱ्या श्रीयुत संभाजीराव ह्यांचं डोकं दुखायला लागलं तर?

दाढ दुखायला लागली तर काढता तरी येते. पण डोक्याचं काय करायचं? तुमच्या सौं.ची दाढ एव्हाना दुखायची थांबली असावी.

दाढ दुखत असतानाही त्यांना झोप लागू शकते ह्यावरूनच माझा कार्यक्रम किती रटाळ झाला असला पाहिजे ह्याची मला पत्रावरून कल्पना आली.

कार्यक्रमात सामर्थ्य असावं ते असं. शारीरिक व्याधींचा विसर पाडणं ही साधी बाब नव्हे. तुमची डोकेदुखी मात्र फार चिवट दिसते. कार्यक्रम होऊन दहा-बारा

दिवस लोटले तरी ती बरी झालेली नाही आणि म्हणूनच तुम्ही 'मायन्या'शिवाय पत्र पाठवलंत.

असो!

'विनंती विशेष' हे शब्द लिहिले नाहीत कारण तुमच्यासारख्या व्यक्तीकडे मला कशाचीही वा कोणतीही विनंती करायची नाही. तुमच्या पत्राला हे इतकं सविस्तर उत्तर लिहिण्याइतकाही त्या पत्राला दर्जा वा सभ्यता नाही. वाचक-श्रोत्यांकडून येणाऱ्या पत्रातलं हस्ताक्षर देखणं नाही ह्याचं कधीच मला दुःख होत नाही.

वाईट वाटतं ते विचारांचं. पत्रातल्या उद्दाम भाषेचं. कथाकथनाला येणारा श्रोता एका वेगळ्या वैचारिक पातळीवरचा असतो, हे माझ्या आणि इतर कथाकथनकारांच्या पंचवीस वर्षांच्या अनुभवावरून सिद्ध झालेलं आहे. म्हणूनच संभाजीराव (माफ करा. श्री. रा. रा. लिहायला विसरलो.) सारख्या श्रोत्याचं पत्र इतकं असभ्य आणि उन्मत्त असावं?

एकाच पत्रात तुम्ही 'कथा न रंगल्या' तरच नवल असंही लिहिता आणि 'कार्यक्रम रंगला नाही' असंही लिहिता.

ही दोन्ही वाक्यं एकाच पत्रात चार-पाच ओळींच्या अंतराने येतात तेव्हा श्री. रा. रा. संभाजीराव पवार ह्यांच्या डोकेदुखीचं कारण हँगओव्हरकडे झुकल्यासारखं वाटलं, तर ते गैर ठरेल का?

श्रोत्यांना त्यांच्या प्रकृतीच्या तक्रारी सांगता येतात तरी. तीन तास सातत्याने ज्या एकाच व्यक्तीला, हजार माणसांचं मनोरंजन करायचं असतं. संगीत, पार्श्वसंगीत, इतर कलावंत, प्रकाशयोजना, विश्रांती (जी नाटकातल्या कलावंतांना मिळते) ह्यापैकी कशाचीही मदत न घेता फक्त शब्दांतून एक साम्राज्य उभं करायचं असतं. त्याच्याही काही शारीरिक, मानसिक व्याधी वा अन्य अडचणी असू शकतात ह्याचा पत्र लिहिण्यापूर्वी विचार केलात?

पावणेपाच वाजता मी मॅनेजरसाहेबांच्या खोलीत होतो. टिळक स्मारक पटांगणातील श्रोते पाहत होतो. रक्तदाबाचा त्रास होत होता म्हणून गोळ्या घेत होतो. नंतर पाच-दहा मिनिटं थांबायचं म्हणूनच थांबलो होतो. चार पंचावन्नला मी पहिली घंटा द्यायला लावली.

अर्थात टेपरेकॉर्डरपासून सगळ्या गोष्टींचं प्रयोजन काय ते मी सांगू शकतो. पण ते कुणाला?

हस्ताक्षर कसंही असो. किमान 'सभ्यता' ज्या रसिकाजवळ असेल, त्याला सांगेन.

'पुणेकर रसिकांचं स्वागत असो' ह्यासारखं कृत्रिम (पण आवश्यक) वाक्य

एखाद्याच कार्यक्रमात न म्हटल्यावर (तेही योजनेनुसार), जो माणूस वैयक्तिक पत्रव्यवहारात 'मायना' लिहीत नाही त्याच्यासमोर मैत्रीच्या भावनेने मनाची कवाडं उघडी करावीत एवढी श्री. संभाजीराव आपली योग्यता नाही.

थोडी वेगळी भाषा वापरून तुमची नापसंती कळवली असतीत तर मैत्रीच्याच भावनेने उत्तर पाठवायला मला जास्त आवडलं असतं.

कार्यक्रमाला तिकीट काढून येणाऱ्या माणसाला थिएटरमधली खुर्ची अडवायचा अधिकार फक्त एकाच खेळापुरता असतो. तशा खुर्च्या अडवणाऱ्यांना 'श्रोता' म्हणतात. कलावंताच्या मनात स्वत:साठी जागा मिळवणाऱ्यालाच 'रसिक' म्हणतात.

तुमचा,
वपु काळे.

ता. क. - गंज पेठ लवकर सोडा, म्हणजे सगळेच गंज सुटतील.

अंजली जोशींच्या पत्राबद्दल काय म्हणावं? खरं तर काहीच म्हणू नये.

मागणी आहे म्हणून लेखक पुरवठा करतात असं समजणारा एक पंथ आहे. अंजली जोशी ह्या त्या पंथाच्या प्रतिनिधी. अंजली जोशी ही मग एक व्यक्ती उरत नाही. ती वृत्ती बनते.

त्या वृत्तीला मग आपण वेगळं काय लिहिणार?

४/४/१९८४

वपुंस,

परवा सहज 'आवाज'चा १९८३ चा दिवाळी अंक चाळत होते. त्यात तुम्ही 'टक्कल पे शक्कल' या शीर्षकाखाली जे काही लिहिलं होतं, ते वाचण्याचा प्रयत्न केला. *And believe me. I could not go beyond two pages. Once upon a time I used to be voraciously reading your books.* पण आता मला तुमच्या लिखाणात फारसा 'राम' वाटत नाही. का?

तुम्ही जर याचा विचार केला असेल तर मला जरूर कळवा.

माझ्या मताप्रमाणे *now a days you write to meet the popular demand. Am I right?* 'टक्कल पे शक्कल'सारखं काहीतरी लिहिण्यापेक्षा न लिहिलेलं बरं.

माझ्या अनेक मैत्रिणींना माझ्यासारखंच वाटतं. आम्ही सर्वजणी एके काळी तुमच्या लिखाणाच्या चाहत्या होतो. मग हल्ली तुमचं लिखाण असं का व्हावं?

तुम्ही थोडा वेळ लिहिणं खरंच थांबवा. कोणीतरी लिहिण्याचा आग्रह करीत आहे, म्हणून लिहू नका. अगदी थोडं पण चांगलं लिहा.

पत्रोत्तराची अपेक्षा आहे.

तुम्हाला चाहत्यांच्या गोड पत्रांची सवय असेल तर हा अगदीच कडू घोट वाटेल. पण भावी पत्रकार (सध्या मी पत्रकारितेचं शिक्षण घेत आहे.) म्हणून लगेच टीका करायला सुरुवात!

कळावे,

आपली,
अंजली जोशी.

१२/४/१९८४

प्रिय अंजली,

कडू आणि गोड अशा दोन्ही पत्रांची मला सवय आहे. तेव्हा तुम्ही अंदाजाने केलेलं विधान चुकीचं आहे.

नाराजी व्यक्त करणाऱ्या पत्रांचं मला वाईट वाटत नाही. कारण ज्या व्यक्तीबद्दल काही ना काही अपेक्षा निर्माण होतात त्या व्यक्तीच्या अपयशाचंच रसिकाला वाईट वाटतं.

फर्स्ट क्लास मिळवणारा विद्यार्थी नापास होतो तेव्हाच हळहळ वाटते. सामान्य बुद्धी लाभलेल्या मुलाच्या अपयशाबाबत कुणाला खंत वाटते का? तेव्हा तुमच्या नाराजीबाबत मला आक्षेप घ्यायचा नाही.

आता एक वेगळा विचार.

'तुम्ही लिहिणं थांबवा' ह्या तुमच्या सूचनेविषयी.

आपल्या घरात नेहमी चांगला स्वयंपाक करणारी आपली आई.

एखादा पदार्थ तिच्या हातून बिघडतो.

तुम्ही तिची लगेच स्वयंपाकघरातून उचलबांगडी करता का?

तिखट-मीठ-मसाला हे मोजून घालायचे पदार्थ. थोड्या प्रमाणात इथे गणित आहे. शास्त्र आहे. म्हणूनच पाकशास्त्रावरची डझनाच्या वर पुस्तकं निघतात. पण सुगरण जन्मावीच लागते. काही ना काही विशेष गुण असलेली प्रत्येक व्यक्ती जन्मावीच लागते.

पत्रकारदेखील जन्मावाच लागतो.

'झुंजार' हे विशेषण आपण सर्रास सगळ्या पत्रकारांना लावतो ते विसरा.

ह्याचा अर्थ तो शिक्षणक्रम कुणी घेऊच नये का?

शिकवून मिळवता व देता येणाऱ्या शास्त्राबाबत ही अवस्था. मग ज्या प्रांतात प्रतिभेच्या स्पर्शाची गरज असेल तिथे तुम्ही कोणते नियम मांडाल?

तुम्ही आणि तुमच्या मैत्रिणी एके काळी माझ्या चाहत्या होतात, ह्याचा अर्थ

माझ्या फसलेल्या कथा संख्येने कमी असाव्यात.

मग एखादी कथा फसली तर तुम्ही 'लेखन थांबवा' असं म्हणू शकता?

'टक्कल पे शक्कल' ही कथा असामान्य आहे असा माझा मुळीच दावा नाही.

आपल्या देशात अंतुले, आदिक असे माकडांची परंपरा चालवणारे मंत्री जोपर्यंत आहेत तोपर्यंत वाट्टेल त्या वस्तूवर टॅक्स भरायची पाळी येईल हा विचार सांगणारी ती एक साधी कथा आहे.

तुम्हाला ती आवडली नसेल तर तुम्हाला तेवढं कळवण्याचा जरूर अधिकार आहे. इतकंच नव्हे तर भविष्यकाळातही तुमची नाराजी तुम्ही कळवीत राहा असं मी आग्रहाने सांगेन.

पण 'लेखन थांबवा' हे सांगण्याचा तुम्हाला अधिकार नाही.

तुम्ही पत्रकार होणार.

जरूर व्हा.

Constructive criticism करणारी टीकाकार वा पत्रकार मंडळी उरलेली नाहीत. Distructive criticism करणारी उदंड आहेत.

तुमचे विचार त्याच दिशेने तयार व्हायला लागले तर दुसऱ्या टीकाकारांत आणखी एकीची भर पडली असं म्हणायचं.

'टक्कल पे शक्कल' ह्या कथा जशा फार काळ जगणार नाहीत, त्याप्रमाणे फक्त तोडातोडी करणारी टीका वा पत्रकारिताही टिकत नाही.

कथाबीज मनात जेव्हा आकार घेतं तेव्हा त्या नवीन आकाराचा निर्मात्याला नक्की मोह पडतो. प्रत्येक कथानकाबाबत असं घडतं असंही नाही. लेखकाच्या मनात लेखनाबरोबरच एका कोपऱ्यात एक टीकाकारही वाढत असतो. मोठा होत असतो. तो टीकाकारही खूप कापाकापी करत असतो. त्यातूनही एखादा विचार व्यक्त करावा असं दोघांनाही वाटतं. त्याच वेळी त्या कलाकृतीचा जीव किती, आयुष्य किती हे दोघांनाही माहीत असतं.

कृष्णावतार आठवा.

पहिली सात मुलं जन्माला आल्याबरोबर मेली.

त्या सात मुलांच्या जन्ममरणाचं समर्थन कुणी केलंय? जे कृष्णाचेच अवतार असतील ते तरतील.

तसंच प्रत्येक निर्मितीचं असतं, असावं.

'वसुदेव-देवकीला एकत्र येऊच दिलं नाही म्हणजे झालं, इतका शहाणा आणि साधा विचार, राज्य चालवणाऱ्या कंसाला सुचू नये का?'

ह्या तऱ्हेची टीका फक्त पत्रकारच करतो.

लेखक असं म्हणतो, 'त्यातही काही योजना असली पाहिजे.'

त्या योजनेचा शोध घेणं म्हणजेच कलानिर्मिती. वेगवेगळे शोध, विचारधारा तेव्हाच निर्माण होतात.

तेव्हा असं वाटतं, लेखकाच्या मनात जसा एक टीकाकारही असतो त्या टीकाकारापाशी पत्रकाराने किंवा दुसऱ्या टीकाकाराने संवाद साधावा. नाराजी कळवावी. भांडावं. पण कोणत्याही कलावंताला 'निर्मिती थांबवा' असं मुळीच म्हणू नये. पटतंय?

तुमचा,
वपु काळे.

जी गोष्ट अंजलीसारख्यांच्या पत्रांची तीच गोष्ट कमी-अधिक फरकाने गौरीची. कोणताही पूर्वपरिचय नसताना माणसाने खडूसपणा का करावा? वास्तविक गौरीसारख्या वाचकांच्या पत्राची दखल घेतल्यावर त्या पत्रांनी पुस्तकाची पानं अडवण्याचं काही कारण नाही. पण माझ्यासारख्या लेखकाला 'चुका सुधारण्यासाठी किंवा पुन्हा चुका करण्यासाठी' संधी देणारे, अत्यंत मोठ्या मनाचे, कनवाळू वाचक जगात आहेत हेही समाजाला समजावं, त्यांच्या विशाल अंत:करणाचं समाजाला दर्शन व्हावं, म्हणून गौरी साने ह्यांचं पत्र छापणं जरूरीचं आहे. नारायण पेठ, पुणे इथून त्या लिहितात.

२/११/१९८६

प्रिय वपु,

बहुधा तुमच्या विरोधीचं वादळ आता शांत झालं असावं असा अंदाज होता. तो बहुधा खरा ठरला असावा. कारण नुकतीच कोणतीही टीका ऐकू आली नाही.

पण खरंच तुम्ही ते लिखाण मन लावून केलं की कोणाच्या आग्रहाखातर? 'कर्मचारी', 'पार्टनर' अशी बेमिसाल पुस्तकं लिहिणारे वपु इतका फालतूपणा करतील असं स्वप्नातसुद्धा वाटलं नव्हतं. पण एकदा माणसाला सुधारण्यासाठी किंवा पुन्हा चुका करण्याची संधी द्यावी असं म्हणतात. त्याप्रमाणे आता तुमच्या प्रतिभेचा अगदी खालच्या दर्जाचा आविष्कार असं समजलं. मला वाटतं की सर्व भरपाई या दिवाळीत कराल. तुमच्यावर टीका करणारं पत्र लिहिलंय तरी उत्तर पाठवाल का?

प्रिय गौरी साने,

टीकात्मक पत्रांना मी उत्तरं पाठवीत नाही असा ठपका येऊ नये म्हणून हे पत्र. काहीसं मनाविरुद्ध.

कोणत्याही कलावंताच्या फसलेल्या कलाकृतीवरून गौरी साने त्याचं मूल्यमापन करतात की त्याच्या कारकिर्दीवरून? आजवरच्या निर्मितीवरून?

तुमच्या पत्रात सरळपणा असता तर गौरी साने ह्यांच्या वृत्तीचा मलाही शोध लागला असता.

एकच खुलासा.

आग्रहाला बळी पडून लेखन करण्याची पाळी नियतीने आजवर तरी आणली नाही.

तुमच्यासारख्या माणसांनी गजऱ्याचं निर्माल्य अद्यापि जतन केलंय आणि त्याची जाणीव ते मला सातत्याने देत आहेत.

वपु काळे.

गौरीचं पत्र त्या मानाने खूप सौम्य होतं. वैष्णवीच्या पत्राने कहरच केला. तिने मला 'चतुष्पाद' म्हणायलाही कमी केलं नाही. मी हीन अभिरुचीच्या कर्दमात लोळण्यात आनंद मानणाऱ्यांपैकी आहे, इथपर्यंत तिने विधानं केली आहेत. अशी पत्रं आली की स्वतःची वृत्ती नसतानाही 'ठकासी व्हावे महाठक' या संतवचनाचा आधार घ्यावासा वाटतो.

'सारस्वत' म्हणतात ते हेच काय?

छे! हा तर स्वतःच्या सारस्वत व्रताचा (देवी सरस्वतीच्या उपासकाचा) जो एक बहुजन हिताचा पवित्र वसा आहे, त्याचा विसर पडलेला आणि सरस्वतीच्या दरबारात घुसलेला चतुष्पाद प्राणी आहे.

व. पु., तुम्ही हे हात दाखवून करून घेतलेलं अवलक्षण आहे.

तुमचं पितळ उघडं पडलं आहे. वपु, तेव्हा हे प्रकरण 'बूंदसे गयी' अशा वळणाचं झालं आहे.

एवढंच नव्हे तर वपु, तुम्ही सरस्वतीदेवीचा अक्षम्य उपमर्द केला आहे. तेव्हा आता तुम्हाला 'सारस्वत' म्हणून काही स्थान राहिलेलं नाही. तसं म्हणवून घेण्याचा अधिकार तुम्ही गमावला आहात. कारण ह्या सरस्वतीच्या दरबारात मद्यपान शिष्टसंमत नाही. ते निषिद्ध मानलेलं आहे. सुबुद्ध आणि सुजाण धारणेच्या दृष्टीने ते एक अत्यंत ओंगळ असं कृत्य आहे. आणि कुणीही जन्मजात सारस्वताला ते कधीच भावणारं नाही. तेव्हा ती सारस्वताची बिरुदं उतरवून ठेवा. आणि एक तर इतके दिवस मी सारस्वत असल्याचा देखावा करून समाजाची दिशाभूल केली आहे. पण मी अत्यंत खालच्या, हीन अभिरुचीच्या कर्दमात लोळण्यात आनंद मानणाऱ्यांपैकी एक आहे असं जाहीरपणाने कबूल करा. नाहीतर महाराष्ट्र शारदेची जाहीर क्षमा मागा. तिच्यासमोर नाक घासा.

आणि एवढंच नव्हे तर तुमच्यात अजून कुठे विवेकबुद्धीची धुगधुगी असलीच तर ह्याचं प्रायश्चित्त म्हणून किमान एक तप तरी 'लेखनसंन्यास' ही स्वतःला शिक्षा करून घ्या.

आणि ह्याला पर्याय नाही. कारण महाराष्ट्रकन्या श्रीशारदेचा उपमर्द सहन करत नाही. आणि तेवढंही धैर्य नसलं तर तुमचा कान धरून तुम्हाला श्रीशारदेसमोर नाक घासायला लावायला मी समर्थ आहे.

कारण जयद्रथाला सूर्य दाखवणं आणि तो त्याला बघावा लागणं हीच ह्या भूमीची नीती-परंपरा आहे ह्याचं भान ह्यापुढे असू द्या.

पण ह्या सर्वांमुळे भ्याडपणा, आडमुठेपणा होणार... का 'उपरती' होणार बघायचं.

वैष्णवी,

आपल्या अहंमन्य आणि तितक्याच विनोदी पत्राने बेदम करमणूक केली.

तुमच्या पत्रातल्या आगाऊ वृत्तीची जाणीव तुम्हाला नक्की आहे, म्हणूनच तुम्ही स्वतःचं नाव व्यवस्थित कळवलं नाहीत.

स्वतःच्या नावाचा स्वाभिमान नसणाऱ्या शिखंडी वृत्तीच्या श्रोत्याच्या पत्राची दखल घेण्याचं मला काहीच कारण नाही. पण ह्या भूमिकेपायीच काही क्षुद्र किटाणू स्वतःला 'देवी शारदेचा' मोर समजून, टाकीतून गळणाऱ्या पाण्याला आषाढधारा समजून नाचत सुटतात तेव्हा त्यांची गय करण्यात अर्थ नाही.

वैष्णवीजी,

एखादा कार्यक्रम फसतो, हे नाकारतंय कोण? गैरसमज पसरवला जातो. पंचवीस वर्षं जाणिवेने लेखन-कथन करणाऱ्या कोणत्याही कलावंताला त्याची फसलेली कलाकृती जाळतच असते. पण सभ्यतेचं वारं न शिवलेली तुमच्यासारखी माणसं (?) जेव्हा चितेत लाकडं सारायला सरसावतात, तेव्हा त्यांची जागाही त्यांना दाखवण्याची वेळ येते.

कोणत्याही वाङ्मयप्रेमी किंवा वाङ्मयद्वेष्ट्या माणसाला लेखकाच्या हातातली लेखणी काढून घेण्याचा अधिकार नाही. ही लेखणी आम्ही 'वरून येतानाच' बरोबर आणलेली आहे. आमचं नातं 'वरच्या शक्तीशी' आहे. आमच्यावर प्रसन्न होण्याचा वा नाराज होण्याचा अधिकार खरोखरच 'सरस्वतीचा' आहे. 'लेखक चुकू शकतो' हे जाणून आईप्रमाणे कुशीत घेण्याचं वात्सल्य, ममता, सांत्वनाची शक्ती जिच्याजवळ आहे त्याच शारदेचे आम्ही पुत्र.

तुम्हाला कोण विचारतो?

क्षमाशील अंतःकरण लाभलेल्या व्यक्तीलाच शाप देण्याचा अधिकार असतो, हे उरलेल्या आयुष्यात लक्षात ठेवा.

जे माझ्या वृत्तीला मानवत नाही ते तुम्ही लिहायला भाग पाडलंत. सभ्यता न सोडता, लेखकाला वा कोणत्याही कलावंताला 'चार शब्द ऐकवण्याचा' वाचकांचा, प्रेक्षकांचा, श्रोत्यांचा अधिकार कुणीच हिरावून घेतलेला नाही. अशा प्रज्ञावंत टीकाकाराचं स्थान कलावंत नेहमीच मानतो. 'वैष्णव' ह्या नावाशी तुमचं नाव मिळतंजुळतं. दुसऱ्याचं दुःख जो जाणतो तो वैष्णव. आणि तुम्ही?

'वैष्णव' शब्दाची केवढी विटंबना.

पण काय करणार? 'शिवाजी' हेअर कटिंग सलून गावोगावी असतात. 'संभाजी' छाप विडी असते आणि 'सुभाष' चुना ही असतो.

तरीही तुमच्या म्हणण्याप्रमाणे मी बारा वर्षं लेखनसंन्यास घेतो.

अट एकच.

वैष्णव वृत्तीला, धर्माला काळोखी फासणारं, क्षमाभावनेचा स्पर्शही न झालेलं, लांच्छनास्पद वाटणारं तुमचं वैष्णवी नाव बदला.

लग्न झालेलं नसल्यास नाव लग्न करून बदलू नका. (कोण्या एका बिचाऱ्याला तुम्ही रोज उलटं टांगून मिरच्यांची धुरी द्याल किंवा लग्न करूनही त्याला बारा वर्षं 'ब्रह्मचर्याचं' पालन करायला लावाल.)

नाव नुसतंच बदला. मग लेखन थांबवण्याचा विचार करीन.

वपु काळे.

विजया नावाची अशीच एक वाचक. 'middleclass fantasy' लिहिणारा एक लेखक' असं तिचं माझ्याबद्दलचं मत. 'घर हरवलेली माणसं' वाचून ते मत जरासं बदललं. तरीदेखील external problems वर मी जास्त भर दिला असं तिचं म्हणणं. 'मनाचा विसंवाद' मी टाळला असा आक्षेप विजू घेते आणि त्याच वेळेला internal struggle वरच जी कथा आधारित आहे, त्या 'मिडलँडिंग' कथेने वेगळा विचार दिला, असंही ती विधान करते.

पत्राच्या शेवटी creative artist फार egoistic असतो, म्हणून ego दुखवला का? असा सवाल.

संपूर्ण पत्र मला वैचारिक गोंधळ दर्शवणारं वाटलं. पण तरीही आयुष्याबद्दल विजयाला काही वेगळं म्हणायचं असावं हे जाणवलं.

त्या पत्राची 'पोच' मी माझ्या नेहमीच्या पद्धतीने दिली. हा पत्रव्यवहार इथेच संपेल असं वाटलं. पण त्यानंतर विजयाचं दीर्घ पत्र आलं.

श्री. व. पु. काळे,

सप्रेम नमस्कार,

तुमचं सौंदर्याने लगडलेलं पत्र मिळालं. अशा पत्राला दाद देणं आलंच. खरं म्हणजे लगेच उत्तर पाठवलंय. पण तेव्हा लिहिता-लिहिता लक्षात आलं, मजकूर बराच शिल्लक राहिलाय. जागा पुरली नाही म्हणून सविस्तर पत्र. मैत्रीत सहजपणा ही गोष्ट आहेच आणि मैत्रीसाठी कुणीही हात पुढे केला तर ते नाकारणं म्हणजे करंटेपणा करणं ठरेल.

कोणतीही व्यक्ती माणूस म्हणून भेटणं आजकाल दुर्मिळ झालंय. माझ्या वाट्याला माणसातला कृतघ्नपणा, ढोंगीपणा, कद्रूपणा जास्तच आला. माणूसपण हरवून आपलेच खोटे मुखवटे सांभाळत जगणारी स्वार्थी माणसं जास्त भेटली. त्यानंतर आणि त्यामुळे हळूहळू स्वतःच्या कोशात राहण्याची आणि जगावर राग काढत जगण्याची सवय लागली. त्यातून झालं इतकंच, आतून पार मोडून गेलेय. ह्या सगळ्या पार्श्वभूमीवर तुमचं जिव्हाळ्याचं पत्र वाचून अचंबा वाटला.

मी तर माझ्या स्वभावानुसार भांडायला निघाले होते. middleclass apathy मधून जाणीवपूर्वक बाहेर पडायचं म्हणूनच क्वचितच पत्र पाठवायला सुरुवात केली. मला वाटलं तुम्ही रागावून केराची टोपली दाखवाल, पण तुम्ही फारच वेगळी भूमिका घेतलीत. माणुसकीच्या दृष्टिकोनातून चक्क समजून घेण्याची वृत्ती दाखवलीत. खूपच आश्चर्य वाटलं. आनंद तर झालाच.

मध्यमवर्गीय वृत्तीविषयी माझ्या मनात फार राग आहे. एक प्रकारचा आकस आहे. माणसाच्यातला innate innocence चा ती वृत्ती पार बळी घेते. माणूस म्हणून जगणं माणसाला नाकारते, धडपडत स्वतःच्या शक्तीनिशी प्रवाहाबाहेर जाणाऱ्याला एक तर ती नष्ट करते अथवा परत प्रवाहात खेचते. खरं तर मी स्वतः सर्वतोपरी मध्यमवर्गीय वातावरणात नि परिस्थितीत पूर्ण अडकलेली आहे. पण विचार नि प्रवृत्ती तशी नाही, नेमका पेच इथेच असावा. म्हणजे खरा झगडा हा स्वतःशीच आहे. तरीही स्वतःचा शोध घेणं संपत नाही. मला वाटतं, ती आयुष्यभर पुरणारी प्रक्रिया असावी. घर टिकवण्याच्या नादात स्वतःला जगणं नाकारून स्वतःच हरवून बसले. प्रचंड रिकामपण. त्यामुळे खूपसा वेळ विचारातच जातो. ह्यातून नेमकी दिशा गवसेल की नाही? माहीत नाही. हे सगळं मोकळेपणाने तुम्हाला लिहितेय कारण असा अंदाज आहे की तुम्हाला माणसाच्यात 'माणूस' म्हणून बराच interest असावा. व्यक्ती म्हणून जाणून घेण्याचं कुतूहल असावं. खरं म्हणजे एखादं सोडलं तर मी तुमची पुस्तकंसुद्धा वाचलेली नाहीत. तुमच्या पत्रावरून तुमच्याविषयी केलेला तर्क आहे.

मैत्रीला तसं फारसं कारण लागतच नाही. अकारण छोट्या-छोट्या गोष्टी

आपण त्यासाठी करतच असतो. त्यातूनच मैत्री जिवंत राहते. प्रवाही बनते. आयुष्यात जी काही मूल्यं म्हणून स्वीकारली त्यात मैत्री ह्या गोष्टीचा समावेश आहेच. नातेवाईक जन्माने दिलेले असतात. मित्रमैत्रिणी स्वत:ला हव्या तशा निवडता येतात. हे स्वातंत्र्य काय थोडं झालं? खरं म्हणजे It happens. मैत्री ही दोन व्यक्तींमधील असेल... दोन माणसांमधील असेल तर मला नक्की चालेल. मी अतिसामान्य आहे म्हणून जरा स्पष्ट लिहू? मैत्रीतल्या निरागसतेला धक्का लावणाऱ्या ego, मानसन्मान, प्रतिष्ठा, स्पर्धा ह्या गोष्टी मध्ये येऊ नयेत असं वाटतं. तुमच्यातला मोठेपणा कळूनही हे लिहितेय. कारण dark long columns of past are with me. त्यामुळे कोणतीही गोष्ट बुद्धीच्या निकषावर घासून घेण्याची सवय लागलीय. तरीसुद्धा Friendship is invaluable ह्यातच काय ते समजा.

See you soon.

–विजया.

प्रिय विजया,

पुण्याहून आल्याबरोबर तुमची दोन्ही पत्रं मिळाली.

आता खरं तर भेटायलाच हवं.

भेट झाली की मग पत्रलेखन थांबणार.

प्रत्यक्ष संवादाचा जसा एक आनंद असतो तसाच पत्रलेखनाचाही एक वेगळा आनंद असतो.

गप्पागोष्टीतला अघळपघळपणा आणि पत्रलेखनातला नेमकेपणा ह्या दोन्ही गोष्टींना स्वत:ची नशा आहे.

एक मिळवायचं. एक गमवायचं.

तुम्ही आतून मोडून निघाले म्हणताय. पण त्याच वेळी स्वत:च्या स्वभावाचं विश्लेषण इतक्या मोकळेपणाने करताय की तुमचं खचलेपण जाणवू नये. तुमच्या लिखाणात प्रांजलपणा जाणवतो.

जगावर राग काढत जगण्याची वृत्ती बनलेली व्यक्ती खळखळ न करता ते मान्य करीत नाही. निराळाच मुखवटा बाळगून ती माणसं वावरतात. त्यांच्या हाताखाली वाघनखं तशी दिसत नाहीत.

तुम्ही जे जे वाटतं ते व्यक्त केलंत.

म्हणूनच मला clean वाटता. मला परखडपणा समजू शकतो. फटकळपणाशी माझ्याही पत्रिका जुळत नाहीत.

मध्यमवर्गीय वृत्तीविषयी तुमच्या मनात एक राग आहे.

सोडून द्या.

मध्यमवर्ग ही लादलेली अवस्था आहे. आपणहून कोणीही स्वीकारलेली नाही.

आर्थिक परिस्थितीपायी माणसांच्या वृत्ती बदलतात, बनतात. दैववशात कालांतराने परिस्थिती सुधारली तर फार थोडी माणसं कात टाकतात. इतर भिऊन भिऊन तशीच राहतात.

ज्या भित्र्या माणसांवर तुमचा रोष आहे, तोच सत्तर-ऐंशी टक्के समाज आहे. किंबहुना अशा माणसांनीच कुटुंबव्यवस्थेपासून समाजापर्यंत सगळं टिकवलं आहे.

मला भित्री माणसं समजू शकतात.

ढोंगी माणसं समजत नाहीत.

तुमच्यातला झगडा तुम्हाला गवसलाय.

कित्येकांना आपलं भांडण कशाशी हेच कळत नाही.

म्हणूनच तुमचं काही बिनसलंय असं वाटत नाही. किंबहुना फार थोड्या भावनाप्रधान, संवेदनाक्षम, चांगुलपणावर विश्वास असणाऱ्या आणि सातत्याने विचार करणाऱ्या माणसांचं जे जे बिनसलेलं असतं ते ते तुमचं सगळं बिनसलेलं आहे. आपल्याला अभिप्रेत असलेला समाज भोवताली नाही हीच तर प्रत्येक निर्मितीक्षम मनाची ओरड आहे.

ही खंत व्यक्त करण्यासाठीच कलेचा जन्म.

तरीही ह्या समाजाला एवढं भ्यायचं का?

खरं तर ही भीती समाजाबद्दलची नसावी. प्रत्येक सुखाची एक 'क्ष' किंमत असते. ती मोजायला आपण तयार आहोत का?

आपल्याला किंमत न मोजता काही काही हवं असतं. तिथे घोळ आहे. जबरदस्त किंमतीची भीती.

'मध्यमवर्गीय वृत्ती' ह्या दोन शब्दांत तुमच्या व्याख्येनुसार इतक्या गोष्टींचा समावेश होतो त्या सगळ्याची अशीच 'x' किंमत असणार. ती तुम्ही ज्या दिवशी मोजाल त्या दिवशी तुमचं तुमच्याशी चाललेलं युद्ध संपेल. (कदाचित मग दुसऱ्या सैन्याबरोबर सुरू.) कंस मिटवून टाकला. असेच अनेक कंस मिटवावे लागतात.

पटतंय का? पटायला हवं.

मीही काही असामान्य नाही. *Nothing is new under the blue sky.* त्याप्रमाणे मी निराळं काय सांगणार?

तुमचा,
वपु काळे.

विजयाची आणि माझी भेट झाली. एखाददुसरा अपवाद वगळला तर विजयाने माझं एकही पुस्तक वाचलेलं नव्हतं. लेखनाव्यतिरिक्त विजूजवळ अवांतर विषय

होते आणि बोलण्यात शिक्षणाचा आणि स्वतंत्र विचारांचा ठसाही होता.

आणि तरीही काहीतरी जबरदस्त बिनसलेलं होतं. साहित्यविषयक आमची कोणतीही मतं जुळत नसताना, मैत्री जमत होती. विजूचे यजमान स्वतंत्रपणे हुशार, कर्तबगार. 'ऑफिसचं कामकाज ज्या व्यक्तीच्या गैरहजेरीत थांबू शकतं' अशा पदावरचा हा माणूस.

दोघांच्यात काही विसंवाद असेल हे जाणवलं नाही. पण काहीतरी अस्वस्थ करणारं होतं. चुकून भलत्याच गाडीत बसल्यावर, अगदी वातानुकूलित पहिला वर्ग असला तरी प्रवाशाची तगमग थांबते का?

तसंच काहीसं. नंतर विजूची भेट नाही.

Middle class apathy मधून ती बाहेर पडली की नाही, माहीत नाही. बाहेर पडली असल्यास, सुखी झाली असेल का dark long columns च्या संख्येत वाढ झाली असेल?

कोणतीही महत्त्वाकांक्षा, कर्तृत्व, हिंमत आणि अक्कल नसलेल्या बायका जेव्हा घटस्फोटाची इच्छा दर्शवतात, तेव्हा त्यांच्या मूर्खपणाची कीवही कराविशी वाटत नाही. पण जिथे ठाम वैचारिक भूमिका आहे, कर्तृत्व आहे, जिगर आहे, करिअर आहे, त्या बाईच्या बाबतीत dark ऐवजी bright long columns अशी ओळ वाचायला मिळावी असं वाटतं.

कालांतराने विजूच्या परिवाराची ओळख झाली. माझ्या लेखनावर टीका करणारं तिचं पहिलं पत्र मात्र मला सापडलं नाही. पहिल्या पत्रात माझ्या लेखनाबाबत तिचा सूर बराचसा नाराजीचाच होता. आणि तरीसुद्धा माझ्या उत्तरातील वेगळ्या वळणामुळे मला एक चांगला परिवार मिळाला. त्यानंतर त्या भेटीगाठी तेवढ्याच राहिल्या. पंधरा-वीस वर्षांच्या कालावधीनंतर एके दिवशी तिचा अचानक फोन आला. घटस्फोट घेतल्यानंतर तीन वर्षांनी तिने मला फोन केला. मी तिचं नवं घर पाहून आलो. पुन्हा जाणं-येणं थांबलं. अलीकडेच समजलं, ते असं की, मुलगा अमेरिकेत स्थायिक झालाय. त्याने आईला अमेरिकेला बोलावून नेलं. तोपर्यंत तिला एकटेपणाची सवय झाली होती. पण एकाकीपणाची दहशत होती. मुलाचा संपूर्णपणे कायापालट झाला होता. तो शंभर टक्के अमेरिकन झाला होता. पोल्यूशनचा शाप नसलेल्या देशात जाऊनही विजूचा श्वास गुदमरू लागला. आपण आपल्याच मुलाच्या घरी आलो आहोत का, या प्रश्नाने कासावीस होऊन तिने अमेरिका सोडली.

इथे आल्यावर पुन्हा एकांतवास सुरू. दुर्दैवाने तिच्याच, पहिल्या पत्रातल्या एका विधानाप्रमाणे 'dark long columns of past are with me' यांची संख्या वाढलेली आहे. एका अत्यंत महत्त्वाकांक्षी, स्वतःची वेगळी जिद्द असणारी व्यक्ती

आकाशात भरारी घ्यायची सोडून भूतकाळातल्या काळ्या खांबांची संख्या मोजत बसली आहे.

विजूसारख्या अशा किती भगिनी समाजात असतील?

साधं, सरळ, कौतुकाचं पत्र लिहिता-लिहिता पाकिस्तानी बॉलरप्रमाणे थोबाडावर बसणारा बंपर वाचक का टाकतात हे कोडं उलगडत नाही.

प्रसाद कृष्णाजी पेंडसे नामक एका वाचकाने 'मी माणूस शोधतोय' संग्रहातला 'कौतुक सप्तर्षी' अतिशय आवडला, हे कळवताना पुढच्याच परिच्छेदात लिहलं,

'प्रथम जोडकार्ड पाठवणार होतो. परंतु वपु काळे आपल्या जातीवर जातात की काय हे दिसून येईल.'

मग मलाही तो बंपर सीमापार पाठवावा लागला.

१७/८/१९८७

प्रिय पेंडसे,

माझ्यात आणि वाचकांच्यात आजवर साडेआठ हजारावर संख्येने पत्रव्यवहार झाला. त्यापैकी जेमतेम तीस-चाळीस वाचकांनीच जोडकार्ड पाठवली असतील.

ही माहिती ए-कारान्त कोकणस्थ 'पेंडसे' आडनावासाठी.

'कौतुक सप्तर्षी'चं कौतुक करणाऱ्या 'सो कॉल्ड' रसिक पेंडशांनी 'वपुंची' जात कोणताही, कसलाही पूर्वानुभव नसताना का काढली, हे समजलं नाही.

कधीकधी शोध न घेताही 'माणसं' पत्त्यासहित भेटतात, ती अशी.

सोबत उत्तरासाठी तिकिटं. कृष्णपुत्राने आणखी एक प्रसाद द्यावा म्हणून.

आपला,
वपु काळे.

दुसऱ्या एका वाचकाला वेगळीच चिंता.

एक-दोन कथांचं कौतुक करून झाल्यावर घांगुर्डे लिहितात,

'सुगंध' दिवाळी अंकातली 'गार्गी' आवडली. एक शंका डोकावली अशी की अनोळखी/जुजबी ओळख असणाऱ्या पोरीला क्षणात दोन हजार रुपये काढून देणारे वपु खरे की दरसाल साहित्य संमेलनास मोफत कथाकथनास ठाम नकार देऊन गैरहजर राहणारे वपु खरे? कथेच्या निमित्ताने स्वत:ला चांदीच्या मखरात घुसवून जबरदस्तीने ओवाळून घेणारे लेखक खूप आहेत.

यू टू ब्रूटस? यू टू वपु?

९/४/१९८३

स. न. वि. वि.,

२५/३/८३ चं तुमचं पत्र ९/४/८३ ला पोचलं. त्या खडूस पत्राला उत्तर देण्यात मी वेळ वाया का घालवायचा असा मला प्रश्न पडला. कारण तुमच्यासारखे 'अल्सर'चे पेशंट मी पुष्कळ बघितले आहेत.

साहित्य संमेलनाला मी का येत नाही ह्याचा तुम्ही जो शोध लावलात तो तुमच्या डिग्रीला जरी शोभणारा नसला तरी RJ II-405-D ह्या पत्त्यावर राहणाऱ्या माणसाला नक्की शोभणारा आहे.

अर्थात शिक्षणाचा संबंध संस्कृतीशी जोडण्यात काहीच अर्थ नाही. उच्च शिक्षणाचं प्रतिबिंब वृत्तीत दिसत नाही. म्हणून तर स्वत:च्या नावाखाली आवर्जून M. A. लिहावं लागतं.

कथेतल्या मानसकन्येला, एका काल्पनिक मुलीला मी दोन हजारच काय, दोन लाख रुपयेसुद्धा देऊ शकतो.

पण तुम्हाला हे कसं उमगणार?

हिंदी चित्रपटातल्या नोटा, मारामाऱ्या, खून हेही तुम्हाला त्या हिशोबाने खरं वाटत असेल तर 'ब्रूटस, वपु' काय करणार?

तरीही श्रीयुत घांगुर्डे,

थोडा खुलासा करतो. का? तर इतर लेखकांना तुम्ही तुमच्या रिकामटेकड्या वेळेत असली पत्रं लिहिणार नाही.

कथाकथनाच्या कार्यक्रमांसाठी गावोगावच्या संयोजकांबरोबर चार ते पाच महिने पत्रव्यवहार होत असतो. पूर्वनियोजित कार्यक्रमाची तारीख सोडून संमेलनाला उपस्थित राहता येत नाही, हे कारण क्रमांक एक.

नंबर दोन. ऑफिसातून रजा मिळवणं. जे दरवर्षी शक्य नसतं.

नंबर तीन. नोकरी सांभाळून रेल्वे रिझर्वेशनसाठी पळापळ करणं, ज्याला वेळ मिळत नाही.

नंबर चार. यंदापुरतं सांगायचं तर मी तेव्हा हॉस्पिटलच्या वाऱ्या करीत होतो, रक्तदाबापायी.

हां, इथे एक खुलासा आवश्यक.

'गार्गी' कथेतले दोन हजार गार्गीसकट काल्पनिक असले तरी 'भदे' कथेमधलं ब्लडप्रेशर काल्पनिक नाही. २००/१४० हे माझं त्यावेळचं ब्लडप्रेशर आणि त्याच सुमारास मोटारसायकलचा ॲक्सिडेंट झाला हे आणखी एक कारण.

पण तरीही संमेलनांबाबत आणखी एक खुलासा.

दहा हजार रसिकांच्या उपस्थितीत साहित्यिक आपले मतभेद, मारामाऱ्या,

उखाळ्यापाखाळ्या वेशीवर टांगतात हे पटत नाही.

आमची संमेलनं गावोगावी, दरमहा दोन-तीन वेळा कथाकथनाच्या निमित्ताने भरतात. तिथे खरेखुरे रसिक तिकीट काढून, हृदयाच्या मखरात बसवतात. चांदीच्या मखरांची वपुंना गरज नाही.

सर्वात शेवटचा मुद्दा.

कोणते वपु खरे?

ह्या चिंतेत तुम्ही तुमचं आयुष्य वाया घालवू नका.

कॅन्सर सोसायटीपासून खाजगीरीत्या वपुंनी कुणाला किती मदत केली ह्याचा उल्लेख खाजगी पत्रव्यवहारातसुद्धा करण्याची वृत्ती माझी नाही, आणि तुमच्यासारख्यांची तेवढी योग्यता नाही.

ह्या पत्राचं उत्तर तुम्ही नक्की पाठवणार नाही, म्हणून पत्र रजिस्टर करतो आहे.

वपु काळे.

काही काही पत्रांना प्रक्षोभकारक उत्तरं मी पाठवली, त्याबद्दल मला आता वाईट वाटतं, असं मी लिहिलं. मात्र काही पत्रं अशीही आहेत की त्यांचा परामर्श मी आजही त्याच पद्धतीने घेतला असता.

वाचक आणि लेखक ह्यांना जोडणारा महत्त्वाचा दुवा पुस्तकं. विचारांची देवाणघेवाण व्हावी ही समान भूक दोघांना जवळ आणते.

कलानिर्मिती म्हणजे साबणाच्या वड्या नव्हेत. तेवढंच वजन, तसाच फेस, तेच रॅपर. तसं झालं तर त्याला निर्मितीच म्हणता येणार नाही. बुद्धीचे जे चार प्रकार, त्यात 'प्रतिभाशाली बुद्धी' हा एक प्रकार आहे. हा सर्वश्रेष्ठ प्रकार मानला जातो. कोणत्याही निर्मितीच्या वेळी मला असं वाटतं, हे परमेश्वरी वरदान कमी-अधिक प्रमाणात प्रकट होत असावं. जितक्या तीव्रतेने आणि जितक्या प्रमाणात प्रतिभाशाली बुद्धीचा वर्षाव होत असेल, वृत्ती तादात्म्य होत असतील, तेवढ्या कमी-अधिक प्रमाणात, प्रत्येक कलावंताकडून निर्मिती होत असावी. अर्थात हाही माझा कल्पनाविलास आहे.

एखादी कथा जमते, एखादी जमत नाही. एखादी कथा वाचकांना पटते, एखादी आपटते. वाचकांना पसंती-नापसंतीचा संवाद करायचा अधिकार आहेच.

पण संयोजक ह्या जमातीचं काय?

एका संयोजकाने कार्यक्रमाबाबत विचारणा केली. 'माजी सदस्य, नगरपालिका' म्हणता क्षणी मी सावध झालो. पत्र नांदेडहून आलं होतं.

जागरण, दोन दिवसांची रजा हे सगळं डोळ्यांसमोर उभं राहिलं. मी श्री. डहाळे ह्यांना कार्यक्रमाचे पंधराशे रुपये कळवले. त्याबरोबर त्यांच्या नकाराच्या पत्रात

पुढील मजकूर.

'आम्ही योग्य मूल्यमापन करणारे आहोत. आमच्या रसिकतेबद्दल कुणीतरी आम्हाला पिळावं, हे आम्हाला मान्य नाही व ते होऊ नये म्हणून डोळे उघडे ठेवून आम्ही तसा प्रयत्न करीत असतो.'

'दोन ते अडीच-तीन तासांच्या एका माणसाच्या चार-पाच कथा सांगण्यापद्धतीबद्दल त्याने पंधराशे रुपये सांगावे व आम्ही ते द्यावे, हे आर्थिक शोषण आहे.'

अशा विचारांच्या माणसाला मी आजही सोडणार नाही.

२०/१२/१९८३

श्री. रा. रा. प्रभाकर डहाळे,

आपलं १६/१२/८३ चं पत्र मिळालं.

माझ्या बावीस वर्षांच्या लेखनाच्या आणि कथाकथनाच्या कारकिर्दीत इतकं अप्रगल्भ आणि कोत्या विचारसरणीचं पत्र मला आलं नव्हतं.

'तुमची अमुक तमुक एक कथा भिकार आहे' असा निखळ निषेध करणारी पत्रं मला येतात. त्यातली प्रांजलता मला समजते. त्याही वाचकांना माझी पत्रं जातात आणि त्यातले काही माझे मित्रही होतात.

ही सगळी *process* समजण्यासारखी आहे.

ह्या सर्व देवाणघेवाणीत तुमच्या पत्राला कोणता दर्जा वा वर्ग द्यावा हे ठरवणं अशक्य आहे. तुमच्या ह्या पत्राला कचऱ्याची पेटी नक्कीच दाखवायची नाही.

आम्हा लेखकांचं, कलावंतांचं जे छोटं विश्व आहे, त्या विश्वातल्या माणसांना तुमचं पत्र हे धोक्याचा लाल दिवा म्हणून सावध करायला फार उपयोगी आहे.

'माजी सदस्य, नगरपालिका' असं तुमच्या नावाखाली वाचताक्षणी मी जरा सावधच होतो. मुंबई महानगरपालिकेतल्या नगरसेवकांच्या मर्कटचेष्टा पाहून माझी पंचवीस वर्षं करमणूक झालीच होती. सर्वश्री नलावडे, रागिनवार, मनोहर जोशी, सुधीर जोशी ह्यांच्यासारखे मोजके अपवाद वगळले तर महापौरांवरही हात उगारणारे अनेक सुसंस्कृत नगरसेवक मी जवळून पाहिले आहेत.

तुमच्या पत्राचं नवल म्हणूनच वाटलं नाही.

माझ्या सर्व लेखक, कवी, प्राध्यापक, कथाकथनकार मित्रांना मी सांगेन,

'राजरोस टोप्या घालणारे दुकानदार, टोप्या फिरवणारे आमदार, प्रतिष्ठानांच्या नावाखाली कोट्यवधी रुपये उकळणारे मंत्री, साखर कारखानदार, काळाबाजारवाले, स्मगलर्स, बिल्डर्स, लाखो रुपयांचा इन्कमटॅक्स चुकवणारे सिनेनट, रेल्वेपासून टेलिफोनपर्यंत सगळ्या यंत्रणा कोसळलेला देश आणि अशा देशाचे नेतृत्व करणारा निर्लज्ज पक्ष ह्या सगळ्या शोषण करणाऱ्या जमातीत लेखक-कथाकथनकार

ह्यांना गोवणारी एक सन्मित्र ग्राहक संघटना डोंबिवलीत आहे. ह्या संस्थेने तुम्हाला मानधनाची अपेक्षा विचारली तर सावध राहा. आर्थिक शोषण करणाऱ्यांच्या यादीत नाव यायला नको असेल तर तुम्हीच ह्या संस्थेला, तुमचा कार्यक्रम ठरवण्याबद्दल किती मानधन हवं असं विचारा.

'प्रभाकरजी डहाळे, माजी सदस्य.'

आपण अपेक्षा विचारलीत. आम्ही सांगितली. शोषणाचा प्रश्न येतो कुठे?

मी जर शोषण करणारा तर तीनच तासांच्या 'अभंगवाणी'चे पाच हजार घेणाऱ्या पूज्य भीमसेनजींना आपण लुटारू ठरवाल. आणि तेवढ्याच तासांचा कार्यक्रम करणारे 'मेलडी मेकर्स' बारा हजार घेतात म्हणून दरोडेखोर ठरतील.

कोणताही कलावंत जर हजारो श्रोत्यांना तीन तास खिळवून ठेवू शकत असेल तर त्या तीन तासांमागे पंचवीस वर्षांचं चिंतन असतं. म्हणूनच कलावंताची खुर्ची कोणती हे बहुमताने ठरत नाही. कलावंत स्वत:चं सिंहासन स्वत: निर्माण करतो. ह्याच न्यायाने 'माजी' हे विशेषण 'सदस्य' नावामागे लागतं. 'कलावंता'मागे नाही.

परमेश्वराचे आभार एवढ्याचसाठी, असली विचारसरणी असलेल्या संस्थेत येण्याची पाळी माझ्यावर आली नाही. इतर लेखकांनाही वाचवण्याचा प्रयत्न करीन.

प्रभाकरजी, सभ्य भाषेत जर दोस्तीपूर्वक शब्द टाकला असतात तर कार्यक्रम फुक्कट दिला असता.

पण 'माजी सदस्य, नगरपालिका' आणि आडनाव डहाळे, तेव्हा असला मुखरस पाघळलात, नवल नाही.

आपला,

वपु काळे.

जयश्री नामक एका व्यक्तीचं पत्र. अनेकांना निर्मितीमागची प्रक्रिया हवी असते. का?–हे अजून मला समजलेलं नाही.

एखाद्या 'क्ष' लेखकाला कसं सुचतं हे समजल्याने दुसऱ्या कोणत्याही व्यक्तीला त्यातून नेमकं काय मिळतं, हे मला कधीच समजलेलं नाही. 'सुचतं कसं?' ह्याचं उत्तर टाळण्याचा प्रश्न संभवतच नाही. कारण माझ्या मते त्याचं उत्तर ज्याचं त्यालाच माहीत नसतं.

इतर कोणत्याही निर्मितीक्षम कलावंताच्या वतीने उत्तर देण्याचा मला अधिकार नाही, तरीही सगळ्या कलावंतांच्या निर्मितीमागची प्रेरक शक्ती एकच आहे, असं सश्रद्ध भावाने मानलं, तर एकच उत्तर आहे, प्रेरणा देणारी ती शक्ती अज्ञातच आहे, अज्ञातच राहते.

एकोणीसशे ऐंशी सालच्या पत्रात जयश्रीने लिहिलं,

३ ऑगस्ट १९८०

व. पु.,

सस्नेह नमस्कार,

नुकताच 'साहित्याचं माझ्या जीवनातील स्थान' हा तुमचा लेख वाचनात आला आणि काही विचार मनात जागले. तुमच्या या लेखावरच्या माझ्या प्रतिक्रियेचं शब्दरूप म्हणजे हे पत्र.

तुमचा लेख वाचल्यावर दोन गोष्टी प्रकर्षाने जाणवल्या, त्या अशा :

१. तुमच्या आयुष्यात 'साहित्य' अपघाताने आलं. त्यामुळे त्याची जाणीवपूर्वक जोपासना, विकास नाही याची खंत तुमच्या मनात कुठेतरी घर करून आहे.

२. साहित्य एकदा अपघाताने का होईना पण आयुष्यात आल्यावर त्याचं स्थान दुय्यम का राहिलं याचा शोध घेण्याचा तुमचा प्रयत्न.

साहित्य हा 'अपघात' ठरला हे जरी मानलं तरी प्रथमत: (किंबहुना मूलत:) लिहावंसं का वाटलं, ती ऊर्मी कुठून आली आणि स्वत:ला व्यक्त करण्याची निकड का वाटली इत्यादी प्रश्नांची उत्तरं तुम्ही शोधली आहेत का? कारण 'लिहिणं' हा तसा अपघातच असतो. फक्त अपघातपूर्व परिस्थिती प्रत्येकाच्या आयुष्यात वेगवेगळी. परिस्थितीच्या या वेगळेपणामुळेच साहित्यिक प्रकृती वेगवेगळी घडते. त्यामुळे जेव्हा तुम्ही पहिल्यांदा लिहिलंत (ती कथा असावी असा अंदाज) त्या वेळी 'मला आत्ता हे लिहिलंच पाहिजे, त्याखेरीज माझ्या जिवाला काही शांती लाभणार नाही' अशी काही मन:स्थिती होती का? कुठल्या अंत:प्रेरणेमुळे, निकडीमुळे तुम्ही express होऊ लागलात या महत्त्वाच्या गोष्टीचं विवरण तुम्ही केलं नसावं. केलं असल्यास त्या लेखात ते उमटलं नाही.

साहित्यविषयक विचाराची जाणीवपूर्वक वाढ आणि जोपासना हा अर्थातच प्रत्येकाच्या व्यक्तिमत्त्वाचा भाग असतो. त्यामुळे तुम्ही त्याबद्दल serious राहिला नाहीत, ही गोष्ट समजू शकते, पण त्याबद्दल नुसतं दु:ख व्यक्त करून तुम्ही शांत होऊ शकता का?

त्याच लेखात तुम्ही असंही म्हटलं आहे की, 'मी गोष्टीवाला का कथाकार हा गोंधळ प्रथम होता. परंतु 'साहित्य सहवासात' जागा मिळाल्यामुळे तो दूर झाला. खेरीज माझ्या गोष्टी ह्या कथाच आहेत हेही मला समजलं व पुढील आयुष्य सुखावह झालं' इ.

पण या तुमच्या वाक्यामुळे मला अशी शंका आली की अजूनही 'आपण कोण?' ह्या प्रश्नाच्या भोवऱ्यातून तुम्ही बाहेर पडलेला नाहीत. फक्त त्या प्रश्नाची बोच लपवण्याचा तो प्रयत्न आहे.

हे स्पष्टपणे लिहिलं एवढ्याचसाठी की, तुमच्याबद्दल मला आपुलकी आहे.

वेळोवेळी तुमच्या कथा-कादंबऱ्या वाचताना मला नेहमीच हळहळ वाटत असते की, हा माणूस *tricky* लेखन करून यश, प्रसिद्धी मिळवतो, पण *Life time Best* असं काही निर्माण का 'करत' (किंबहुना 'होत') नाही? खरंच व. पु., 'माणूस' या प्रकाराचं इतकं सूक्ष्म निरीक्षण असूनही तुमच्या बाबतीत असं का व्हावं? तुमची सगळी गुणशक्ती या चाकोरीतल्या, बेतलेल्या, हुकमी *tricky* लेखनात तुम्ही का वाया घालवता आहात? 'मनासारखं उतरत नसेल तोपर्यंत मी लिहिणार नाही' इतकं खंबीर तुम्ही राहू शकत नाही का सध्या जे चालू आहे त्यावर तुम्ही समाधानी आहात? समाधानी असलात तर प्रश्नच नाही. परंतु असमाधानाची कारणं शोधायला या प्रश्नांच्या मुळाशी तुम्हाला जावंच लागेल आणि कदाचित तुम्हाला उत्तरही मिळून जाईल.

Perfection च्या दृष्टीने असमाधान, असंतुष्टता कुठल्याही कलाकाराला आवश्यकच असते. त्यामुळे या भावनांना दडपून केवळ *facility of pen* म्हणून तुम्ही लिहू नये असं मला वाटतं. तुमच्या लिखाणातून तुमचं असं जे सुजाण, समजंस, *sensitive* असं व्यक्तिमत्त्व उभं राहतं त्याच्याशी हे सुसंगत ठरत नाही याची खंत वाटते.

'एक दाणा चिमणीचा'सारखी सुरेख कथा वाचल्यावर तर ही खंत आणखी वाढते. म्हणून हे पत्र.

प्रतिक्रियेविषयी नक्कीच उत्सुक आहे.

—जयश्री.

प्रिय जयश्री,
तुमचं अत्यंत सुबक अक्षरातलं पत्र मिळालं.
ते पत्र बॅगेत टाकून काल पुण्याला गेलो.
ऑफिस संपवून.
डेक्कनने.
सव्वानऊ वाजता पुण्यात.
साडेनऊ वाजता टिळक स्मारक मंदिरात.
काल तिकीट लावून कथाकथन.
नाटकाप्रमाणे ७, ५, ४, ३, २ भावात.
थिएटर जवळपास हाऊसफुल्ल.
साडेबारापर्यंत एकपात्री. मग आईशी खूप दिवसांनी रात्री अडीचपर्यंत गप्पा.
आज डेक्कनने परत ऑफिस. सात वाजता घरी.
आणि

आत्ता रात्रीचा पाऊण

महंमद रफी आवाज मागे ठेवून गेला.

एका ओल्या व्यथेने भिजलेल्या आवाजात तो इथे गातोय–

'कहाँ जा रहा हैं

कभी ये न सोचा के मंझिल कहाँ हैं...

तेरा घर कहाँ हैं.'

रफीची *long playing* आजच आणली.

सगळे *family members* शांत झोपले आहेत.

मी जागा आहे.

संयमी पुरुष म्हणून मुळीच नव्हे. तर कधीकधी झोप येतच नाही.

का, कुणास ठाऊक.

पण खास वपु 'टच्' असलेल्या कथेत जे घडतं, तसंच घडतंय.

रफी माझ्यासाठी गातोय.

'कहाँ जा रहा हैं...'

आणि समोर पडलेल्या तुमच्या पत्रात जवळपास तोच सवाल आहे.

'वपु, तुम्ही थांबत का नाही? तुमच्यात तेवढं धैर्य नाही का?'

माझ्या कथेत आढळणाऱ्या 'योगायोगा'वर टीकाकार मंडळी नाराज आहेत.

तरीही ह्या क्षणी तेच घडतंय.

तुमचं पत्र समोर आणि रफीचा प्रश्न–

'कभी ये ना सोचा तेरा घर कहाँ है...'

प्रस्तावना फार झाली.

पण पत्राच्या प्रारंभीच सांगतो, कोणत्याही *tricks* न करता मी हे पत्र पाठवतोय.

अर्थात मी हे विधान करणं म्हणजे तुमच्या म्हणण्याप्रमाणे मी आजवर लेखनात *tricks* केल्या, हे मान्य करण्यासारखं आहे. मला तो अर्थ अभिप्रेत नाही.

किंवा कोणत्याही निर्मितीक्षम कलावंताप्रमाणे अहंकाराआड दडून मला कोणतीही भूमिका स्वीकारायची नाही.

भूमिका स्वीकारणं म्हणजेच तुम्ही जे नसता तसं होणं. तेव्हा मला तसंही म्हणायचं नाही.

मी आजवर कोणतीही भूमिका स्वीकारली वा पत्करली नाही. मी फक्त वाट्याला येणारं आयुष्य स्वीकारत गेलो.

तुम्ही विचाराल, तसं कोण आयुष्य स्वीकारत नाही? खरं आहे.

मला तेच म्हणायचं आहे. चार सामान्य माणसांप्रमाणे मीही तेच केलं.

बरं 'सामान्य' म्हणजे तरी काय?

'सामान्य' आणि 'असामान्य' ह्या शब्दांच्या आपल्या व्याख्या तरी नक्की आहेत का?

नाहीत.

मग हे शब्द का वापरायचे?

मला तर खूपदा वाटतं की, शब्दांच्या चाकोरीत अडकलेली भाषा पण नष्ट व्हावी. व्यक्त करण्यासाठी एक वेगळं माध्यम सापडावं. कारण जसा लेखक शब्द, अर्थ, अनुभवविश्व, साद, प्रतिसाद, आविष्कार या वर्तुळात फिरतो, तसेच टीकाकार पण.

अनुभव वा आविष्कार ह्या मर्यादांनी लेखक बंदिस्त झाला असं बोललं जातं.

टीकाकारांचं काय?

ठराविक शब्दांचा आधार घेऊन लेखकांना झोडपायचं काम तेही वर्षानुवर्षं करीत आलेले आहेत.

कोणत्याही गतिमान व्यक्तीला थांबवणं सोपं आहे. आजवर टीकाकार एवढंच करीत आलेले आहेत. कलावंताला पुन्हा जोम येईल अशी टीका करणारा टीकाकार भेटेल का?

खरं विचाराल तर, लेखनामागची प्रेरणा काय? भूमिका काय?–ह्या प्रश्नांना मी उत्तर देऊ शकणार नाही. कारण मी जो संपूर्ण घडलो-वाढलो, ते ते सगळं माझ्या कथेमध्ये उतरलं आहे. जे जगलो ते लिहिलं. मुळातच माझं वर्तुळ छोटं असेल तर त्याला माझा नाईलाज आहे. वर्तुळ निवडणं माझ्या हातात नव्हतं. माझ्या वर्तुळाशी मी प्रतारणा केली नाही, ह्यालाच मी माझी शक्ती समजतो. माझा Blood group RH B Positive हे जन्म घेतला तेव्हा ठरलं.

तो RH Negative का नाही?–हा प्रश्न फजूल आहे. तो तसा नाही एवढं नक्की. दुसऱ्या एखाद्या गरजू आजारी माणसाला 'B' Positive रक्त हवं होतं. तेव्हा मी जर donation करता धावलो असेन तर माझं जीवितकार्य संपलं.

मी माझ्या वर्तुळाला संपूर्ण न्याय दिला असं मी समजतो. स्वत:चा blood group बदलणं जेवढं अशक्य, तेवढंच अशक्य निर्मितीचं विश्व.

मग ह्यावर उपाय काय?

आज तरी दिसत नाही.

पण एक नक्की सांगतो की, थोडी जाणीव नावाची वस्तू जिथे जागी आहे, तो प्रत्येक कलावंत अंतर्यामी उद्ध्वस्त अवस्थेतच वावरत असतो. कलावंताची, जीवनाची धावच जिथे असेल असं आहे इथपासून असं असायला हवं होतं, ह्यासाठी असते तिथे तो, त्याच्याजवळ जे आहे, त्यात खूष कसा असेल?

तेव्हा आपलेपणापोटी का होईना कोणत्याही कलावंताला 'तू स्वत:वर खूष आहेस का?' असं विचारू नका. स्वत:च्या मर्यादांची जाणीव झालेला, सारखा अंतर्यामी जळतच असतो. त्या वणव्यातून बाहेर पडायची धडपड करायची म्हणजेच प्रवास चालू ठेवावा लागतो.

कारण थांबायचं ठरवलं तर मुक्काम पावलांशीच आहे. टॉलस्टॉय म्हणतो त्याप्रमाणे साडेतीन हात जमीन. पण सौंदर्य मुक्कामात नसून प्रवासात आहे, असं मानलं तरच 'चिमणीचा एक मोती' सापडतो. तो सापडेपर्यंत वाट तुडवावीच लागते. मग काय करावं?

जयश्रीला पत्र पाठवूनही मी समाधानकारक विश्लेषण करू शकलो आहे असं तेव्हा वाटलं नाही. दोन-तीन कथासंग्रह तेव्हा प्रकाशनाची वाट चालत होते. एका समारंभात ती प्रत्यक्ष भेटली. 'आणखीन सविस्तर पत्र लिहिणार आहे' असं मी म्हणालो.

त्यांनतरच्या पत्रात मी ब्लड ग्रुपबाबत जे लिहिलं ते तिला मान्य नसल्याचं तिने कळवलं. 'तुमची कुवतच तेवढी असेल तर ठीक. विहीरच खोल नाही किंवा जितकी खोल तितके अनुभव खोल' वगैरे विधानं करून तिने माझ्याच कथेतलं एक वाक्य फिरवून माझ्यावर टाकलं आणि पत्राचा शेवट केला.

'सौंदर्य मुक्कामात नसून प्रवासात असतं' हे माझ्या कथेतलं वाक्य फिरवून तिने मला विचारलं, 'कधीकधी सौंदर्य प्रवासातल्या मुक्कामात असू शकतं, असं नाही का वाटत?'

मी त्या पत्राला उत्तर पाठवलं नाही. उत्तर असून पाठवलं नाही असं नव्हतं तर पुनरुक्ती झाली असती म्हणून सोडून दिलं.

आयुष्यातल्या अनेक प्रश्नांना ठराविक टप्प्यापलीकडे उत्तरं नसतात. प्रश्न विचारणारा, 'तरी पण... तरी पण' करीत खोदकाम करीत राहतो. आपलं 'तर्पण' करायची वेळ आली तरी प्रश्नकर्त्याचं 'तरी पण' संपत नाही.

जयश्रीच्या पत्रात कोणताही खडूसपणा नव्हता म्हणूनच की काय, आजही मी तिच्या प्रश्नांची उत्तरं शोधतोय.

'कसं सुचतं' ह्याच नेमकं उत्तर सापडलं तर जगाचं विश्वरहस्य समजल्यासारखंच आहे. आचार्य अत्रे ह्यांनी भद्रायूच्या तोंडून शोभनेला हेच सांगण्याची धडपड केली आहे. 'आकाशात ढग कसे येतात, तरुणीच्या गालावर पुटकुळ्या कशा येतात, समुद्रावर लाटा कशा येतात आणि कानावर केस कसे उगवतात, ह्याचं रहस्य समजलं तर हे अजाण बालिके, स्फूर्ती कशी येते हे सांगता येईल.'

'आकाशात ढग कसे येतात' हा गूढ प्रश्न विचारणारे अत्रे 'कानावर केस कसे

येतात' ही खिल्ली उडवणारी शंका व्यक्त करतात. आता अत्र्यांना विराट आकाशाखालोखाल, कानावरचे केस का दिसावेत?—ते काय अत्रे ह्यांचं खुजेपण झालं का?

नाही. हे असलं दोन टोकांचं ज्याला सुचत होतं त्या माणसालाच प्र. के. अत्रे म्हणत होते.

जयश्रीने मुक्कामावर राहा असं सुचवताना आणखी एक विधान माझ्यावर उलटवण्याचा प्रयत्न केला होता.

तिने लिहिलं होतं,

'एकीकडे मी बेचैन आहे म्हणायचं आणि दुसरीकडे धडाधड पुस्तकं प्रकाशित करायची, यात संगती कशी शोधायची?'

हे असले प्रश्न वाचून मात्र मी त्या 'अजाण बालिके'ला पत्र पाठवायचं सोडून दिलं.

काही काही वाचकांची मला गंमत वाटते. पुस्तक बारकाईने वाचायला त्यांना सवड नसते की वाचलेल्या मजकुराचा अर्थ ते त्यांच्या सोईप्रमाणे घेतात, पत्ता लागत नाही. त्या त्या वाचकाची, म्हणजे प्रतिक्रिया व्यक्त करणाऱ्या वाचकाची आकलन शक्तीच बेतास बात असेल, असलं विधान मी त्या वाचकाला फार जाणून न घेता करणार नाही. लेखकाला झोडपायचं हाही हेतू त्यांच्या मनात असेल, तर सांगता येणार नाही. म्हणूनच सोमवार पेठेतल्या सुहास जोशीने 'रंगपंचमी' वाचून असं पत्र का लिहिलं, पत्ता लागला नाही.

माणसात शिरण्याची धडपड मी आयुष्यात पहिल्यांदाच केली असं त्यांचं म्हणणं. कथा लिहिताना आपण रंगरंगोटीत दंग होतो आणि माणसाचा जीव घालायला विसरतो, हा जोशींचा आक्षेप.

पुणे

श्री. व. पु. काळे यांस,
सस्नेह नमस्कार,

व्यक्तिमत्त्वांचे रंगढंग रंगविण्याची 'रंगपंचमी'तली आपली शैली मोहक वाटली. बऱ्याच दिवसांनंतर किंवा कदाचित पहिल्यांदाच माणसात शिरण्याची आपली धडपड पाहून थोडंसं बरं वाटलं. काय होतं, कथेसाठी कथा लिहायची म्हटल्यावर आपण त्याच्या भौतिक रंगरंगोटीत इतके गुंतून जातो की मग त्याच्यात मुख्य गोष्ट म्हणजे माणसाचा जीवच घालायचा राहून जातो. तशी त्यातली व्यक्तिमत्त्वं क्षणिक मोहवतात खरी, पण काही काळातच त्यातलं स्वारस्य संपून

जातं. निर्जीव बाहुल्यांशी खेळण्याप्रमाणे. आपल्या लोकांचे जीवनाबद्दल काय गैरसमज आहेत कोणास ठाऊक! आपण मंडळी जीवन संपायची वेळ आल्यावर माणूस हुडकायचा प्रयत्न करतो.

तुमचं 'रंगपंचमी' वाचायला घेताना असंच झालं. पंचमीपुरतीच त्यातली रंगपंचमी बरी वाटली. नंतर आपली नेहमीप्रमाणेच षष्ठी सुरू झाली.

'रंगपंचमी'त तुम्ही दुनियेतल्या वास्तवतेत चांगला शिरकाव केलात. काही चांगली माणसंही दाखवून दिलीत, पण 'रंगपंचमी'त तुम्ही जो मी म्हणून (किंवा व. पु. म्हणून) सहभागी होण्याचा प्रयत्न केलात तो जरा खटकतो. त्याऐवजी माणूस म्हणून त्या 'रंगपंचमी'त सामील होऊन माणसं शोधायचा प्रयत्न केला असतात तर जास्त काही हाती आलं असतं आणि त्याहीपेक्षा माणूस म्हणून जगण्याचा प्रयत्न करणाऱ्यांना त्यातला निर्भेळ आनंद चिरंतन चाखता आला असता. दोन हजार पानं लिहिल्यावर दोनशे चांगली होतात हे कदाचित खरंही असेल. पण जेव्हा माणूस कलाकृती निर्माण करतो तेव्हा ती काही व. पुं.साठी किंवा जोशींसाठी निर्माण करत नसतो. तेव्हा आपलं लेखन जर माणूस म्हणून होणार नसेल तर मग अशी दहा हजार पानं जरी लिहिली तरी त्याला काहीच अर्थ उरणार नाही.

दोनशे चांगली होणार आहेत म्हणून दोन हजार लिहायची ही पळवाट झाली. फसवणूक झाली.

एका चांगल्या पत्रलेखकाचे आभार मानण्यासाठी तुम्ही त्याच्या घरापर्यंत गेलात. पत्र हरवल्याची तुम्हाला रुखरुखही लागली, इथपर्यंत सर्व ठीक आहे. पण चुकीबद्दलची रुखरुख तुम्ही दडपून टाकलीत. दुसऱ्या पत्राची पळवाट शोधून काढलीत इथे काहीतरी खटकतं. पत्र हरवणं स्वाभाविक असलं तरी ती चूक तशी दडपणं हे बरोबर वाटत नाही. त्याऐवजी तुम्ही त्या माणसाजवळ पत्र हरवल्याबद्दल प्रांजलपणे माफी मागितली असती तर त्याच्या लेखनाचं ते खरं कौतुक झालं असतं. इतर पत्रांची पळवाट शोधून तुम्ही त्याच्या लेखनाची किंमत कमी केलीत.

आपण शोधलेलं उत्तर हे सत्य आहे किंवा नाही हे पडताळून पाहिलं गेलंच नाही. आता तुम्ही म्हणाल, सत्य आहे किंवा नाही हे कोण ठरवणार?

तर सत्य आहे किंवा नाही हे ठरवायला कोणाही तिऱ्हाईताची गरज नसते. ज्या गोष्टीपासून आनंदाची निर्मिती होते ती सत्य. तुम्ही त्या पत्रलेखकाची माफी मागितली असतीत तर तुमची रुखरुख संपून तुम्हाला आनंद तर झाला असताच, पण चूक मान्य करण्याच्या तुमच्या मोठेपणाबद्दल त्या व्यक्तीलाही आनंद झाला असता. इथे तुमचा अहंकार आडवा आला म्हणून तुम्ही पळवाट शोधली.

तीच गोष्ट तीन रुपये दिलेल्या मुलाबद्दल. त्याच्या कलेमुळे त्याचा तीन

रुपयांवर अधिकार होता ही पळवाट झाली. कोणत्याही फसवणुकीतून कला कधीच निर्माण होत नसते.

कोणत्याही कलेतून आनंद निर्माण होत नसेल तर त्या गोष्टीला तुम्हीसुद्धा कला म्हणाल असं मला वाटत नाही. तीन रुपये दिल्याचा तुम्हाला आनंद नाही अन् ते मिळवल्याचा त्या पोरालाही आनंद नाही. त्याने तीन रुपये पोटासाठी मिळवलेत, पुन्हा भूक लागल्यावर तो ते विसरून जाणार आहे अन् पुन्हा तीन रुपये मिळवण्यासाठी कोणाची तरी फसवणूक करणार आहे. आपल्या क्षुल्लक जेवणासाठी भिकेची फसवणूक करावी लागत आहे ही वेदना त्याला आयुष्यभर जाळणार आहे. त्यामुळे त्या तीन रुपयांमुळे तो आनंदी झाला असणं शक्य नाही. आता त्या तीन रुपयांवर त्याचा अधिकार होता ही शुद्ध पळवाट झाली. इथे आपला अहंकार आपण लपवतो आहोत.

आपल्याजवळ तीन रुपये मागणारा मुलगा आपली फसवणूक करतोय हे तुम्हाला माहीत असतं तरीही त्याच्या अभिनयाची दाद म्हणून तुम्ही त्याला तीन रुपये दिले असते का?

आपण नाटकाला जातो तेव्हा तिकीट काढण्यापूर्वी आपल्याला माहीत असतं की, नाटकात नट केवळ त्या पात्रांची नक्कल करणार आहे. पण तरीही थिएटरात गेल्यावर तो नट आपली ही मनोभावना विसरायला लावून आपल्याला त्या भूमिकेशी समरस करतो. तो खरा अभिनय झाला.

त्या मुलाला कलाकार म्हणून आपण दोघेही माणूसपण घालवतो आहोत इकडे आपण लक्षच दिलं नाहीत.

तुम्ही एक वेळेस का होईना त्याला माणूस म्हणून जेवायला घातलं असतं का?

तुम्ही त्याला तीन रुपये देण्याऐवजी घरात घेऊन माणूस म्हणून जेवायला घातलं असतं तर तोही फसवणुकीपासून दूर राहावं लागल्याने तृप्तीने, समाधानाने जेवला असता व एक दिवस का होईना ह्या माणसाने आपल्याला लोकांची फसवणूक करण्यापासून वाचवलं याबद्दल आयुष्यभर त्याला तुमचा अभिमान वाटला असता. पण तिथे तुम्ही तीन रुपये देऊन अन् त्याची चुकीची समर्थनं मानून त्या तीन रुपयांची किंमत तर कमी केलीतच, पण तुमच्याकडच्या अन्नातून निर्माण होऊ शकणाऱ्या आनंदाला दडपून त्या अन्नाचीही किंमत कमी केलीत.

रंगपंचमी काही नुसतीच वास्तववादी विसंगत रंगातून खेळली जात नाही. त्यामध्ये काही रंगसंगती असावी लागते, तरच त्याचं पावित्र्य टिकून राहतं. नाहीतर तसं तर हल्ली लोक डांबर फासूनसुद्धा रंगपंचमीत बुडतातच की हो!

माणसाने बेहोष होऊन जगलं पाहिजे ह्याचा अर्थ होश विसरून जगणं असा

नव्हे, तर आपला माणुसकीचा एक होश सांभाळून दुसऱ्या होशाने (मनोभावनांनी) ह्या जल्लोषात, ह्या रंगपंचमीत सामावणं होय.

तुमच्या दुर्दैवाने माझा माणुसकीचा एक होश जास्त स्थिर भासत असला तरीही माझा दुसरा होश सुधीर फडक्यांसारख्या माणसात गुंतवण्यात तुम्ही दाखवलेल्या कौशल्याबद्दल तुमचे शतश: आभार.

एक रसिक,
श्री. जोशी.

७/८/१९८४

स. न. वि. वि.,

आत्मचरित्राचा एक वेगळा प्रयत्न म्हणून रेंगाळणाऱ्या क्षणांचा घेतलेला आढावा, म्हणजे 'रंगपंचमी.' वपुंचा आयुष्याकडे बघायचा जो दृष्टिकोन आहे तो वपुंचाच राहणार.

श्री. जोशींना काय वाटतं हे लिहिण्याचा वपुंचा उद्देश नाही.

जोशींना ह्या लिखाणात अर्थ वाटला नसेल तर वपुंचं काहीही म्हणणं नाही. तुम्हाला तुमचं मत जरूर असू शकतं. ते कळवायचाही तुम्हाला अधिकार आहे. 'रंगपंचमी' तुम्हाला 'षष्ठी' का वाटली हे विचारण्याचा मला अधिकार नाही. सांगून आलेली मुलगी आवडली नाही ह्याचा अर्थ ती टाकाऊच असते असं नाही.

ती जशी आहे, त्या स्वरूपात आणखी कुणाला आवडू शकते.

ताजमहाल, भीमसेन जोशी किंवा आंब्यासारखं फळ न आवडणारे महाभाग असतात.

म्हणून अशा माणसांच्या अभिरुचीचा उद्धार करण्याची गरज नसते.

त्याचप्रमाणे 'अहंकार आडवा आला' असा आंधळा अभिप्राय देताना श्री. जोशींच्या दृष्टिकोनातून मी घटना पाहिल्या नाहीत, हेच तुम्हाला सुचवायचं आहे.

म्हणून पुन्हा एकदा, मला भावलेल्या घटनांची ही रंगपंचमी आहे.

'सुविजों'ची रंगपंचमी वेगळी असू शकते. 'षष्ठी' करणं हा माझा व्यवसाय नाही म्हणून डांबर न फासता मी रंगपंचमी साजरी करू शकतो.

आपला,
वपु काळे.

त्यानंतर आलेलं जोशींचं पत्र अगदीच सुमार होतं. तिथेही 'अहंकाराचा' उल्लेख होता. 'प्लेझर बॉक्स' पुस्तकाच्या निमित्ताने १९८४ मधला तो पत्रव्यवहार मी पुन्हा वाचला तेव्हा जोशींचं पत्र फारच हास्यास्पद वाटलं.

जीवन संपवायची वेळ आल्यावर आपण मंडळी माणूस हुडकायचा प्रयत्न

करतो हे जोशींना कुणी सांगितलं? बोलायला-चालायला लागलेला एवढास्सा जीवही आईवडिलांमध्ये कोणता हट्ट कुणाजवळ धरायचा हे न शिकवता शिकतो. त्या मुलाच्या वयाच्या मानाने, त्याने ते केलेलं विश्लेषणच असतं. त्या वयात त्याला 'विश्लेषण' हा शब्द माहीत नसेल. पण मनुष्यस्वभावाचा अनुभवाने अंदाज घेतल्याशिवाय तो बापाला भिऊन राहायचं की आईला घाबरायचं हे ठरवीत नाही. किंबहुना मानसशास्त्रानुसार कोणत्याही व्यक्तीचा पर्सनॅलिटी पॅटर्न त्याच्या वयाच्या 'फॅलिक' आणि 'लेटन्सी' अवस्थेत पक्का होतो. हे झालं सामान्य माणसाचं. मग ज्यांना ज्यांना प्रतिभेचं ईश्वरी वरदान लाभलेलं आहे ती सगळी लेखक, नाटककार, कविमंडळी आयुष्य संपायची वेळ आल्यावर माणूस शोधण्याचा प्रयत्न करतील का?

'रंगपंचमी'त मी वास्तवतेत चांगला शिरकाव केला असं जोशी म्हणतात, पण तिथेही तो माणूस म्हणून प्रवेश न करता 'वपु' म्हणून प्रवेश केला असं त्यांचं म्हणणं. जोशी आणि तत्सम विचार करणाऱ्या भाबड्या वाचकांना, श्रोत्यांना, प्रेक्षकांना ह्याबाबतीत वेगळं सांगावंसं वाटतं.

कोणताही लेखक आयुष्याचे चोवीस तास आपण लेखक ह्या भूमिकेत किंवा 'जीवनाचे भाष्यकार' ह्या भ्रमात वावरत नाही. जवळपास हाच न्याय इतर व्यवसायातल्या माणसांनाही लावता येईल. अगदी अलीकडे अमेरिकेच्या दौऱ्यात मी गणपुले ह्या भल्या माणसाकडे उतरलो होतो. त्या वेळेला मी नंदिनीला विचारलं,

'तुम्ही व्यवसायाने सायकिॲट्रिस्ट. मुलांचं संगोपन करताना तुम्ही ते नेहमी मानसशास्त्राचा आधार घेऊन करता का?'

त्यांनी पटकन् सांगितलं,

'प्रथम मी एक आई आहे. आईचे राग, लोभ, माया आणि इतर मानवी भावना ह्यांचा प्रथम पगडा असतो. चोवीस तास काही मी सायकिॲट्रिस्ट नसते.'

मी मग गंमत म्हणून विचारलं,

'मग नवऱ्याच्या बाबतीत?'

'नवऱ्याच्या बाबतीत वेगळ्या शास्त्राचाच शोध लावला पाहिजे.'

'वपु' म्हणून सामील कसं व्हायचं आणि नुसतं 'जोशी' म्हणून 'रंगपंचमी'त कसं सहभागी व्हायचं, हे जोशी सांगतील का?

बटाटेवडे विकायला आलेल्या मुलाने वडील वारल्याची थाप मारून डोळ्यांतून हुकमी पाणी काढून माझ्याकडून तीन रुपये मिळवले, ह्या 'रंगपंचमी'तल्या हकिकतीच्या संदर्भात जोशींनी जे तारे तोडलेत, ते वाचल्यावर अशी शंका येते की, त्यांनी डोकं ठिकाणावर असताना पुस्तक वाचलं नसावं. बटाटेवडे न घेताच मी त्याला तीन रुपये दिले, इतकंच नव्हे तर त्याचं घर शोधण्याचा प्रयत्न

केला. ही धावपळ करण्यामागे कोणती भावना होती हे ज्या वाचकांपर्यंत पोचत नाही, तिथे फक्त वाचकांचं दुर्दैव नसतं तर त्याच्या कितीतरी पट अधिक दुर्दैव लेखकाचं असतं.

कधीकधी आयुष्यातल्या अनुभवांचं प्रामाणिक निवेदनही वाया जातं, ते असं. 'पावसाचं पाणी दगडावर पडून काय उपयोग?'–असं सर्रास विचारलं जातं. पण हा प्रश्न तेवढा सयुक्तिक नाही. दगड नि:स्वार्थी असतात. अंगावर पडणारं पाणी स्वत:च्या उपयोगाचं नाही, हे समजताक्षणी त्यातला थेंबही जवळ न ठेवता, दगड ते पाणी अंगावरून ओघळून देऊन मातीला अर्पण करतात.

त्याचप्रमाणे 'पाण्याच्या संततधारेने खडकही झिजतात' असंच का म्हणावं? पाण्याप्रमाणे आपण जगाला काहीही देत नाही, ह्या जाणिवेने ते कणाकणाने खंतावतात, असं म्हणावं.

माणसंच शेवटी पाण्याच्या धारांनी भिजत नाहीत. ती आडमुठेपणाने कोरडी राहतात.

गिरगावातले सहस्त्रबुद्धे नावाचे (आडनावाचे) एक गृहस्थ. माझ्या लिखाणावर प्रेम करणारे. पण तरीही 'रंगपंचमी'बाबत त्यांचं असं मत का झालं, ह्याचं कोडं अद्यापि उलगडलेलं नाही. आयुष्यात प्रत्येकाला कितीतरी मोठ्या मनाची माणसं भेटतात. कद्रू वृत्तीची माणसंही संख्येने कमी नाहीत. कलावंतांच्या कलाकृतीवर हजारो-लाखो रुपये मिळवून, स्वत:चा संसार चालवताना त्याच कलावंताला लुबाडणारे दुकानदार आहेत. मान्यवर लोकांच्या बदनामीवर साप्ताहिकं चालवणारे महाभाग आहेत. कथाकथनाच्या कार्यक्रमातला एखादा कथाभाग किंवा एखाद्या भाषणातला मोजका मजकूर छापून, मागचापुढचा संदर्भ सोईस्करपणे विसरून, त्या लेखनाबाबत गदारोळ उठवणारी दैनिकं आहेत. छापलेला प्रत्येक मजकूर खरा असतो, असं मानणारे बेवकूफ वाचक असतात आणि काही संघटनांचे तथाकथित सेक्रेटरी, संबंधित लेखकाकडे पत्रव्यवहार न करता त्याला वेठीला धरतात.

तरीही जगात चांगल्या माणसांची संख्या जास्त आहे आणि तेच सांगण्यासाठी 'रंगपंचमी'चा प्रयत्न.

तरी सहस्त्रबुद्धे लिहितात,

श्री. व. पु. काळे यांस,

सप्रेम नमस्कार,

आपली बहुतेक सर्व पुस्तकं वाचून काढली. (वपु-८५, वपुर्वाई सोडून.) कालच 'रंगपंचमी' हातावेगळं (नव्हे डोळ्यावेगळं) केलं. सदर पुस्तक हा एक

आत्मप्रौढी व अहमचा मौलिक ग्रंथ आहे असं वाटलं. सर्व मजकूर 'मी'भोवती फिरतो.

आपण व आपलं कुटुंब हे आदर्श व आधुनिक असण्याची शक्यता मी नाकारीत नाही. पण हे फारच झालं.

He who talks more about others and less about self is a wise man असं शॉसाहेब म्हणतात ते एक सर्वमान्य सत्य आहे.

असो! आपल्याला भेटण्याची तीव्र इच्छा आहे. मी फक्त आपलंच लिखाण वाचतो यावरून मी आपणावर किती प्रेम करतो याची कल्पना येईल. माझ्या लेखी आपलं लेखन हे एकमेव साहित्य वाचण्यालायक असं मी समजतो.

आपली भेटण्याची वेळ व दिवस कळवावा, म्हणजे हजर होईन.

कळावे,

आपला नम्र,
मधुकर.

२६/३/१९८७

प्रिय मगस,

परस्परविरोधी विधानांचं तुमचं पत्र मिळालं.

'रंगपंचमी' हे आत्मचरित्रपर लेखन आहे. पण त्याचा संपूर्ण हेतू वपुंना किती मोठ्या मनाची माणसं भेटली, हेच सांगण्याचा आहे. मिरजेच्या हमालापासून डॉ. मेहतांपर्यंत, किती प्रसंगांनी, व्यक्तींनी माझी नाव किनाऱ्यापर्यंत आणली हे सांगण्याची तडफड म्हणजे 'रंगपंचमी.'

ज्या ज्या ठिकाणी तुम्हाला 'आत्मप्रौढी' वाटली ते प्रसंग कळवलेत तर आभारी होईन. शॉसाहेबांच्या वचनाच्या दाखल्याऐवजी संत रामदासांचं वचन मला पाठ आहे.

त्याचा उल्लेख केला असतात तरी चाललं असतं.

व. पु. काळे.

वाचक अथवा श्रोते ह्यांनी त्यांची नाराजी कळवली, तर मला त्याबद्दल राग येत नाही कारण त्यांचं ते प्रामाणिक मत असतं. वाचन ह्या प्रकाराची आवडच आता इतकी कमी होत चालली आहे की, कालांतराने पुस्तक–म्हणजेच–कुणीतरी लिहावं आणि कुणीतरी वाचावं, हेच बंद होईल का?–अशी भीती वाटते. ठिकठिकाणी जेव्हा साहित्यविषयक परिसंवाद होतात, तेव्हा अशीच चिंता व्यक्त केली जाते. आणि तरीही मला वाटतं, लेखन-वाचन हे प्रकार बंद होणार नाहीत. वाचन

कदाचित कमी होईल, पण मनात येणारे विचार जोपर्यंत कुणाला तरी सांगावेसे वाटतात तोवर लेखनप्रकार संपणार नाही.

वाचणारा असतो तेव्हा लिहिणारा येतो. ऐकणारा असतो तेव्हा बोलणारा येतो असं म्हणायचं. पण आपल्या राज्यात सगळं काही असं नाही. मोठमोठ्या राजकीय सभा होतात तेव्हा बोलणारा असतोच. ऐकणारे ट्रक भरभरून नेले जातात. मग लिहिणाऱ्याच्या बाबतीत काय?

'वपु' हे नाव वाचताक्षणी ते पान उलटणारे वाचक आहेतच ना! त्यांना त्यामुळे अभिरुची नाही असं मी म्हणणार नाही. तीस वर्षं सातत्याने लेखन करूनही एक 'गजरा' कार्यक्रम फसल्याबरोबर, माझं लेखन आवडीने वाचणारे, स्वत:ला 'वपुंचा फॅन' म्हणवून घेणारे वाचक आता माझं लेखन वाचत नाहीत. मला तसं ते मोकळेपणी कळवतातही.

ह्या सगळ्या महाभागांना विचारावंसं वाटतं की, 'जेवताना एखाद्या दिवशी तुम्हाला जर भातात खडा लागला तर तुम्ही तुमच्या सौभाग्यवतीला किंवा आईला स्वयंपाकघरातून हाकलून देता का?'

असेही काही माथेफिरू असतील. दुसऱ्या भुकेच्या वेळेपर्यंत ते नक्की असं करत असतील. असेही जे कोणी असतील, त्यांना मग आणखी एक सवाल. 'जेवता-जेवता तुमची जीभ जर दाताखाली आली तर काय करता? दात पाडता का?'

अशक्य.

स्वत:वर वार करणं फार अवघड.

अन्न ही जीवनावश्यक बाब आहे.

वाचन नव्हे. वाचनाशिवाय माणूस मजेत जगू शकतो. आणि साक्षरतेशिवाय तर एक अख्खा देश जगू शकतो.

तरीही लेखन बंद होणार नाही आणि वाचनही.

साहित्य ऐकलं जाईल, टीव्हीवर पाहिलं जाईल. पण ऐकण्या-पाहण्यासाठी कुणाला तरी लेखन करावंच लागेल.

अशा परिस्थितीत कुणीतरी नाराजी प्रकट करतोय ह्याचा अर्थ तो वाचतोय ह्याचाच आनंद वाटतो आणि नाराजीच्या पत्रांचा राग येत नाही.

अर्थात नाराजी व्यक्त करताना 'डिसेन्सी' सोडायची नाही हा किमान शिष्टाचार सांभाळणारे 'सु'शिक्षित किती, हा प्रश्न आहेच.

श्री. वामन गोपाळ साठे ह्यांच्यासारखा सुखद अपवाद एखादाच.

पुणे ३०

सप्रेम नमस्कार,

तुमचा व माझा परिचय नाही. पण एक वाचक व श्रोता या नात्याने पत्र लिहिणं

वावगं वाटत नाही.

सुमारे अडीच-तीन महिन्यांपूर्वी (नक्की दिवस आठवत नाही) टिळक स्मारक मंदिरात कथाकथनाच्या कार्यक्रमात तुम्ही 'व्यायामासाठी फिरणे' व 'कुल्फीवाला' ही गोष्ट सांगितली होती. तीच गोष्ट १४.२.८० रोजी बालगंधर्वमधील कार्यक्रमात सांगितली गेली. एकदा ज्या ठिकाणी जी गोष्ट सांगितली जाईल ती पुन्हा repeat होणार नाही असं आपल्याकडून सांगण्यात आलं होतं. पण त्याप्रमाणे झालं नाही. ही मी उलटतपासणी घेत नाही. पण यामधून आम्हा श्रोत्यांना नवीन नवीन कथा ऐकायला मिळतील ही अपेक्षा असते. कदाचित आपला तोच हेतू असेल. पण विस्मरणाने घडलं असण्याची शक्यता आहे. असो!

बालगंधर्वमधील कार्यक्रमात शेवटी दु:खान्त असलेली कथा सांगितली गेली. दु:खान्त कथा सांगण्याचा जरूर हक्क आहे. मात्र घरी जाताना हसत जावं अशी लहानशी अपेक्षा केल्यास चुकीचं ठरणार नाही. (कथा सांगण्यापूर्वी.) ही कथा सांगितली जाण्याची जी आपल्या मनात इच्छा होती ती आपण सांगितली होतीच. पण श्रोत्यांच्या फर्माईशप्रमाणे सांगितली गेली.

आपल्या कार्यक्रमातील चुका दाखवण्याचा हेतू नव्हता किंवा त्याचं विच्छेदन पण करायचं नव्हतं. अपेक्षा पुऱ्या कराल अशी खात्री म्हणून केलेला हा अट्टहास.

कळावे. अशाच चांगल्या कथा लिहिण्यास व सांगण्यास परमेश्वर बळ देवो अशी सबळ इच्छा.

आपला एक वाचक,
वामन गोपाळ साठे.

२३/२/१९८०

प्रिय वामनराव,

तुमचं पत्र आणि शिकायत मिळाली.

कथाकथन आणि त्यात काय सांगावं ह्याबाबत जितकी दक्षता घेता येणं शक्य आहे तितकी मी घेतो आहे.

गेल्या दहा वर्षांची मजजवळ नोंद आहे.

सांगण्यासारख्या कथांचा stock संपला तेव्हा मी पुणे, मुंबई, डोंबिवली, ठाणे, सोलापूर ही गावं वर्ज्य केली.

नव्या कथा तयार केल्या तेव्हा पुण्याला आलो.

लिहिलेली प्रत्येक कथा सांगण्यासारखी असते असं नाही.

काही काही कथा सांगून सांगून त्यांना पॉलिश करावं लागतं. तीन-चार वेळा अशा कथांचा रियाज केल्याशिवाय, त्या कथांना 'कथनाचा दर्जा' प्राप्त होतो की

नाही हे समजत नाही.

आणि कथाकथन ही एक *performing art* असल्यामुळे श्रोत्यांच्या उपस्थितीतच हे प्रयोग करावे लागतात.

त्याप्रमाणे यंदा मी १. रंगपंचमी, २. किस्सा कुर्सीका, ३. फिरणे-व्यायाम, ४. एक क्षण भाळण्याचा ह्या नव्या कथा आणि १. खांबेटे, २. दोंदे ह्या जुन्या कथांवर कथनाचे संस्कार करायला प्रारंभ केला.

ह्या प्रायोगिक कथांचा श्रोत्यांना त्रास न व्हावा ह्यासाठी काही 'हमखास यशस्वी' ठरलेल्या कथा पुन्हा सांगाव्या लागतात.

कोणताही कलावंत तुमच्यासारख्या रसिकांसाठी जसा जगतो आणि कलाविष्काराचा आटापिटा करतो, तसाच तो तुमच्या सहकार्यानेच यशस्वी ठरणार असतो.

तेव्हा एक कथा पुन्हा ऐकावी लागल्याने आपली झालेली निराशा ध्यानात घेऊनही कलावंताच्याही काही अडचणी असतात, काही हेतू असतात, प्रयत्न असतात, धडपड असते, इकडे मी तुमचं लक्ष वेधू इच्छितो.

तुमच्या पत्राबद्दल राग नाही.

कारण तुमच्यासारखे लोभ करणारे रसिक माझ्यासारख्या लेखकाला घडवतात.

तरीसुद्धा,

ह्या इतिहासाची पुनरावृत्ती न व्हावी म्हणून मी आता १९८० साल संपेतो पुण्यातील आमंत्रणं (आलेली) परतवून लावलेली आहेत.

तुमचा,
वपु काळे.

पुणे-३०

प्रिय वपु,

तुमचं पत्र मिळालं. पत्राची बाहेरील सजावट पाहूनच आतील मजकुराची साधारण कल्पना आली. आपले अनंत व्याप सांभाळून एका साध्या पोस्ट-कार्डचं उत्तर देण्यासाठी इतका वेळ काढलात याबद्दल धन्यवाद! उत्तर अपेक्षित होतं, पण एखादं साधं पोस्ट-कार्ड खरडून टाकलेलं येईल असं वाटलं. पण पत्राची एकूण मांडणी पाहून मजकूर काहीही असला तरी चालला असता, पण मजकुरातील कौतुक व काढलेले हलके चिमटेदेखील जाणवले.

माझ्या यापूर्वीच्या पत्रामधील शिकायत मुख्यत: दोन गोष्टींची होती. एक म्हणजे दु:खान्त शेवट असलेली कथा कार्यक्रमाच्या शेवटी ऐकण्यास लागू नये व दोन कथा पुन्हा पुन्हा त्याच सांगितल्या जाऊ नयेत.

कथा *repeat* होऊ नयेत असं सांगण्यामागे आम्हाला जास्त वेगवेगळ्या

स्वरूपाच्या कथा ऐकायला मिळाव्यात हाच हेतू होता. परंतु याबाबतचं आपलं म्हणणं अगदी रास्त आहे. आजपर्यंत एक श्रोता या नात्याने विचार केला. परंतु कथाकथनकाराच्या भूमिकेतून विचार करता तुमच्यासुद्धा काही अडचणी असतात याची जाणीव नव्हती, ती झाली.

माझ्या पत्रातील (पूर्वीच्या) विधानामुळे जर का पुण्यामधील कार्यक्रम १९८० अखेरपर्यंत स्थगित होणार असतील तर माझी सर्व विधाने मागे घेतो.

तुम्ही या! जरूर या! काही नवीन ऐकवा. काही जुन्याची उजळणी करा! पण असं रागावून जाऊ नका!

पुणं तुमचंच आहे. पुण्याची माणसं तुमच्यावर किती प्रेम करतात हे माझ्यापेक्षा तुम्हालाच ठाऊक आहे. कळावे,

एक मध्यमवर्गीय म. न. पा. कर्मचारी.

११/६/१९८८

प्रिय वपु,

आपला हा प्रथम व कदाचित शेवटचा पत्रव्यवहार असावा. त्याचं कारण पत्रात कळेलच. मी एक इंजिनिअरिंगचा विद्यार्थी आहे. गेल्या पाच वर्षांत मला मराठीतून लिहायचे पाच-सातच प्रसंग आले असतील. त्यामुळे माझ्या व्याकरणाच्या, शुद्धलेखनाच्या चुका क्षम्य असतील असं मी समजतो.

'वपुंबरोबर एक दिवस' हे 'घरदार'मधील सदर वाचलं. आपल्या १४०० व्या प्रयोगाबद्दल आपलं अभिनंदन! आपण, द. मा., शंकर पाटील, माडगूळकर ह्यांनी कथाकथन हा प्रकार लोकप्रिय केला. आपलं बरंच लेखन मी वाचलं आहे. आमच्या कॉलनीत झालेला कथाकथनाचा प्रयोगही मी ऐकला आहे. (संदर्भ-आपली नोंदवही) एक प्रयोग पुण्यातल्या नाट्यगृहातही पाहिला आहे. त्याबद्दल थोडंसं सांगण्याची माझी इच्छा आहे. आपण कथाकथनातून मांडलेले विचार पटतात, पण त्यातली पात्रं अतिशय नाटकी बोलतात. त्या वाक्यांनी बऱ्याच टाळ्या कमावल्या असतील. पण प्रत्यक्षात तशी वाक्यं मी कुठेही बोलताना ऐकली नाहीत. मी फॅण्टसीजबद्दल लिहीत नसून इतर कथांबद्दल लिहीत आहे. भांडणाऱ्या जोशींच्या कथेत तुमच्या मनातील जोशी दोन-तीन प्रश्नच पुन्हा पुन्हा विचारतात ते सर्वांना निरुत्तर करतील असं वाटत नाही.

आपण सादर केलेला 'गजरा' न भूतो न भविष्यती होता. टीव्हीला सेन्सॉरबोर्ड आहे की नाही असा प्रश्न त्या वेळेस पडला होता. 'गजरा' हा hopeless प्रोग्रॅम होता. पण तुम्ही त्याला विकृतसुद्धा केलात. शृंगाराच्या प्रत्येकाच्या वेगवेगळ्या

कल्पना असतात हे मान्य असलं तरी आपल्या वयाच्या माणसाच्या ह्या कल्पना असतील ह्याची कल्पना नव्हती. आपल्या पत्नीची कहाणी वाचल्यावर मला त्या 'गजऱ्या'ची आठवण झाली.

तुम्ही चांगले लेखक आहात ह्यात शंका नाही. 'वपुर्झा'मधील काही काही paragraphs सुन्न करतात, पण हे सर्व लिहिलेलं वाचताना ठीक वाटतं. एक माणूस दुसऱ्याशी असं कधी बोलत असेल असं वाटत नाही. मला नाव नक्की आठवत नाही. बहुतेक 'ही वाट एकटीची' किंवा असंच काहीतरी होतं. त्यातील त्या नायिकेचे संवाद पूर्णपणे नाटकी होते. 'नटसम्राट' वगैरे classicsमधील संवाद आणि साध्या कादंबरीतील संवाद ह्यांच्यात फरक असावा. 'घरदार'मधील वर्णनावरून आपल्यात आणि आपल्या लेखनात बरीच तफावत आहे. आपण त्या दिवशी जे घरी वागलात ते जर नाटकी नसेल तर *you are great!* नाहीतर आपण ढोंगी आहात असं मला वाटतं. आपल्या कॅन्सरग्रस्तांच्या मदतीबद्दल अभिनंदन! ह्या ठिकाणीच फक्त आपण पु. लं.शी तुलना करू शकाल असं वाटतं. इतर ठिकाणी आपण आणि इतरांनी हा मोह आवरावा. कारण आपली लेखनपद्धती वेगळी आहे आणि पु. ल. देशपांडे हे कोणीही compare करू नयेत अशा स्थानावरचे आहेत. मी पत्र लिहिताना नक्कीच भरकटत गेलो असणार आहे. त्यामुळे मी ते परत वाचण्याचं 'डेअरिंग' करत नाही. त्यातील चुकांबद्दल क्षमस्व. मला जसं वाटलं तसं मी लिहीत गेलो आहे. मी माझी ओळख नसताना पाठवलेलं हे पहिलं पत्र आहे. त्यातही मी काही आरोप केले आहेत. त्यावर विचार करा; नाहीतर सोडून द्या. कारण आरोप करणं हा आपला कोकणस्थांचा जन्मसिद्ध हक्क आहे आणि सवयदेखील. त्यामुळे पुन्हा क्षमस्व.

कळावे,

आपला एक चाहता,
नरेंद्र.

९/१२/१९८९

प्रिय नरेंद्र,

तुमच्या खूप जुन्या एकमेव पत्राला हे उत्तर.

तुम्ही तुमच्या पत्राच्या प्रारंभीच 'हा शेवटचा पत्रव्यवहार असावा' हे भाकीत केलंत. माझं उत्तर तुम्हाला दिल्याशिवाय 'पत्र' ह्या शब्दाला 'व्यवहार' शब्दाची जोड देता येणार नाही.

तुमच्या मराठीतल्या शुद्धलेखनापेक्षाही, मी तुमच्या शुद्ध हेतूबद्दल विचार

करणं पसंत करीन.

कारण तुम्हालाही पत्राचा आशय कळावा, हीच इच्छा असणार.

माझे विचार नाटकी असून तुम्हाला पटतात, ह्या विधानाची गंमत वाटली. 'टाळ्या मिळवण्यासाठी वाक्यं लिहिणं' ही लेखनाची प्रोसेस नसते. हवेत धूर सोडण्यासाठी गाडीला वाफेचं इंजिन जोडतात असं म्हणण्यासारखं झालं. लेखकाच्या विधानात तेवढं सामर्थ्य असेल तर प्रतिसाद हा त्याचा परिपोष आहे.

'गजरा' ह्या प्रकाराबद्दल मला काहीही म्हणायचं नाही. पराभवाचं समर्थन करायला ती क्रिकेटची मॅच वा निवडणूक नव्हे. फक्त त्याचा संबंध तुम्ही माझ्या मरणाच्या दारातून परतलेल्या सौ.च्या आजारपणाशी जोडताहात हे देशस्थ, कोकणस्थ इ.लाच नव्हे तर माणूस म्हणून जगणाऱ्या कोणत्याही विचारवंताला वा अविचारी माणसाला शोभणारं नाही.

'वपुर्झा'तील विचार सुन्न करतात, पण माणसं असं बोलत असतील, असं तुम्हाला वाटत नाही.

विचार आकाशातून पडत नाहीत. त्यांचं नातं जीवनाशी असतं. स्वत:च्या आयुष्याशी ज्याने प्रखर सामना दिला आहे, प्रत्येक क्षणाशी ज्याने कष्ट आणि अश्रूंनी नातं जोडलेलं आहे अशा प्रामाणिक माणसाचा साधा उद्‌गारसुद्धा वेदवाक्यासारखा असतो.

'नटसम्राटा'ला जे माफ आहे ते 'ही वाट एकटीची' ह्या कादंबरीतल्या नायिकेला क्षमस्व नाही, ह्या तुमच्या विधानाला कोणते निकष लावायचे?

फसवणूक असह्य होणाऱ्या जिवाची असहाय तडफड आणि अगतिक आक्रोश तत्त्वज्ञानालाच जन्म देते. तुम्ही civil engineer चे विद्यार्थी असाल तर सांगतो. कॉंक्रीट स्लॅबमध्ये लोखंडाच्या सळ्या आणि 1:2:4 किंवा 1:3:6 ह्यासारखं कॉंक्रीटचं प्रमाण common असणार, पण प्रत्येक इमारत वेगळीच असणार. एका creative art ची तुलना दुसऱ्या creative art शी करू नये.

माझ्या सौभाग्यवतीची नऊ ऑपरेशन्स झाली. एकोणीसशे पंचाऐंशीपासून वेगवेगळ्या उपाययोजना आजतागायत चालू आहेत. किती सोसलं, किती रात्री जागवल्या, कपडे धुण्यापासून तिला भरवण्यापर्यंत जे जे केलं ते 'घरदार'मध्ये मुलाखत यावी म्हणून नव्हे. माझ्यासाठी माझी कोणतीही ओळख नसताना आपण ढोंगी शब्दाची योजना केलीत. हा शब्द वापरताना आपण फक्त माझी नव्हे, तर जिथे जिथे रुग्णांची सेवा करता-करता त्यांचे त्यांचे आप्त, हजारोंच्या संख्येने उरात फुटून निघाले आहेत, त्या सगळ्यांची तुम्ही अवहेलना केली आहेत.

शेवटी पुलंच्या उल्लेखाबाबत.

आयडियल बुक डेपोच्या सुवर्णमहोत्सवप्रसंगी 'पुल' प्रमुख पाहुणे होते. मी

संयोजक होतो. तेव्हा जाहीर सभेत मी माझ्या भावना व्यक्त केल्या होत्या.

'सध्याच्या सर्व विद्यमान लेखकांच्यात पुलंची बरोबरी करू शकेल, असा एकही लेखक नाही.'

ह्या त्या भावना.

तेव्हा त्यांची बरोबरी करण्याचा सवालच उरत नाही.

पत्र लिहिताना तुम्ही भरकटत गेलात असं म्हणता. आयुष्यात असे भरकटलात तर?

लिहून झालेला मजकूर वाचण्याचं 'डेअरिंग' तुमच्यात नाही. मग भूतकाळात घडणाऱ्या स्वत:च्याच चुकांकडे तुम्ही कसे पाहाल?

कोकणस्थांचे जन्मसिद्ध हक्क म्हणताना मला लोकमान्यांचं स्मरण झालं. क्रांतिकारक गोगटे आठवले. मान नम्र व्हावी अशा अनेक मान्यवरांचं स्मरण झालं.

नरेंद्र बापटांच्या कुत्सित पत्राचंही स्मरण होणार.

'गाव तिथे महारवाडा' ह्याप्रमाणे जिथे 'साधू' आहेत तिथेच 'भोंदू' असणारच.

तुमच्या खडूस पत्राला मलाही तसंच उत्तर लिहिण्याचा मोह झाला. पण मग तुमच्या-माझ्यात काही फरक राहिला नसता.

पण अशा वृत्तीची माणसंही असतात, हे समाजाला समजावं म्हणून तुमचा-माझा हा पत्रव्यवहार मी असाच्या असाच माझ्या आगामी 'प्लेझर बॉक्स' पुस्तकात प्रकाशित करीत आहे.

सर्वांना नमस्कार.

तुमचा,
वपु काळे.

श्री. टिकेकरांनी वेगळ्याच पद्धतीने नाराजी व्यक्त केली. माझ्या कथेतली पात्रं माझ्याविरुद्ध तक्रार घेऊन त्यांच्या स्वप्नात गेली. मला खूप गंमत वाटली. माझी पात्रं माझ्या स्वप्नात न येता वाचकांच्या स्वप्नात कशी काय जातात?–ह्याचं मला नवल वाटलं. रूपकात्मक भाषेत आलेल्या पत्राला मीही रूपकात्मक पत्रच पाठवलं. त्यानंतर अचानक हे गृहस्थ मला 'चतुरंग'च्या एक 'एक संध्याकाळ-एक कलाकार' या कार्यक्रमाला भेटले. त्या एका संध्याकाळी माझीच मुलाखत होती. त्या भल्या माणसाने मीच टिकेकर असं म्हणत म्हणत आपण होऊन ओळख करून दिली. त्या दिवसापासून ते माझे मित्र झाले. पत्रात भेटलेला माणूस आणि प्रत्यक्षातला माणूस ह्यात किती अंतर असतं हे त्यांनी दाखवून दिलं.

टीकाकार आणि वाचक यांची आमने-सामने भेट झाली तर आयुष्याच्या ह्या खेळात आणखीन एक मित्र लाभतो. अर्थात त्यासाठी एक वेगळीच खिलाडू वृत्ती

लागते. त्याचा प्रारंभ लेखकाकडूनच व्हायला हवा. वाचकाने कितीही तडकून पत्र लिहिलं तरीही लेखकाकडून संयत भाषेतच उत्तर गेलं पाहिजे. आपल्यावर प्रेम करणारा माणूसच रागावलाय, ह्याचं स्मरण राहिलं, तर ते फारसं अवघड नाही.

ह्याच रांगेतलं आणखी एक पत्र.

धाटणी मात्र निराळी. माझ्या कथेतली पात्रं त्या वाचकाच्या स्वप्नात गेली. कथेत मी त्या त्या पात्रांचे जे स्वभाव दाखवले होते, त्याबद्दल त्या पात्रांनी त्या वाचकाकडे तक्रार केली. मी माझी मतं त्या पात्रांवर लादली म्हणून त्यांना तसं वागावं लागलं हा त्या तक्रारीचा सूर.

पत्र काठोकाठ उपहासाने भरलेलं.

आणि शेवटी, 'एकंदरीत १९८२ अखेर तुमची अशी वपु चाकोरीची लक्ष्मणरेषा तुम्ही वापरलीत.' जुनी दारू नव्या बाटलीतून असा हा 'पार्टनर', 'कर्मचारी' कथाप्रवास अजून त्याच प्रबोधनाच्या मार्गावरचा. कलात्मक अलिप्तता अजून जमलेली नाही. वपु मध्येच उभे राहतात. आकर्षक भाषा व घरेलू व्यावहारिक तत्त्वज्ञान ही जमेची बाजू.

धन्यवाद.

आगे बढो. नव्या, चाकोरीबाहेरच्या मार्गाने.

आता अशा पत्रांना उत्तरं पाठवताना मी सावध असतो.

लिहिलेला शब्द कायम राहतो हे एक कारण. वाचकाचं वय किती, व्यासंग किती, अधिकार केवढा ह्याचा पत्ता लागत नाही हे आणखी एक कारण. त्याच्या पत्रातला सूर साधा, सरळ आहे का उपहास-उपरोध ह्यांनी भरलेला आहे ह्याचा निव्वळ शब्दांनी बोध होत नाही. 'आपण खरंच सुज्ञ आहात' ह्या विधानातला प्रामाणिकपणा वा उपहास फक्त स्वराने आणि उच्चारानेच व्यक्त होतो. तशी कधीकधी परिस्थिती होते.

कोणत्याही परिस्थितीत माणसाने *decency* सोडू नये असं मला वाटतं. शब्दांची ही देवाणघेवाण भावभावनांच्या मांडवासाठी. दोस्तीची वेल त्यावर बहरावी हा हेतू असावा. ही दोन वकिलांतली बाचाबाची नाही; किंवा दोन भावांचं वडिलोपार्जित इस्टेटीसाठी चाललेलं भांडण नव्हे.

शब्दांचे मधुघट आपापल्या कुवतीनुसार प्रत्येक लेखक भरत राहतो ते रसिकांच्या ओंजळीसाठीच. त्यात कधी, क्वचित उणेपणा आढळला तर वाचकांनी मधमाशीसारखं लेखकावर तुटून का पडावं?

त्या दिवशी मलाही मग रेवडी उडवायची लहर आली. माझी कथेतली पात्रं, त्या कोण्या वाचकाकडे माझ्याविरुद्ध निवेदन करण्यासाठी त्याच्या स्वप्नात गेली होती.

स्वप्नाचंच रूपक पुढे चालवीत मी लिहिलं...

१९/१/१९८३

प्रिय टिकेकर,

काल मी राणीच्या बागेत गेलो होतो. जागेपणीच. म्हटलं, खूप दिवसांत आपण जनावरं पाहिलेली नाहीत. पाहूया आज.

पहिल्या प्रथम मी हरणांच्या पिंजऱ्याजवळ थांबलो. का? तर दोन काळविटांची शिंगं एकमेकांत अडकली होती. मी त्यांना म्हणालो,

'एकमेकांवर डोकी आपटली की शिंगं अडकतात, हे तुम्हाला इतक्या वर्षांनंतर समजू नये का? मला वाटलं की तुम्ही मारामारीचं एखादं नवं तंत्र एव्हाना शिकला असाल.'

त्यावर त्यांच्यापैकी एकजण म्हणाला,

'शिंगं तुटली तरी चालतील, पण हे असंच चालणार.'

मी मग पुढे सटकलो. पाहतो तो जिराफ कंपाऊंडच्या वर मान करून मला लांबून येतानाच न्याहाळतोय. मी त्याला म्हणालो,

'तुझ्या ह्या लांबलचक मानेत चक्क जिराफ डोकावतोय.'

त्याला मानेइतकाच 'मान'ही होता. तो पाठ फिरवून निघून गेला.

मग मी माकडांच्या पिंजऱ्याकडे वळलो, तर त्याच्याही माकडचेष्टा चाललेल्याच. तो तर ऐकूनही घ्यायला तयार नाही. तरी मी त्याची कानउघडणी केली.

'तुझ्यात माकड मुळीच डोकावता कामा नये. एकोणीसशे ब्याऐंशी सालापर्यंत ठीक होतं. नवीन वर्षात तरी काही फरक होऊ दे.'

माकड पोट धरून (त्याचं) हसायला लागलं आणि म्हणालं,

'माकडातून माणूस निर्माण होऊन कितीतरी युगं लोटली तरीही, माणसात मधूनच माकडं डोकावतात.'

'कधी?' मी चिडलो.

माकड म्हणालं,

'त्याच त्याच गोष्टी करण्याचा माकडांना कंटाळा येतो का?'

मी 'नाही' म्हणालो.

'मग तसंच तुझ्यासारख्या लेखकांचं झालंय. त्याच त्याच गोष्टी लिहिता. आम्ही माकडं त्याच त्याच जुन्या झाडांवर नव्या नव्या उड्या मारतो, तसं तुम्ही लेखक लोक करता. त्यात पुन्हा प्रत्येक गोष्टीत डोकावता. हे किती वर्षं चालायचं? इतर जनावरं आणि माणसं ह्यात काही फरकच नाही. हत्तीत हत्ती डोकावतो. उंटाच्या वेड्यावाकड्या शरीरात तर सारखा उंटच दिसतो. त्या मानाने आम्ही माकडं अजून फ्रेश असतो. म्हणून सर्वांत जास्त गर्दी आमच्या पिंजऱ्यासमोर असते.'

'मग मी काय करू?'

'कोणत्याही पिंजऱ्यात न डोकावता घरी जा.'

मी घरी आलो.

१९८३ सालासाठी, नव्या वर्षासाठी बऱ्याच संपादकांनी कथा मागवल्या होत्या. त्या सर्वांना मी लेखन बंद केल्याबाबतची पत्रं पाठवली.

शांत झोपलो.

नेहमी डोक्यावरून पांघरूण घेऊन मी झोपतो. आज ते खांद्यापर्यंत ठेवलं. पांघरुणातसुद्धा डोकवायचं नाही असं ठरवलं.

तर,

स्वप्नात पुन्हा माकड.

मी विचारलं,

'आता काय हवंय?'

माकड म्हणालं,

'तुझी टेबलावरची पत्रं मी वाचली म्हणून तुझ्या स्वप्नात मी डोकावलो.'

'का?'

माकड म्हणालं,

'दुपारी मी चेष्टा केली. तुला ती खरी वाटली?'

'खरं बोललास की चेष्टा केलीस, मला माहीत नाही. मी मात्र खरं सांगतो. मला ते 'अलिप्तता' प्रकरण काय आहे ते समजलं पण जमलं नाही. त्या कलात्मक अलिप्ततेची महती अफाट आहे, तरीसुद्धा मी तिथवर पोचू शकत नाही. काय करू ते सांगतोस?'

माकड म्हणालं,

'तू खुळा आहेस. हत्तीने हत्तीच राहायचं असतं शेवटपर्यंत. हरणाने हरीण, जिराफाने जिराफ, गेंड्याने गेंडा. उंच मान कुणाची? हा प्रश्न विचारल्यावर 'जिराफ' हेच उत्तर यायला हवं. जिराफाची उंच मान ही त्याची कमजोरी नसून, तेच त्याचं व्यक्तिमत्त्व आहे. मी जर माझ्या पिंजऱ्यात ध्यानस्थ होऊन बसलो तर लोक माझ्याकडे बघतील का?'

'पण...'

'ऐक. तुझ्या मनातल्या भावना, वैचारिक भूमिका, उद्रेक, जाणिवा हे सगळं समाजापर्यंत पोचवण्यासाठी तू काहीतरी सांगायला प्रारंभ केलास.'

'बरोबर.'

'तू काय सांगतोस ते समाज ऐकू लागला.'

'हो.'

'तुझं सांगणं समाजाला आवडायला लागलं म्हणून तू कसं सांगतोस हे समाजाने प्रारंभी लक्षात ठेवलं नाही.'

'बरोबर.'

'ते तुला पण समजलं नाही.'

'हं!'

'हळूहळू तुझ्या निरुपणाला एक स्वतःचा आकार आला. तो आकार तू आणि तुझा समाज दोघांनी एकदमच घडवला.'

'असेल.'

'तो आकार म्हणजे व्यक्तिमत्त्व घडवायला दोन तपांची मेहनत आहे.'

'खरं आहे.'

'म्हणूनच तो आकार ही तुझी मर्यादा नसून सामर्थ्य आहे.'

'खरं? मग दुपारी तू जे बोललास...'

'ते विसरायचं. आणि लक्षात ठेवलंस तरी परिस्थितीत फरक पडणार नाही. आमच्या नादी लागायचं की नाही हे तू ठरव. आम्ही ज्या फांदीवर झोके घेतो, काही काळ रममाण होतो, तीच फांदी आम्ही वेळ आली की मोडून पण टाकतो. फांदी मोडली की मोडली. ती पुन्हा जोडणं हे आमचं काम नाही. आम्हाला दुसरी फांदी मिळते. मग आम्ही तिचं कौतुक करतो. काही दिवस लोटले की त्या फांदीच्या मर्यादा सांगायला आम्ही मोकळे. ती फांदी कोणत्या झाडाची, त्या झाडाचं मातीशी नातं काय, हे पाहायला आम्हाला सवड नाही.'

'मी काय करू तेवढं सांग.'

'तू तुझ्या मातीकडून जे घेतलंस त्या मातीचं देणं ह्या जन्मी चुकतं कर. आमच्याकडे लक्ष द्यायचं ते किती? आम्ही फांदी तोडत नाही ना, हे पाहण्यापुरतं.'

एवढं बोलून माकडाने माझ्या टेबलावर उडी मारली. संपादकांना लिहिलेली नकाराची पत्रं त्याने फाडून टाकली. मग त्याने माझी दौत उपडी केली. पेन कचाकचा चावलं. ते माकड मग फिरणाऱ्या सिलिंग फॅनला लोंबकळलं आणि खिडकीत उडी मारून जाण्यापूर्वी एकच वाक्य बोललं,

'सेतू बांधून 'शिव' आणि 'शक्ती'ची भेट घडवणारा हनुमान एखादाच. बाकी आम्ही सगळी सेतू उधळणारी माकडंच.'

आपला,
वपु काळे.

कोणताही पूर्वपरिचय नसताना, स्वतःचा अनुभव नसताना माणसं दुसऱ्यांचं मूल्यमापन का करतात? या अशा पत्रांकडे दुर्लक्ष करायचं ठरवलं, तरीसुद्धा

स्वत:ला सावरायला काही तास लागतातच. या कारणासाठी दुसऱ्याचं आयुष्य अंशत: वाया घालवण्याचा इतरांना काय अधिकार आहे? अर्थात या देशामध्ये हे असे प्रश्न विचारण्यात काही अर्थ नाही. सामाजिक पातळीवर माणसांना प्राण गमवावे लागले आहेत. म्हणजे नेमकं काय?

तर कुठल्या तरी पुतळ्याला डांबर फासलं जातं किंवा चपलांचे हार घातले जातात. हे झालं की दंगा सुरू. ज्याला दंगा घडवून आणायचा आहे तो स्वत:च हे अगोदरचे उपद्व्याप करीत असे. त्यातही सर्वांत विरोधाभास म्हणजे ज्या माणसांनी 'इतरांना जपा' असं सांगत सांगत कारकीर्द संपवली, त्यांच्या पुतळ्यांच्या निमित्ताने हे दंगे घडतात. यापेक्षा एक छानदार वास्तू उभी करावी आणि एकूण एक पुतळे तिथे ठेवावेत. या गोष्टी सरकारला कळत नसतील अशातला भाग नाही, पण सरकारची ती इच्छा नाही.

कोणत्याही लेखकाला वाचक अशी पत्रं लिहितात तेव्हा त्यांना काय वाटत असेल?- ह्या सगळ्यामागे सूक्ष्म अहंकार किंवा मत्सर यापलीकडे अन्य भावना असू शकत नाहीत.

या अशा पत्रांपेक्षाही मी जास्त अस्वस्थ होतो, तो माणसातला चांगुलपणा पाहून. एखाद्या माणसाला जर शिवी दिली, तर प्रत्युत्तरासाठी त्याच्याकडे दहा शिव्या तयार असतात. पण त्याला जर म्हटलं, 'तू परमपूज्य, थोर विचारवंत आहेस.' ह्यावर त्याला पटकन् प्रतिक्रियाही सुचत नाही. आतापर्यंत आठ ते दहा हजार पत्रांचा पत्रव्यवहार वाचक आणि माझ्यात झाला. पण या सर्व पत्रांत एकमेव पत्र फार वेगळं होतं. सद्भावनेने ओतप्रोत भरलेलं पत्र. ही सद्भावना माझ्याबद्दल नाही.

अशीच एक हकिगत ऐकून त्या हकिगतीत सापडलेल्या मुलीसाठी काही करता येईल का?—ह्या संदर्भातलं पत्र.

कटु अनुभव देणारी पत्रं मी केव्हाच विसरतो. पण जिव्हाळ्याने भरलेली पत्रं विसरणं अवघड असतं.

नंदिनी जोशी या नावाने एक पत्र आलं.

प्रिय वपु,

मी तुमच्या असंख्य चाहत्यांपैकी एक. आजवर तुमच्या अनेक पुस्तकांवर अभिप्राय कळवावासा वाटला, पण कधीच पत्र लिहिलं नाही. कारण जे वाटतं, ते लिहिता येईल अशी खात्री वाटली नाही. आज 'फॅण्टसी-एक प्रेयसी' वाचलं आणि ताबडतोब पत्र लिहायला बसले. सॉरी, मी पुस्तकाविषयी काही लिहिणार नाही. माझं काम थोडं वेगळचं आहे.

मला आता तुमची नेमकी कोणती कथा ते आठवत नाही. तुमच्या कोणत्या तरी एका कथेत तुम्ही डॉक्टर पंडितांचा उल्लेख केला आहे. तुमच्या आतापर्यंतच्या लेखनात मी कोणत्याही व्यक्तीच्या संदर्भात तिची उंची किती होती? शरीरयष्टी कशी होती? फिचर्स कसे होते? ह्या तऱ्हेची वर्णनं वाचलेली नाहीत. तुमचा जास्तीत जास्त रोख मानसशास्त्राकडे दिसतो.

संवादांमधूच पुष्कळदा सगळ्या कथा मांडल्या जातात, पण त्या एका कथेत तुम्ही डॉ. पंडितांचं संपूर्ण वर्णन केलं आहे. याचा अर्थ ही व्यक्ती प्रत्यक्ष वास्तवात आहे. इतकंच नव्हे तर तुमच्या चांगल्या परिचयाचीसुद्धा आहे असा मी अर्थ लावला. तो चुकीचा असेल तर सोडून द्या. पण अशी व्यक्ती खरोखरीच असेल तर माझ्या वतीने आपण त्यांना काही प्रश्न विचारावेत अशी माझी इच्छा आहे.

'त्यांनी त्यांच्या मुलावर नेमके कुठल्या प्रकारचे संस्कार केले? मुलगा सर्जन होऊनही स्वतःच्या पायावर का उभा नाही? ते स्वतःच्या मुलाला पूर्णपणे ओळखतात का? असतील तर त्यांनी त्याचं लग्न करून एका मुलीचं आयुष्य का बरबाद केलं? सुनेच्या वडिलांना हाकलून देणं, अपशब्द वापरणं हे त्यांच्या स्वतःच्या संस्कृतीत तरी बसतं का? सोन्यासारख्या सुनेवर, हिऱ्यासारख्या नातवावर त्यांनी कुठल्या अधिकारात अन्याय केला? या सर्वांची उत्तरं आणि त्यांचा defence (असलाच तर) मला कळवा.

त्यांची सून (M.D. Anaesthesia) माझी जिवलग मैत्रीण. जन्मापासून अतिशय smooth आयुष्य. चेहऱ्यावर गोडवा ओतप्रोत भरलेला. कुणा राजाची राणी होऊन ऐषारामात आयुष्य घालवावं अशी तिची आणि तिच्या बाबतीत माझीही इच्छा. पण डॉ. केतन पंडितशी लग्न झालं आणि दुर्दैवी प्रवास चालू झाला तिचा. आज मुलगा घेऊन माहेरी राहण्याची पाळी आलीय. Private practice चालू केलीय, म्हणून परावलंबित्वाची भावना नाही, पण बाकी काय? तिच्या गोड, कुरळ्या केसांच्या मुलाकडे पाहून मला रडू फुटतं. मी स्वतः तिच्या सासरकडच्यांना जाब विचारणार आहेच. पण माझी परीक्षा अवघी दहा दिवसांवर आलीय, म्हणून तुम्हाला request करतेय. पिता म्हणून तुम्ही तुमचं कर्तव्य नक्कीच चांगल्या प्रकारे पार पाडलं असेल. 'घरचा आहेर' वाचलाय मी. आज तुमची दुसरी मुलगी तुम्हाला विनंती करतेय असं समजा.

खरोखर इतकं जगावेगळं काम तुम्हाला कधी कुणी सांगितलं नसेल. पत्र लिहिल्यानंतर मलाही एक क्षण असं वाटतंय, की हा असा शुद्ध वेडेपणा आहे, पण काय करू? अतिप्रेमापोटी असा वेडेपणा होतो कधीकधी. आम्ही तुमच्या कथांवर, तुमच्यावर प्रेम करायचं आणि मग हक्काने तुम्हाला एखादं छोटं काम सांगितलं तर कुठं बिघडलं? आमच्या gynac च्या सरांना एकदा विद्यार्थ्यांनी

विचारलं, 'Who is the most attractive girl in the world?' काहीतरी चावट उत्तर मिळावं, ही त्यांची अपेक्षा. आणि सर म्हणाले, 'The one every father has.' बापलेकीचं नातं कसं असतं हे मी तुम्हाला सांगण्याची गरज नाही. त्या नात्याला तुम्ही जागाल? वपु, माझा अपेक्षाभंग करू नका, नाहीतर इथून पुढे मी तुमच्यावर बहिष्कार टाकेन. please वपु, please.

प्रिय डॉ. सौ. नंदिनी,

इतकं जगावेगळं काम मला खरोखरच कुणी सांगितलं नाही.

तुमच्या शुद्ध भावनेबाबत संदेहच नाही. तरीसुद्धा मी श्री. पंडितांना काय विचारणार?

कोणतीही व्यक्ती एकूण एक नात्याने आदर्श असतेच असं नाही. चांगुलपणाला संदर्भ आले की त्याला मर्यादा आल्या.

हिचकॉकच्या एका चित्रपटात एक माणूस शांतपणे रस्त्याच्या कोपऱ्यावर एका बाईला ठार मारतो. हात झटकतो. हातावर चिवड्याचा घास घेऊन तो हात झटकावा तसा. आणि पुढच्याच क्षणी, तोच माणूस एका आंधळ्या माणसाला रस्ता क्रॉस करायला मदत करतो.

ह्यातला कोणता माणूस खरा?

श्री. पंडितांना मी ओळखतो. त्यांची पत्नी माझी १९४९ पर्यंत वर्गभगिनी. पण त्या काळातल्या संकेतानुसार आम्ही कधी चार वाक्यंही एकमेकांशी बोललो नाही. तिची मुलगी जेव्हा वीस-एक वर्षांची झाली तेव्हा अचानक सौ. पंडितांची भेट झाली. त्यानंतर मी आणि माझी सौ. माझ्या कार्यक्रमाच्या निमित्ताने अंमळनेरला दोन दिवस त्यांच्या घरी राहून आलो. ह्या घटनेलाही सात-आठ वर्षं होऊन गेली.

पहिल्याच भेटीत गट्टी व्हावी, इतका तो लोभसवाणा माणूस आहे.

त्यानंतर आमचं सतत जाणंयेणं तर सोडाच, पण साधा पत्रव्यवहारही नाही.

अशा परिस्थितीत त्यांच्या कौटुंबिक समस्यांची कोणतीही पूर्वपीठिका अनभिज्ञ असताना, माहीत नसताना, मला त्यांना पत्र कसं पाठवता येईल? पत्रातून त्यांना काय विचारू?

माणुसकीला न शोभणारं काहीएक वर्तन त्यांच्याकडून घडलं आहे, असं मला तुमच्यासारख्या एका अपरिचित व्यक्तीकडून समजलं, म्हणून मी ते गृहीत धरून त्यांना जाब विचारावा, हा सगळा हिशोबच, भावना आणि हेतू, शुद्ध असला तरी अप्रस्तुत आहे.

१. प्रत्यक्ष जे घडलं त्यांपैकी तुम्हाला काय माहीत आहे?

२. तुम्ही मला प्रश्न विचारणारे कोण?

३. माझ्यासारखा समाजकार्य करणारा, अनेकांकडून मान्यता प्राप्त झालेला एक डॉक्टर, त्याच्यावरसुद्धा इतकं कटू वागण्याची वेळ येते ह्यातच काय ते समजा.

वरील तीन संभाव्य प्रतिक्रियांपैकी एखादी प्रतिक्रिया ऐकावी लागेल किंवा 'त्यामागे प्रचंड इतिहास आहे. भेट होईल तेव्हा बोलू' असं एखादं पत्र येईल.

त्यानंतर आपण काय करणार?

अनेक बाबतीत जसं आपल्याला गप्पच बसावं लागतं तसंच इथेही तेच करावं लागणार.

संस्कार हा शब्द अत्यंत फसवा आहे. लवचिक आहे. खरं तर संस्कार ही अत्यंत वैयक्तिक अवस्था आहे.

जन्माला येताक्षणी मूल ज्या क्षणी स्वतःचा श्वास घेतं, त्या क्षणापासून ते स्वतंत्र व्यक्ती होते. ज्या ज्या गोष्टींचा त्याच्या मनावर ठसा उमटत जातो, त्या त्या गोष्टींची त्याच्या मनात एकेक प्रतिक्रिया उमटत जाते. कशाचा तरी तिरस्कार करणं किंवा स्वीकार करणं, प्रलोभनात पडणं किंवा घृणा करणं, आदर व अनादर, आदर्श समजणं वा त्याज्य ठरवणं, हे सतत, पहिल्या श्वासापासून सुरू होतं. बुद्धी वा तर्क ह्यांना जाग येईपर्यंत मुलाला फक्त होकार माहीत असतो. असते ती फक्त स्वीकृती. स्वीकार-नकार देण्याची इच्छा वा भाव ज्या क्षणी जागा होतो त्या क्षणापासून मेंदूला जाग आल्याचं समजावं. कुणाजवळही रमणारं मूल जाग आली की हात पुढे करणाऱ्या माणसाच्या चेहऱ्याकडे साशंकतेने बघतं. परक्या माणसाच्या नजरेत तो विश्वास आणि सुरक्षिततेची हमी दिसते का, ते पाहतो. खात्री पटली तर तो जीव झेपावतो. त्या मुलाचं खाऊ ओळखण्याचं वय झालं की ते मूल मोहाचा पहिला धडा शिकतं. मग बोलावणारी व्यक्ती जरी अपरिचित असली तरी त्याच्या हातातलं 'चॉकलेट' ओळखीचं असतं. त्याची चव परिचयाची असते. त्यातून मिळणाऱ्या आनंदाला पूर्वपरिचयाचं अस्तर असतं.

त्याचप्रमाणे बाहेर कुणी फिरायला नेलं की छान वाटतं, ह्या भावनेचा साक्षात्कार झाला की मूल घरापेक्षा बाहेर रमतं.

बाहेरच्या जगात फुलं आहेत. पानं आहेत. झाडं आहेत. म्हणजे रंग आहेत. शहरात धावणाऱ्या वेगवेगळ्या रंगांच्या गाड्या आहेत. चित्रविचित्र रंगांचे, आकाराचे कपडे घातलेली माणसं आहेत. ती चालताहेत. बोलताहेत. रंग आहेत, पक्ष्यांचे, माणसांचे, वाहनांचे आवाज आहेत. गती आहे. म्हणजेच डोळे आणि कान ह्यासाठी दृश्य आणि ध्वनी आहे. रडणाऱ्या मुलाला बागेत वा गॅलरीत नेऊन उडणारा पक्षी किंवा विमान दाखवलं की ते दुःख विसरतं. दुसऱ्या क्षणी शांत होतं. कारण ते मनाने जगतं. बुद्धी प्रश्न उपस्थित करायला जागी झालेली नसते. उदासीनतेवर

लहान मुलांना चटकन उतारा मिळतो.

घरात तोचतोपणा असतो. नवं खेळणं, रॅपर फोडताक्षणीच नवं असतं. तेही जुनं व्हायला वेळ लागत नाही.

बाहेर सगळं नित्य-नूतन असतं. त्याचं कारण जे जे दिसतं ते ते सगळं मालकीचं होणार नसतं. म्हणूनच चॉकलेटच्या खालोखाल 'भूर जाऊ' म्हटलं, की माणूस अपरिचयाचं असलं, तरी त्याच्या पायातली निर्जीव चप्पल ओळखीची असते. ही वस्तू वापरणारा सज्जन बाहेर नेतो. हे अनुभवाचं असतं. त्या चपलेतच ह्या एवढ्याशा जिवाला रंग, ध्वनी, गती आणि विविधतेची दुनिया दिसायला लागते. मग कोणत्याही व्यक्तीला तुम्ही 'हा तुझा काका, मामा, दादा', अलाण्याफलाण्या काहीही म्हणा. अतिपरिचित, चार भिंतीतल्या जगतापासून दूर होण्याचे पहिले संस्कार, प्रत्येक मुलावर इतक्या नकळतपणे आपणच करतो.

'आमच्या बाब्या किंवा बबडी बाहेर नेलं की खूष. कुणाबरोबरही जाते.' असं जेव्हा आईबाप कौतुकाने सांगतात, तेव्हा तोही एक केला जाणारा अप्रत्यक्ष संस्कारच आहे.

माझ्या मते, वाटेल त्या व्यक्तीबरोबर मुलाला, म्हणजे अपत्याला पाठवू नये. परिचयातली, नात्यातली व्यक्ती सिगारेट ओढणारी असते, ड्रिंक घेणारी असते. घोटभर जिन् अपत्याला चाखायला लावून त्याचं अंग कसं शहारतं आणि चेहरा कसा होतो हे पाहून एन्जॉय करणारी माणसं असतात. सांभाळायला ठेवलेला गडी विड्या ओढणारा असतो. स्वतःच्या काही अटळ गरजांसाठी, तर कधी विश्रांतीसाठी, तर कधीकधी खुद्द आईबापच ऐषआरामी आणि संगोपन टाळणारी असली, तर शेजाऱ्यापाजाऱ्यांवर मुलांची जबाबदारी टाकून पार्ट्यांत दंग होतात.

इतक्या लहान वयापासून कोणतंही अपत्य काय पाहतं, काय टिपतं, काय अनुभवतं आणि कसं वागायचं ठरवतं हे कसं सांगता येईल?

आपण श्री. पंडित, त्यांचा मुलगा–ज्याची आणि माझी ओळखही नाही–आणि तुमची मैत्रीण, ह्या सगळ्या मंडळींचा विचार सोडून देऊ. आपण आपल्यापुरतं पाहू. म्हणजे वपुंनी स्वतःचा विचार करायचा आणि नंदिनीने मागे पाहायचं नाही, आत पाहायचं.

आपले आईवडील आणि आपण.

संस्कार ह्या शब्दाची व्याख्या जोखण्यासाठी फक्त आपले जन्मदाते आणि आपण. त्यांनी आपल्याला जे काही सांगितलं, त्यांपैकी किती गोष्टींचं आपण पालन केलं?

मागची पिढी आणि आमची पिढी, हे शब्द फक्त माणसांनाच लागू होतात.

सद्गुणांना पिढ्या नसतात.

रामायण, महाभारताच्या काळातले सद्‌गुण वेगळे होते आणि विसाव्या शतकातले सद्‌गुण वेगळे असं कधी घडतं का? प्रत्येक पालकाची धडपड मूल सद्‌गुणी व्हावं, ह्यासाठीच असते हे कुणीही मान्य करील. मी माझ्या मुलाला त्याच्या बायकोशी वाईट वागायला शिकवलं नाही, ही जर माझी माझ्यावर श्रद्धा असेल तर श्री. पंडितांनी पण एक बाप ह्या नात्याने वाईट वागायला शिकवलं नसेल, ह्यावर आपण दोघंही विश्वास ठेवू. कारण आपण दोघंही त्यांना ओळखत नाही. फार तर मी त्यांना पाहिलं आहे एवढाच फरक. जी व्यक्ती माहीत नाही तिच्यावर विश्वास किंवा अविश्वास दोन्ही ठेवता येणार नाही.

आता प्रश्न उरला तुमच्या मैत्रिणीचा आणि तिच्या नवऱ्याचा.

इथेही,

पतिपत्नी ह्यांच्यातले प्रश्न, संघर्ष त्यांचे त्यांनीच निर्माण केलेले असतात किंवा त्यांचे त्यांनाच फक्त ते माहीत असतात. Individually अत्यंत सालस असलेले पण एकमेकांशी क्षणभरही सूर न जुळलेले असंख्य संसार आहेत. त्याच्या यादीचा उपयोग नाही. उदाहरणांचा फायदा नाही.

खुद्द तुमच्या संसारात तुम्ही स्वत: किती गोष्टींना मुरड घातली आहेत आणि तुमच्या पतीने नमतं घेतलं असेल ते तुम्ही आठवा.

त्या दृष्टिकोनातून आपले आईबाप आणि आपण इतकंही मागं जायचं नाही. आपण ज्या क्षणी स्वत: स्वत:चा श्वास घेतला, त्या क्षणी आईबाप समाजाचा एक भाग झाले. म्हणून मी म्हणालो, 'मागे बघायचं नाही, आत बघायचं.'

प्रत्येक स्वतंत्र व्यक्ती म्हणजे एक अखंड व्यक्ती असते. दुसऱ्या व्यक्तीचं आपल्या आयुष्यात आगमन ह्याचाच अर्थ अभंगत्व संपलं. अभंगत्व संपल्याची खंत प्रत्येकाच्या मनात असतेच. जिथे ती खंत असह्य होते, ती माणसं विभक्त होतात. स्वत:पेक्षा संसार मोठा, ह्या विचाराला जिथे अग्रक्रम आहे, तिथे माणसं खंत विसरतात.

खंत ही अस्मितेच्या वेलीला फुटलेली डहाळी आहे. डहाळी कापता येते. ती कापली की ती दुप्पट वेगाने फुटते. अस्मिता म्हणजे अहंकाराच्या मुळातून बाहेर आलेली, लोभस नाव बारशाच्या वेळी लाभलेली वेल.

जोवर मुळं जमिनीत किती खोलवर गेलेली आहेत ते कळत नाही, तिथे वेल छाटून काय फायदा? अहंकारची मुळं अत्यंत 'डिप्लोमॅटिक' असतात. आपला फैलाव समजू नये म्हणूनच ती जमिनीत गाडून घेतात. प्रकाशाशी त्यांचं वैर.

माणसाचा एकच शत्रू.

अहंकार. त्याची वाढ जमिनीखाली.

म्हणूनच प्रत्येक माणूस त्याचं मूळ स्वरूप दाखवत नाही.

अहंकाराची मुळं जेव्हा रोपाच्या, पिकाच्या, वेलीच्या किंवा झाडाच्या रूपाने प्रकट होतात, तेव्हा लोभसवाणं रूप धारण करतात.

परीक्षेत पहिला नंबर आलाच पाहिजे इथपासून पदवी, पोशाख, पद, प्रतिष्ठा, पैसा, चांगली नोकरी, देखणी पत्नी किंवा रुबाबदार नवरा, ही सगळी आकर्षक इंद्रधनुष्याची कमान.

ह्या स्पर्धेवर संसार उभा राहिला असेल तर कसं व्हायचं?

तेव्हा संस्कार हा शब्दच दिशाभूल करणारा आहे. तो प्रत्येकाचा स्वतंत्र असतो.

पंडितांनी स्वत:चा संसार इतकी वर्षं खेळीमेळीने किंवा संघर्ष गृहीत धरून केला असेल तर मुलाला ते संसार तोडण्याची शिकवण नक्की देणार नाहीत.

प्रत्येकजण स्वत:चे निकष वापरूनच आयुष्याकडे पाहतो. म्हणूनच जगात एका वृत्तीची व्यक्ती एकच असते. कृष्ण, बुद्ध, महावीर, कबीर, मीरा अशी असामान्य माणसंही एकेकच आणि पंडित, त्यांची सून, नंदिनी, तिचे पती, संकेत, वपु एकेकदाच. म्हणूनच सल्ला कुणाचा मागावा हाही चॉईस आलाच.

'कुणाचाही सल्ला मागू नका' असं सांगणं हाही एक सल्लाच झाला. पण ते सांगणं अपरिहार्य आहे. पंडितांच्या सुनेने काय काय सहन केलं आणि 'आता सहन करायचं नाही' हे कोणत्या वळणावर ठरवलं, हे कदाचित त्यांनाही सांगता येणार नाही. किंवा माणूस सांगत नाही, ह्याचं कारण ऐकणाऱ्या माणसाला तो एखादा प्रसंग किंवा अपमान फारसा असह्य वाटणार नाही, ह्याची भीती.

एखादा पदार्थ एका माणसाला बेदम तिखट लागतो तर शेजारच्याला तो सौम्य वाटतो. तेव्हा शेजारच्याने पहिल्याला तुच्छ मानू नये आणि पहिल्याने शेजारच्याला तामसी आहारवाला समजू नये. नुसती पंगत एक असली तरी प्रत्येकाची 'गत' वेगवेगळी.

हे झालं साध्या चवीबाबत.

मग अपमानाचं, मानहानीचं जहर, त्याचं रंगरूप, बोच, तीव्रता ह्या सगळ्या भावनांच्या इयत्ता कशा ठरवायच्या?

तुमच्या-माझ्यातला हा पत्रसंवाद हे निव्वळ अरण्यरुदन आहे. प्रत्येकजण आपापले निकष वापरतो असं मी म्हणालो, त्यानुसार माझा संसार संपला आहे. असंख्य घरात माझ्यासारखे विधुर आहेत, असा विचार करून माझा आक्रोश किंवा एकाकीपणा संपणार आहे का?

मग मी का जगतोय?–किंवा उरलेल्या आयुष्यात माझा आनंद कशात आहे?

मुलगा आणि मुलगी आणि त्यांचे संसार बहरावेत. त्यांचे त्यांच्या साथीदारासहित फुललेले चेहरे दिसावेत, हा माझा आनंद.

आणि शेकडा नव्वद टक्क्यांहून जास्त पालकांना उतारवयात हेच हवं असतं. त्यात कदाचित पंडितांचाही समावेश होईल, ह्यावर आपण विश्वास ठेवू.

प्रश्नच विचारायचा असेल तर तो केतन आणि ऊर्मिला यांना, म्हणजेच पतिपत्नी हे एकच युनिट. ते महत्त्वाचं.

पण ऊर्मिलाने निर्णय घेतलाय. निर्णय घेणंच महत्त्वाचं. टांगती अवस्था वाईट. तो निर्णय तिने घेतला. ह्यात यातनेइतकंच धाडस आहे. स्वत:च्या पायावर, भविष्याची इमारत उभारता येईल अशी पदवी आहे, ही आयुष्यातली जमेची बाजू. उर्मिलेच्या पत्रिकेतील सगळेच ग्रह काही G. A.. मध्ये नाहीत.

Anaesthesia is a controlled and reversible process of unconsciousness.

ह्यातला 'रिव्हर्सीबल' शब्द महत्त्वाचा, हे ऊर्मिला जाणतात. नाहीतर रेल्वेचा प्रत्येक खांब ॲनॅस्थेटिस्ट झाला असता.

स्वतंत्र होऊन ऊर्मिला 'रिव्हर्सीबल' परिस्थितीत आल्या आहेत. आता मागची सगळी पानं 'स्टेपल' मारून बंद करून टाकायची. त्या आठवणी मनातून जाणार नाहीत, पण त्यांच्या पुनरुच्चारातही खूप शक्ती जाते. ऐकणाऱ्याची involvement नसेल, तर त्याची करमणूक होते आणि चर्चा करून जो शिणवटा येतो, त्यापायी नवं काम करायची एनर्जी राहत नाही.

आठवणींना स्वत:चं आयुष्य वा अस्तित्व नसतं. त्यांची उजळणी करून आपण त्यांना चिरंजीव करतो, संजीवनी देतो. तसं नसतं तर आपल्याला आपलं सगळं बालपण जसंच्या तसं आठवलं असतं. ज्यांचे शिलालेखच होतात, तिथे इलाज नाही. ते मनातच ठेवायचे. त्या शिलालेखांचं वा भग्नशिल्पांचं अजिंठा-वेरूळ करायचं नाही. संकेतचं संगोपन ह्या एकपात्री ठरलेल्या जबाबदारीसाठी एनर्जी राखून ठेवायची.

वपुंना पत्र लिहिलं की केवढी शिक्षा मिळते, ते ह्या दीर्घ पत्राने तुमच्या लक्षात आलं असेल.

मी फक्त तुमच्या अन्यायाने खवळणाऱ्या वृत्तीवर आणि परदु:ख शीतल न मानणाऱ्या सद्भावनेवर फिदा झालो आणि उत्तर लिहायला उद्युक्त झालो.

शेवटी आयुष्यात 'अ'ने काय करावं, 'ब'ने कसं वागावं, हे आपण ठरवू शकत नाही. फार कशाला, अनेकदा आपल्याला स्वत:लाही जे करायचं असतं ते करता येत नाही.

सध्याच्या परिस्थितीत, ऊर्मिलेवर तुम्ही उत्कट प्रेम करताय ते महत्त्वाचं. त्यांच्या वैवाहिक आणि दुर्दैवाने आता विभक्त आयुष्याच्या सगळ्या गरजा, बाकीची माणसं भागवू शकणार नाहीत. ॲनॅस्थेशिया देताना ईथर नसेल तर

हॅलोथीन चालतं, पेन्टॅथॉल नसेल तर प्रोपॅनीडेड चालतं. पण ऑक्सिजन सिलिंडर आणि सक्शन ह्यांना पर्याय नाही.

आयुष्यात काही गरजा तशाच असतात.

तुमच्या पत्राला उत्तर देणं, इतकंच माझ्या हातात होतं. तितकंच मी केलं.

ऊर्मिला आणि संकेत ह्यांच्या दैनंदिन गरजा आणि व्यथा इथपर्यंत हे खरडलेले कागद पोचणार नाहीत आणि जरी पोचले तरी माझ्या भावना ऑक्सिजन अथवा सक्शनचं काम करणार नाहीत. ती जागा भरून काढणार नाहीत.

तुमच्या सहृदयतेला आणि ऊर्मिलेच्या सहनशक्तीला पण निर्णय घेऊन, कृतीत उतरवणाऱ्या धैर्याला अभिवादन!

आपला,
वपु काळे.

विवाहबाह्य प्रेम हा विषय समाजात नवीन राहिलेला नाही. दिवसेंदिवस हे प्रमाण आणखीन वाढत आहे, वाढणार आहे. आपल्याला विवाहबाह्य संबंध समाजात अनेक ठिकाणी दिसतात. पण त्याच्यामागची कारणं दिसत नाहीत. काही काही बाबतीत ही कारणं इतक्या स्पष्ट स्वरूपात दिसतात की अशा मंडळींना त्यांचं एखादं अफेअर असेल तर आपण त्यांना माफ करतो. तरीसुद्धा ह्या अवस्थेत जगणाऱ्या माणसांचे ताणतणाव कधीच संपत नाहीत. समाज टिकावा म्हणून संसाराची निर्मिती झाली. ती आवश्यक आहे. पण यामुळेच काही नैसर्गिक भावना मारल्या गेल्या. माणसाने निर्माण केलेले कुठलेही पर्याय निसर्गाच्या विरुद्ध मोठे होणारच आहेत.

एकपत्नी व्रताचा कायदा करणं सोपं आहे. अनैसर्गिक-नैसर्गिक किंवा नैसर्गिक गोष्टींकडे पाठ फिरवूनच काही कायदे अंमलात आले. पुरुषाला स्त्रीबद्दल आणि स्त्रीला पुरुषाला वाटणारं आकर्षण हे नैसर्गिक आहे. म्हणूनच द्विभार्याप्रतिबंधक कायदा अस्तित्वात आला. कायदा समाजासाठी केला गेला. तो माणसाच्या सहजवृत्तींना आळा बसावा म्हणून. इथेच त्या कायद्याचा फोलपणा निश्चित होतो.

एखादी व्यक्ती विवाहबाह्य नात्याशी जखडली गेली, तर दुसरी व्यक्ती काय करणार?

कुठेतरी आपलं चुकतं आहे, ही धारणा झाल्याशिवाय ही अशी पत्रं लिहिली जात नाहीत. ही पत्रं म्हणजे 'आता मी कुठल्या मार्गाने जाऊ' ह्यासाठी उपाय विचारणारी पत्रं.

कितीही लोकांचे सल्ले घेतले तरीही विफल झालेल्या मन:स्थितीमध्ये माणूस शेवटी त्याला हवा तोच निर्णय घेतो.

ओशो गौतम बुद्धाचं वचन ऐकवतात, 'भागो मत, मागो मत, जागो.'

पण बेहोष झाल्याशिवाय प्रेम करताच येत नाही. प्रेमच का? बेहोष झाल्याशिवाय आपलं ध्येयही गाठता येत नाही. माणसांचे जेवढे संघर्ष होतात, ते सगळे बेहोषीतच.

मार्गदर्शन मागण्याकरिता जी पत्रं येतात, त्या पत्रांतून मार्गदर्शकाने बेहोषीत साथ द्यावी म्हणून की जाग आणावी म्हणून, या अशा संभ्रमात पडलो असताना मी किरणला पत्र लिहून टाकलं.

११/२/१९९०

प्रिय किरण,

वेडवळणावरून पाठवलेलं तुमचं पत्र मिळालं. मी आडवळण हा शब्द वापरलेला नाही. झपाटणारं वादळ आयुष्यात आल्याशिवाय माणसं वहिवाट सोडत नाहीत.

'बिकट वाट वहिवाट नसावी, धोपटमार्गा सोडू नको.' असा एक परिपाठ लहानपणापासून पाठ होता.

समाजाने निर्माण केलेल्या ह्या चौकटी. पण गंमत अशी की हीच वहिवाट सोडून तुम्ही 'बिकट वाटे'वर यशाचं निशाण लावलंत, तर हाच समाज वहिवाट सोडल्याचं धाडस दाखवल्याबद्दल पाठ थोपटतो.

इथेही कोणतं धाडस दाखवल्याबद्दल कौतुक करायचं ह्याचेही संकेत आहेत. हेच संकेत राबवून समाजाने तुमचे यथेच्छ हाल केले असतील.

कारण तुम्ही आडवळणावर गेलात.

मी 'वेडवळण' म्हणतो.

माणसाला पागल बनवणाऱ्या सगळ्या गोष्टी अशाच वळणावर भेटतात. अशाच एका वळणाने तुम्हाला झपाटलं. मी तुम्हाला 'हे कसं झालं', 'ह्या माणसात काय पाहिलंत', 'त्याचं पहिलं लग्न, मुलं ह्यांचा विचार कसा केला नाहीत' असल्या समाजमान्य, आय. एस. आय.चे शिक्के असलेले प्रश्न विचारणार नाही. कारण तुम्हाला ह्याची उत्तरं माहीत नाहीत.

एखाद्या माणसाने एखाद्या झाडाखाली विश्रांतीला टेकावं आणि अंगावर फांदी कोसळून तो अपंग व्हावा, अशा घटनेवर काय उत्तर असतं?

'तू त्याच झाडाखाली का गेलास? इथे बसण्यापूर्वी त्याची एखादी फांदी मोडकळीला आलेली नाही ना, हे का पाहिलं नाहीस' ह्यासारख्या प्रश्नांनी त्याचं अपंगत्व दूर होत नाही. दुर्घटनेत सापडलेला माणूस दुर्दैवी असतो. त्यात त्याला मूर्ख ठरवण्याचे प्रश्न विचारून, 'दुर्दैव परवडलं' असं वाटायला लावायचं नसतं.

हे घडून गेलंय. आता सावरण्याचे, सांभाळण्याचे, सर्व पूर्ववत करण्याचे उपाय हवेत. ते उपाय तुमच्याजवळ नसतील तर माणसाने गप्प बसावं.

मीसुद्धा त्यात आलोच.

मी विश्वकर्मा नाही. धन्वंतरी पण नाही. ह्याच स्वरूपाच्या वादळाने झपाटत जाणारा एक हाडामासाचा मानव आहे. तुमच्यासारखी काही माणसं मला विचारवंत समजतात, कारण माझे अविचाराचे क्षण तुम्हाला माहीत नसतात. म्हणूनच उपदेश-आदेश-संदेश ह्या भूमिकेवर मला जाता येत नाही.

मी उपदेश करीत नाही.

उपकार मानतो पण करीत नाही.

उपद्रव होऊ नये म्हणून सावध राहतो.

कुणी एखादी समस्या सांगितली तर ती समस्या स्वतःवर कोसळली आहे असं समजून मला माझ्या वैचारिक मर्यादेनुसार जे सुचलं असतं, ते समोरच्या माणसाला मी फक्त कळवतो.

सल्ला विचारणारा वेगळ्या वास्तवात वावरत असतो. माझी वास्तवता भिन्न असते. आपली स्वतःची वृत्ती हीसुद्धा एक वास्तवतेचा भाग असते.

ज्याचे आपल्याला चटके सोसावे लागतात किंवा ज्या शीतलतेचा अभिषेक भाग्यात असतो, तिचं नाव वास्तवता.

त्याचं भान सुटणं म्हणजे झपाटलेपण.

वास्तवतेची कंटाळवाणी चौकट मोडावी म्हणूनही कधी कधी माणसं बंड करतात. मग ते झपाटलेपणही एक वास्तवता होते.

तुम्हाला आता या वास्तवतेतून बाहेर पडायचं आहे. तुम्हाला भरकटलेपण नकोय. स्थिरता हवी आहे. ते सांगण्यासाठी तुम्ही मला विश्वासात घेतलंत; हा माझा गौरव आहे.

सर्वात प्रथम एक गोष्ट करा. दोन दिवस सातारा सोडा. त्या वातावरणातून दूर जा. जिथे ह्या गोष्टीची चर्चा होणार नाही, अनुकूल, प्रतिकूल प्रश्नमाला विचारली जाणार नाही, अशा ठिकाणी जा. जिथे स्वतःकडे अलिप्ततेने पाहता येईल अशा ठिकाणी जा. असं ठिकाण नसेल तर मुंबईला या. मुख्य म्हणजे शांत व्हा. घरातच राहून हे साध्य होणार असेल तर घरातच थांबा. पण कदाचित तसं केल्याने तुम्ही स्वतः त्या चित्रातलाच एक घटक व्हाल. मग त्या चित्रात तुम्ही स्वतःला बघू शकणार नाही. म्हणून त्या चित्रातून बाहेर या. तुमची सध्याची दैनंदिनी तुम्ही दूरदर्शनवर पाहताहात अशी कल्पना करा. सकाळी जाग आल्यापासून रात्रीपर्यंत तुम्ही जे जे करता ते दूरदर्शनवरच्या एखाद्या मालिकेतली मुलगी करीत आहे असं समजून ती मालिका बघायची.

हे असं जर करायला साधलं, तर त्या पडद्यावरच्या मुलीचं काय काय चुकतं ते तुम्हाला कळेल. तिने कसं वागायला हवं आहे, हे तुम्ही ठरवाल. आपण सगळेजण दुसऱ्याने कसं वागावं हे ठरवण्यात चॅम्पियन. 'उठाठेव विद्यापीठ, चांभारगाव'चे पीएच. डी.

तुमच्या बाबतीत ह्या क्षणी मी तेच करतोय. पडद्यावर साकारलेली ही किरण. तुमची मानसकन्या नव्हे प्रतिकृती. तिच्या संवेदना जेवढ्या तुम्हाला कळतील तेवढ्या अन्य कुणाला कळणार नाहीत. तुम्ही तिला वृथा न्याय देणार नाही, अकारण अन्याय करणार नाही.

मी त्या पडद्यावरच्या किरणला जे सांगेन, तेच तुम्हाला सांगतो.

पहिली गोष्ट दुबळेपणा टाका.

माणूस प्रेम का करतो?

काहीतरी 'शाश्वत' आपल्याला गवसलं आहे ह्या भावनेतून तो प्रेम करतो. झपाट्याने नामशेष होणाऱ्या आयुष्यात काहीतरी चिरकाल टिकावं ही त्याची धडपड असते. जिथे प्रतिसाद मिळतो तिथे चिरंतनाचा साक्षात्कार होतो.

प्रेम म्हणजे विश्वास. विश्वास म्हणजे सुरक्षितपणाची हमी.

A sense of security. A feeling of protection. A promise of consistency.

प्रेमाची ही व्याख्या तुम्हाला जर मान्य असेल तर अन्यत्र कुठेही न जाता, तुमच्या ह्या प्रियकराकडून तुम्हाला ही सुरक्षितता मिळणार आहे की नाही, हे तुमचं तुम्हाला समजणार आहे. तो जर त्याची पत्नी आणि मुलं ह्यांना सोडणार नसेल, तर तो कौटुंबिक आणि सामाजिक जबाबदाऱ्या झुगारून देणारा नाही असं मी मानतो. ते सांभाळूनही त्याचं तुमच्यावरचं प्रेम उत्कट असू शकतं. मी त्याला चोर, लफंगा म्हणणार नाही.

पण त्याचा हा प्रामाणिकपणा मान्य केल्याने तुमचा प्रश्न सुटत नाही.

ज्या वास्तवतेबद्दल मी मध्ये जे विधान केलं त्या वास्तवतेतील (reality) गोष्टींची यादी केली, वर्गवारी केली तर प्रश्न सोपा होईल असं नाही, तो स्पष्ट होईल.

१. एका विवाहित माणसावर तुमचं प्रेम आहे.

२. तो धनाढ्य आहे.

३. तो तुमच्याशी लग्न करू शकत नाही.

४. तो मारहाण करतो.

५. यदाकदाचित लग्न झालं तर तो 'मूल नाही' म्हणतोय.

६. तुम्हाला संततीसहित कौटुंबिक स्थैर्य हवं आहे.

मानसिक पातळीवरच्या गोष्टी नंतर पाहूच. पण गणिताच्या दृष्टिकोनातूनसुद्धा ही 'गॉन केस' आहे.

तुम्हालाच नव्हे तर विवाह करू इच्छिणाऱ्या प्रत्येक मुलीला सुरक्षितता हवी असते. पतीच्या कुशीत सुरक्षितपणाची हमी मिळाल्याशिवाय कोणतीही पत्नी शांत झोपू शकत नाही. ज्याप्रमाणे नवऱ्याने समाजापासून बायकोचं रक्षण करायचं असतं तसंच त्याने ते स्वतःपासूनही करायचं असतं. समाजातच राक्षस असतात असं नाही तर नवऱ्यातही राक्षस असतो. राक्षस आणि देव एकाच व्यक्तीत नांदत असतो. त्यातला देवत्वाचा साक्षात्कार ज्या ज्या कुटुंबात जास्त प्रमाणात दिसतो तिथे मुली नांदतात. इतर घरांतून मुली राहतात. नांदणं महत्त्वाचं. नवऱ्याने वितंडवाद करणं, ऐदी राहणं, सगळी कामं बायकोवर सोपवणं, तिचं कर्तृत्व अमान्य करणं, पाहुण्यांसमोर तिचा उपमर्द करणं, मुलांच्या संगोपनाची जबाबदारी टाळणं, अंगावर हात टाकणं, शरीरसुख जबरदस्तीने लुटणं, हे सगळे राक्षसी आविष्कार.

तुमचा प्रियकर आजच तुम्हाला मारहाण करतो. लग्न न करता 'सेक्रेटरी' म्हणून राहा, असं सांगतो. सेक्रेटरी हे मॉडर्न नाव.

रखेलीचं आधुनिक रूप.

स्वतःचा संसार असताना दुसरी व्यक्ती आवडू शकते. तुमच्या ह्या मित्राला स्वतःचं एवढं स्वातंत्र्य मान्य आहे. पण तुमच्यावर प्रेम करणारा माणूस तुमच्यातील कलागुणांचा विकास होऊ देत नाही.

ही एक प्रकारची हिंसा आहे. ही हिंसावृत्ती भयातून निर्माण झालेली आहे.

भय कशाचं?

सहवासातून तुम्हाला आणखी कोणी आवडू शकतो. तो जर ब्रह्मचारी असेल तर तुमचं लग्न होऊ शकतं. तुमचा मित्र विवाह, संसार ह्याने बांधलेला आहे. तुम्ही स्वतंत्र आहात. त्यालाही security हवी आहे. त्या सिक्युरिटीसाठी तो तुम्हाला बंधनात टाकतो आहे.

खरं तर तो बंधनात आहे. तुम्ही स्वतंत्र आहात. त्याचा विचार तुम्ही डोक्यातून काढून टाकलात तर तुमचं कुणाशीही लग्न होऊ शकतं. तुम्ही केव्हाही, कुणाशी तरी लग्न करू शकता, ह्या धास्तीपायीच तो तुमच्यावर हुकमत गाजवतोय. प्रेझेंट्स देणं, लाडिक विशेषणांचा भडिमार करणं, इत्यादी लग्न टाळण्याच्या पळवाटा आहेत. त्याने पन्नास हजार रुपये पाठवले, ह्यात काहीही बिघडलं नाही. हिमालयातून बादलीभर बर्फ काढून घेतला तर हिमालयात काय फरक पडतो? तेव्हा पन्नास हजार देणं हा त्याग नव्हे.

गणिताच्या दृष्टिकोनातून 'गॉन केस' एवढ्यासाठीच की सहापैकी चार गोष्टी तुम्हाला मिळणार नाहीत.

अशा अवस्थेत हवालदिल होऊ नका. पैलतीर गाठायची शक्ती नसलेल्या नावेत बसू नका.

मुख्य म्हणजे, आपण फसवल्या गेलो, परिस्थितीच्या गुलाम ठरलो, असलं काही मनात आणू नका. मन:स्ताप देणारी एक घटना घडली, इतक्या तटस्थपणे झाल्या घटनेकडे पाहा.

तुमच्या आईवडिलांनाही खूप सोसावं लागलं आहे, ह्याचं भान ठेवा. तुम्ही जास्तीत जास्त शिकणं, करिअर घडवणं, तुफान यशस्वी होणं हा ह्या मन:स्तापावर उपाय आहे.

प्रेम करताना जेवढ्या उत्कटतेने त्यात झोकून दिलंत तेवढ्याच आर्ततेने व्यक्तिमत्त्व घडवा.

त्याचे बूट काढण्यातही तुम्हाला कमीपणा वाटला नाही. हे असं झपाटलेलं प्रेम आणखीही कुणाला तरी हवं असेल. अशा कोणा अज्ञात व्यक्तीसाठी ही शक्ती राखून ठेवा.

तुमचं प्रेम ठोकरलं गेलं, हा तुमचा प्रचंड अपमान आहे. त्यापायी जो प्रक्षोभ झाला आहे, त्या शक्तीला वेगळी दिशा द्या. 'प्रक्षोभ' ही एक शक्ती आहे. वाफ आहे. तिला एक वाट द्या. सुडाची भावना बाळगू नका. त्यात कालापव्यय होईल. आयुष्यातला कर्तृत्व घडवण्याचा काळ आणखी वाया जाईल. भरपूर शिक्षण घेऊन यश मिळवणं, हे उत्तर आहे. पश्चात्ताप त्याला होऊ दे. तुम्ही ताठ राहा. तुम्ही प्रेमाच्या तावडीत न सापडता, प्रेमाला तुमच्या तावडीत सापडू दे.

हे सगळं कसं घडेल?

दुबळेपणाची भावना समूळ नष्ट केलीत तर घडेल.

प्रेमापेक्षाही वरचढ ध्येय समोर ठेवलंत तर होईल. प्रेम हे साध्य नको.

साधन होऊ दे.

साध्य मानायला गेलात तेव्हा काहीच साधलं नाही.

दु:खाची चव समजली. बिघडलं नाही.

गुढीपाडव्याला आपण कडुलिंबाचा थोडा पाला खातो. वेगवेगळे चविष्ट पदार्थ खाऊन चटावलेल्या जिभेला जरा कडवट चुणूक. त्याप्रमाणे दु:खाची, विरहाची ही कडवट चव चाखून झाली. आता यशाची गुढी उभी राहायला हवी.

दु:ख बाहेर कुठेही नाही.

तुमच्या मनात आहे. तुम्ही तळमळत असताना तो त्याच्या संसारात मजेत आहे. तुमच्या आठवणीपायी तो जरी तडफडत असला तरी प्रेयसी आणि संसार ह्यात त्याने संसाराला प्रायॉरिटी दिली आहे.

मग करिअर आणि प्रेम ह्यात तुम्ही करिअरला प्रायॉरिटी का देऊ नये?

ताठ राहा.

अस्मिता टिकवा.

मोठं ध्येय ठेवा.

यशस्वी व्हा. आयुष्य मौल्यवान आहे.

विकल्या जाऊ नका.

तुमचा,
वपु काळे.

'प्लेझर बॉक्स' भाग पहिला लिहिताना जो नियम मी पाळला होता, तोच नियम दुसऱ्या भागातही पाळला आहे. वाचकांची मूळ नावं प्रकाशित न करणं हाच तो नियम.

वाचकांनी अपार विश्वास टाकून मला त्यांच्या व्यथा कळवल्या. प्रत्येक विधानाला दोन बाजू असतात. फरक एवढाच आहे, जी व्यक्ती प्रथम आपल्याकडे धाव घेते, त्या व्यक्तीबद्दल अनुकंपा वाटते. त्यातही विशेष करून पतिपत्नी संबंधाबद्दल आपण पटकन प्रतिक्रिया व्यक्त करायला उत्सुक होतो. आई-वडिलांनी मुलांबद्दल किंवा मुलांनी आई-वडिलांबद्दल जर पत्रं लिहिली, तर प्रतिक्रिया कळवताना किंवा प्रतिसाद देताना आपण तेवढी तत्परता दाखवत नाही. ह्याच्यामागचं नेमकं कारण काय असेल? माझ्या मताप्रमाणे मला असं म्हणावसं वाटतं, की पतिपत्नी हे संसाराचे अभेद्य बिंदू आहेत. संपूर्ण घर ह्या दोघांवर उभं असतं. मुलं विचित्र वागली तर त्यांच्या वडिलांची समजूत घालायला मुलांची आई असते. आणि मुलांच्या आईला धक्का बसला, तर मुलांचे वडील सावरण्याकरिता असतात. पण बाईलाच नवऱ्याकडून साथ मिळाली नाही तर किंवा संसारात पुरुष एकटा पडला तर त्या दोघांनाही सावरायला कुणीही नसतं. साहजिकच अशा पत्रांची दखल तत्परतेने मी घेत आलो. हे करत असताना मला एकच बाजू समजते, ही वास्तवता आहे. त्या व्यक्तीच्या जोडीदाराची बाजू कधीच समोर येत नाही. मोकळेपणी सगळ्यांशी संवाद व्हावा, ह्या एकाच ध्यासापोटी मी आतापर्यंत लेखन केलं आणि कथाकथनाच्या माध्यमातून हाच ध्यास समाजापर्यंत नेण्याचा प्रयत्न केला. ह्यावर एका वाचकाने मलाच एक प्रश्न विचारला होता, 'तुमची स्वतःची मुलं तुमच्या ह्या मताशी सहमत आहेत का? आणि त्यांनी तुमच्या ह्या अपेक्षा पूर्ण केल्यात का?' त्याच वेळेला मी त्याला योग्य उत्तर पाठवून त्याचं शंकानिरसन केलं होतं. दुसरी बाजू ऐकून घेणं कितीही महत्त्वाचं असलं तरीही प्रथम ज्याला संवाद करावासा वाटला, त्याला न्याय देणं मी जरूरीचं मानतो. ते त्याने टाकलेल्या विश्वासाला न्याय द्यायचा म्हणून. या उपक्रमात गुप्तता नाईलाजाने बाळगावी

लागते. त्याशिवाय माझ्या मनात आणखीन एक टांगती तलवार असते. एखाद्या व्यक्तीने पत्र संग्रही असावं म्हणून जपून ठेवलं आणि काही दिवसांनी ते जोडीदाराच्या हातात पडलं तर? एका भगिनीने माझं उत्तर तिला मिळाल्यानंतर मला पत्राने कळवलं होतं की,

'वपुंचं पत्र तुला यायचं कारण काय?' असं सासरच्या माणसांनी विचारलं आणि नवऱ्याने 'वपुंना काय काय कळवलंस?' असा प्रश्न विचारून आठ दिवस हैराण केलं. हे सगळे संभाव्य धोके लक्षात घेऊन 'प्लेझर बॉक्स'मध्ये प्रकाशित केलेल्या सगळ्या वाचकांच्या पत्रांमध्ये नावं आणि आडनावं खोटी छापली आहेत.

आज मात्र हा संकेत मोडणार आहे. हा संकेत मोडायचा तो 'स्वामी'कार रणजित देसाईंसाठी. मी त्यांना एकदाच हूल दिली. त्यांनी हूल दिली ती कायमचीच. जिव्हाळ्याचं प्रमाण गाठीभेटींच्या संख्येत मोजता येत नाही. अगदी पहिली भेट झाली ती रंगमंचावर. रंगमंचावर म्हणण्यापेक्षा व्यासपीठावर. माझ्या शेजारच्या खुर्चीत रणजित देसाई होते. मी माझी 'भांडणारा जोशी' ही गोष्ट सांगितली आणि देसाईंच्या शेजारी जाऊन बसलो.

देसाईंनी अगदी गंभीरपणे विचारलं, 'असा माणूस खरंच भेटला होता का?'

हजारो प्रेक्षकांनी ह्याच कथेला दिलेल्या टाळ्या आणि रणजितजींचा हा प्रश्न दोन्ही मला सारख्याच तोलामोलाचे वाटले. तिथून आमची गट्टीच झाली. माझ्या कल्पनेतल्या भांडणाऱ्या जोशीने मला वास्तवातला एक 'श्रीमान योगी' मिळवून दिला.

ह्या 'श्रीमान योगी'वर दीर्घ लेख लिहायचा, त्यासाठी कोवाडला जायचं, स्वत:च्या वाड्यामध्ये हा जमीनदार कसा रुबाबात राहतो हे पाहायचं असं मी व 'मेनका प्रकाशन'चे पु. वि. बेहेरे यांनी ठरवलं. पुवि म्हणाले होते,

'तुम्ही तुमचा कॅमेरा बरोबर घ्या. आपण रंगीत फोटो काढू आणि दिवाळी अंकाकरिता रंगीत फोटोंसहित एक 'फिचर' तयार करू.'

मुलाखतीचा दिवस ठरला. पुण्याहून बेहेऱ्यांनी कोवाडला फोन केला. मीसुद्धा मुंबईहून 'निघतोय' अशी तार केली. तयारी करून मी निघालो. वसुंधरा निरोप देण्याकरिता दारापर्यंत आली आणि अगदी अकल्पितपणे तिचे डोळे भरून आले. गालांवरून पाणी ओघळू लागलं. मी विचारलं, 'काय झालं?'

माझा हात धरून ती म्हणाली,

'आज असं वाटतंय की तुम्ही कुठेही जाऊ नये. माझ्याजवळ घरात राहावं.'

मी तिच्याकडे पाहतच राहिलो. कथाकथनाच्या निमित्ताने ऑफिस सांभाळून माझी अखंड भ्रमंती सुरू असायची. सबंध आयुष्यात तिने ह्या प्रकारची मागणी कधी केली नाही. तिची मानसिक अवस्था नक्की कशी होती, ह्याचा उलगडा मला झाला

नाही. पण जे व्यक्त केलं गेलं होतं ते तर समजलं होतं. त्या क्षणी बॅग खाली ठेवत मी म्हणालो,

'तू आणि संसार यापेक्षा लेखन मी जास्त मोठं मानलं नाही. मी नाही जात.'

मी बेहेऱ्यांना फोन केला. कोवाडलाही तार केली. दोघांची माफी मागितली. वसुंधरेला माझ्याशी खूप काहीतरी बोलायचं असेल किंवा ती 'कुठेतरी फिरायला न्या' असं म्हणेल, असं मला वाटलं. आम्ही घरामध्ये नुसतं बसून होतो. मी तिचं ऐकलं. हे समाधान दिवसभर तिच्या चेहऱ्यावर होतं.

ती संधी हुकली. मध्ये काही वर्षं गेली. मग 'मेहता प्रकाशन'चे अनिल मेहता आणि मी आम्ही दोघांनी पुन्हा प्रयत्न करायचं ठरवलं. रणजित मुंबईत एका हॉटेलमध्ये उतरले होते. आम्ही त्यांना गाठलं. अवांतर गप्पा झाल्या. मूळ विषयाला हात घालायचा म्हणून मी मनात एका प्रश्नाची तयारी केली.

जगामध्ये जेवढ्या व्यक्ती तेवढे दृष्टिकोन. आयुष्याकडे बघायचे हे दृष्टिकोन प्रत्येकजण स्वत:च्या अनुभवांवरून ठरवतात. अनुभव घेण्याची प्रत्येकाची क्षमता वेगवेगळी. काही अनुभव माणूस स्वीकारतो, काही नाकारतो. काही परिस्थितीमुळे लादले जातात. शास्त्रीय शोधाप्रमाणेच माणूस अनुभवांचा स्वीकार करतो. तांबड्या रंगाचा जिलेटिन पेपर जर डोळ्यांसमोर धरला तर तांबडा रंग सोडून बाकीचे रंग स्वीकारले जातात. तोच प्रकार निळ्या आणि पिवळ्या कागदांच्या बाबतीत होतो. मूळचे रंग हे तीनच. इतर सगळे रंग ह्या तीन रंगांच्या कमी-अधिक प्रमाणाने तयार होतात. प्रत्येक माणसाच्या मनामध्ये ह्या तीन रंगांचे जिलेटिन पेपर असावेत. त्यामुळे कोणती घटना घडल्यामुळे, कोणत्या व्यक्तीकडे पाहिल्यामुळे किंवा केवळ नुसत्या विचारामुळे मनात कुठल्या रंगाचं मिश्रण होईल, हे सांगता येत नाही. ह्याच न्यायाने जगातल्या कोणत्याही वस्तूकडे किंवा व्यक्तीकडे माणूस स्वत:च्या रंगांचं प्रक्षेपण केल्याशिवाय बघूच शकत नाही. आता तर ही गोष्ट शास्त्राने सिद्ध केली आहे की, 'स्व'ला विसरून आपण काहीच अनुभवू शकत नाही. एखाद्या झाडाकडे आपण नुसतं झाड म्हणून बघू शकत नाही.

मनातल्या ह्या तीन रंगांत जर विचारांची भर पडली, तर मग बोलायलाच नको. ह्या स्वरूपाचे विचार मनात होते. म्हणून मी रणजितसारख्या प्रतिभावंताला पहिला प्रश्न विचारला,

'रणजित, आयुष्य हा शब्द उच्चारल्यावर तुम्हाला नेमकं काय वाटतं? वैयक्तिक, कौटुंबिक आयुष्याकडे आपण नंतर वळणारच आहोत.'

मी कौटुंबिक आयुष्य हा शब्द उच्चारला आणि रणजितजींच्या डोळ्यांत पाणी आलं. त्यांनी नेमकं काय उत्तर दिलं ते आता मला इतक्या वर्षांनंतर फारसं आठवत नाही. त्यांनी अवांतर गोष्टी बोलायला सुरुवात केली. अर्ध्या-पाऊण तासाचा

खटाटोप फुकट गेला. त्यांच्या डोळ्यांत पुन्हा पाणी आलं. तरीही ते निग्रहाने म्हणाले,

'माझ्या कौटुंबिक आयुष्यात मी कुणालाही डोकावून देणार नाही. आणि साहित्याबद्दल जर कुणी कॉमेंट केला तर मी पायातला जोडा काढीन. कारण माझ्या एका एका कादंबरीमागे मी आयुष्याची दहा-दहा, बारा-बारा वर्षं खर्च केली आहेत.'

मी विचारलं,

'तुम्ही वैयक्तिक जीवनाबद्दल बोलणार नाही आणि साहित्यावर पण नाही. मग तुमच्याबद्दल लिहायचं कसं?'

त्यांचे दोन्ही डोळे भरून आले. त्यांनी खुर्चीवरचा टर्किश टॉवेल उचलला आणि न बोलता ते टॉयलेटमध्ये निघून गेले.

रणजितजींच्या मनात त्यावेळी किती रंगांचे जिलेटिन रिंगण घालत असतील ह्याचा आजतागायत पत्ता नाही. ह्या जगाचा निरोप घेताना माणूस इथून काहीही नेऊ शकत नाही, ह्यावर माझा विश्वास नाही. आयुष्यभर ठसठसत असलेली पण सांगता न येणारी असंख्य दु:खं तो आपल्याबरोबर नेतो.

त्यानंतर घटस्फोटाची बातमी कानावर आली. ही वार्ताही मला माधवी देसाईंकडूनच समजली. त्यांचा माझा चांगला स्नेह होता व आजही आहे. माधवीला तेव्हा पाठवलेलं पत्र मी असंच एखादं काल्पनिक नाव आणि मराठीतील प्रख्यात लेखक असा उल्लेख करून मग प्रकाशित करणार होतो. पण माधवी देसाईंनी स्वत:च आत्मचरित्र लिहिल्यावर मला लपवाछपवी करण्याचं कारण नाही. मी माधवीला लिहिलं–

प्रिय माधवी,

कागद समोर घेतलाय खरा, पण लेखणीची गती अगतिक व्हावी अशा मन:स्थितीत आहे.

एक हुरहुर, विलक्षण काहूर माजलेलं आहे.

स्वत:चंच काहीतरी हरवल्यासारखं वाटतंय.

संगीतावर जिवापाड प्रेम असलेल्या माणसाला कुणाचीही मैफल रंगली नाही तर स्वत:चा सूर हरवल्यासारखा वाटतो, तशी माझी अवस्था झाली आहे.

एखादी विलक्षण देखणी, आर्टिस्टिक शिल्पाकृती भंगते. तिचे दोन तुकडे होतात. अशा वेळी त्या दोन तुकड्यांपैकी कोणता तुकडा छातीशी धरून अश्रुसिंचन करावं, हे जसं कळत नाही तसं तुम्हा उभयतांच्या संदर्भात माझं झालं आहे.

आणि हीच खरी शोकांतिका आहे.

जोडणं, समजून घेणं, सांभाळणं, सहन करणं, चुचकारणं, मन मारणं, तर

कधी अट्टहास करणं, गप्प बसणं, आतल्या आत रडणं, जळणं ह्या सगळ्या प्रवासाचा शेवट 'तोडणं' ह्या मुक्कामावर व्हायला नको होता.

स्वाभिमानी माणसाला सहानुभूतीचे शब्द जखमेवरच्या मिठासारखे वाटतात, ह्याची मला जाणीव आहे. त्यासाठी हे पत्र नाही. 'घायल की गति घायल जाने' ह्या भावनेने लिहिलेलं हे स्वगत आहे.

घायाळ होण्यासाठी प्रत्येक वेळेला फारकतच व्हावी लागते, घटस्फोटच घ्यावा लागतो असं नाही.

घटस्फोट ही झाली सामाजिक स्थिती दर्शवणारी एक रूक्ष, पिवळ्या कागदावरची सरकारी, कायदेशीर नोंद.

घायाळ मन हे कायम विजनवासातच असतं.

तुम्हा उभयतांना तसं घायाळ करणारा क्षण कितीतरी वर्षांपूर्वी जन्माला आला असेल. त्याच क्षणापासून तुम्ही सांभाळण्याचा वसा घेतला असेल.

उतलं कोण, मातलं कोण ह्याच्या चर्चा आता रिकामटेकड्यांच्या पारावर सुरू झाल्या असतील. कुणाची बाजू बरोबर, कुणाची चूक हे आता प्रत्येकजण स्वत:ची सोय पाहून ठरवतील.

साठमारीच्या खेळात बघ्यांना निव्वळ स्वत:चं मनोरंजन अभिप्रेत असतं. मरणाऱ्याबद्दल अशांना कणव नसते, जिंकणाऱ्याबद्दल ओलावा नसतो. ज्यांना जीवनाबद्दलच नितांत प्रेम असतं त्याला कुणाचीच हत्या बघवत नाही.

त्याच भावनेपोटी हे स्वगत.

तुम्ही स्वाभिमानी आहात म्हणून तर विभक्त झालात. तरीसुद्धा 'अस्साच बाणेदारपणा दाखवायला हवा' असे फुकट कौतुकाचे शब्द मी अंतरावरून काढणार नाही. कारण असल्या निर्णयामागे, प्रचंड उपेक्षेचं शल्य आहे ह्याचं मला भान आहे. एका खूप मोठ्या प्रेमाच्या कालखंडाची, अनेक नाजूक भावनांची, सेवेची आहुती पडली ह्याचा दाह आहे, आयुष्याची चेष्टा झाल्याची खंत आहे.

आपल्या जोडीदाराने आपल्यासाठी ज्या खस्ता काढल्या त्याची जोपर्यंत आठवण असते तोपर्यंतच प्रेम टिकतं. संसारात 'मी तुझ्यासाठी-किंवा-तुमच्यासाठी इतकं इतकं केलं' अशी खानेसुमारी सुरू झाली की जाणावं 'प्रेम संपलं.' किंबहुना स्वत:ने जो काही त्याग केला असेल त्याचं स्मरण देण्याची गरज भासणं, इथूनच विभक्ती प्रत्ययाची सुरुवात. कारण ह्या क्षणानंतरचं काहीही देणं हे जाणिवेचं देणं.

'आपल्याला आता तान घ्यायची आहे' हे घरंदाज गायकाच्या ध्यानातही येत नाही. आपण पोहत आहोत हे ज्याला जाणवतं तो मासाच नव्हे.

पतिपत्नीमधील देवाणघेवाण किंवा जिथे जिथे दोन मनं एकरूप झाली आहेत तिथे ही जाणीव नसते. त्याचा उच्चार आला रे आला की रंगमंचावरचा वा

चित्रपटावरचा ग्लिसरीनचा प्रपंच सुरू झाल्याचं समजावं.

माझ्या निकट परिचयाची एक व्यक्ती मला कासावीस होऊन म्हणते,

'वपु, वेळ आली तर सोडून जा, तोडून जाऊ नका.'

मैत्रीसुद्धा सहजतेचाच अभिषेक करणारी असावी. ती न सांभाळता सांभाळली जावी. तिचं ओझं वाटलं की तो भाव संपला.

कितीतरी माणसं जवळ येतात. 'सांभाळण्याचा' आटापिटा करायची वेळ आली की दुरावतात. वाईट कोण, चांगलं कोण, कुणाचं चुकलं-कुणाचं बरोबर, कशी लेबलं लावायची?

प्रेमाची एक सुरेख व्याख्या ऐकली मध्यंतरी.

Love decides what is wrong instead of who is wrong.

वेगवेगळ्या कारणांसाठी जेव्हा नवरा-बायको ह्यांच्यात दोघंही तेवढीच आवडतात, तेव्हाच मनाची अशी उलघाल होते.

'स्वाभाविकच आहे' अशा दोनच शब्दांत सगळ्या शोकांतिका गुंडाळता येत नाहीत. 'तोडल्याशिवाय सोडता येतच नाही' अशीही परिस्थिती निर्माण होते. रास्त स्वाभिमानच नव्हे, तर अहंकारही रास्त असेल तर त्याचंही कौतुक वाटतं. पण अवास्तव नम्रता जशी नकली आणि म्हणूनच असह्य वाटते, तसाच अहंकारही.

असह्य झाल्याशिवाय कुणीही असे निर्णय घेत नाही हे कितीही मान्य केलं तरी वार्ता पचवायला फार क्लेश झाले. कारण शिल्पाकृतीच्या दोन्ही भागांवर, तुकड्यांवर तेवढंच प्रेम होतं.

पण,

विलग होऊन पडलेला हा तुकडा एक स्वयंभू कलाकृती म्हणून नावारूपाला येणार असेल, तर तेच आवश्यक होतं.

संसार उद्ध्वस्त होऊ नयेच, पण त्याहीपेक्षा माणूस उद्ध्वस्त होता कामा नये.

आणि,

असं म्हणता म्हणतानाही सांगावंसं वाटतं की, तुम्ही म्हणता, 'मी सावरले आहे.' पण मी अजून सावरलेलो नाही.

चांगुलपणाच्याच चित्राला जर कसर लागली तर पॅलेटवरचे रंगच तपासून घ्यावेसे वाटतात, पहिल्यापासून, म्हणून सावरणं मुश्कील आहे,

मुश्कील आहे.

तुमचा,
वपु काळे.

घराघरांतील समस्या सांगणारं एक पत्र मला जून १९८८ रोजी आलं. पत्रातली

समस्या पत्रातच व्यक्त झाल्यामुळे इथे त्याची पुनरुक्ती करीत नाही, पण पत्रातली समस्या दिवसेंदिवस फोफावत चालली आहे. सध्याची पिढी आणि मागची पिढी ह्यांच्यात संवाद नसणं ही समस्या. नेमक्या कोणत्या कारणासाठी माणसं एकमेकांत मोकळेपणी बोलत नाहीत? ह्याचं उत्तर मिळणं अत्यंत अवघड आहे.

माझं स्वतःचं मत कदाचित चुकीचं असेल, पण असं वाटतं की सुना मिळवत्या झाल्या आणि दोन पिढीतलं अंतर वाढत गेलं. मिळवत्या सुनेचा कुटुंबाला आधार वाटण्याऐवजी तिची दहशत वाटू लागली. हे झालं एके काळचं चित्र. एके काळचं, म्हणजे ज्या वेळेला सासू घरातच असायची आणि सून नोकरीवर जायची, त्या वेळची गोष्ट. त्या काळात नातवंडं सांभाळण्यापुरता का होईना, सासूचा उपयोग होत होता. लहान मुलांच्या निमित्ताने घरात काही ना काही संवाद होत होता. गरजेपोटी सुना आपल्या सासवांशी गोड बोलत होत्या.

गेल्या बारा वर्षांत चित्र आणखीन बदललंय. क्वचित घरांतून सासू आणि सून दोघीही कामावर जातात. मुलं पाळणाघरात असतात. सुनेला जर बँकेत नोकरी असेल तर वाजवीपेक्षा आणि योग्यतेपक्षा पगार भरपूर मिळतो. मुलांना सांभाळण्यासाठी पाळणाघर जवळपास नसेल तर स्वतंत्र बाई मुलांना सांभाळण्याकरिता ठेवता येईल एवढी ऐपत असते. दाराशी दोन चाकी वाहन असतं. स्वतःच्या कपड्यांपासून हॉटेलिंग, नाटक-सिनेमांना जाणं वगैरे गोष्टी परस्पर ठरवल्या जातात. घरातल्यांची संमती घेणं किंवा सोय-गैरसोय पाहणं ह्याची आवश्यकता उरलेली नाही. गप्पागोष्टी करण्यासाठी मुळातच दिवसाकाठी किती तास रिकामे मिळतात, हा प्रश्न विचारण्यात अर्थ नाही. सकाळी सगळ्यांचा चहा एकत्र होत असेल तर तेवढ्या पाच-दहा मिनिटांच्या अवधीत एकमेकांबद्दल आस्था आहे, हे दाखवण्यासाठी फार कष्ट पडत नाहीत. बऱ्याच घरांतून फोन असल्यामुळे सून तिच्या आईशी बोलण्याकरिता दहा-दहा, पंधरा-पंधरा मिनिटं काढू शकते.

माझ्या एका मित्राच्या घरी त्याची बायको सकाळी जाग आल्याबरोबर तोंडही न धुता किमान अर्धा तास आपल्या आईशी बोलते. त्या बोलण्यात आदल्या दिवशी दोन्ही वेळेला स्वयंपाक काय केला होता इथपासून येत्या शनिवारी कोणत्या नाटकाला जाणार आहोत, इथपर्यंतची रोजनिशी असते. पण स्वतःच्या सासूबरोबर जितक्यास तितका, नावापुरताच संवाद असतो. बारा वर्षांपूर्वी जी परिस्थिती होती ती सौ. शालिनी ह्यांच्या पत्रात व्यक्त झाली आहे. बारा वर्षांचा कालखंड हा छोटा म्हणता येणार नाही. एवढ्या कालावधीत चित्र बदललेलं नसून बिघडलेलं आहे. आर्थिक सुबत्ता नकोशी वाटावी, अशा एका कुटुंबात थोडीशी बोलाचाली झाली तर त्या घरातील सून बाहेर पडते. मारुती गाडीच्या किल्ल्या जवळच असतात. गाडी घेऊन भन्नाट वेगाने निघून जाते. तिच्या सासूने एकदा नाईलाजाने सुनेच्या आईला

फोन केला.

'सुनंदा अशी रागावून गाडी घेऊन बाहेर पडली म्हणजे मला तिची फार काळजी वाटते.'

सुनेच्या आईने शांतपणे उत्तर दिलं,

'लग्नाअगोदर ती अशी नव्हती. तुमच्या घरी आली आणि ती बदलली.'

'लग्नामुळे बदलली की दाराशी गाडी आहे म्हणून?'

हीच सून ज्या दिवशी सासूकडे काही काम असेल, त्या दिवशी सासूशी माधुर्याने बोलते. आजच्या काळातलं हे गोड बोलणं हे गरजेपोटीच होतं. एके काळी हे आपद्धर्माने होत असे. त्यावेळी एकत्र कुटुंबपद्धत होती. बायका नोकरी करीत नव्हत्या. त्याही काळात सगळ्या कुटुंबात एकवाक्यता होती असं नाही. आणि ह्या ना त्या कारणाने एकमेकांवर अवलंबून राहावं लागत होतं. परावलंबित्व हे वाईट असलं तरीही एकमेकांना धरून ठेवण्यासाठी ती एक आवश्यक बाब होती. माणसाला उद्दाम होताना विचार करायला लागत होता. आज बाहेर जाताना आपण कुठे जात आहोत, हे किती घरांतून वडिलधाऱ्या माणसांना सांगितलं जात असेल, ह्याबद्दल माझ्या मनात संदेह आहे. किती घरांतून आज शालिनीसारख्या बायका जगत आहेत, हा चिंतेचा, चिंतनाचा आणि संशोधनाचा विषय होऊ शकेल.

पुणे
२७/६/१९८८

श्री. व. पु. काळे यांना,
सप्रेम नमस्कार,

मी 'घरदार' या मासिकाची वर्गणीदार आहे. जून महिन्याच्या अंकात ह. मो. मराठे यांनी घेतलेली आपली मुलाखत वाचली व त्यातील आपलं पत्र पण वाचलं.

आपण म्हटल्याप्रमाणे आजकाल एकमेकांतील संवाद, हितगुज, एकमेकांना समजावून घेणं हा प्रकार खरंच संपुष्टात आला आहे. कुटुंबातल्या घटकांनी एकमेकांशी संवाद साधणं आवश्यक झालंय असं मला पण फार वाटतं.

आजकाल सुना नोकरी करणाऱ्या असतात. त्यांना घरातल्या माणसांशी बोलायला वेळ कमी असतो. तरी त्यांनी वेळ काढून मोकळेपणाने बोललं पाहिजे. नाहीतर उगीच एकमेकांबद्दल गैरसमज होऊन घरातील स्वास्थ्य बिघडतं.

आज माझं वय ६० पूर्ण आहे. तीन मुलगे आहेत. दोघे इंजिनिअर आहेत. एक डॉक्टर आहे. एक सून इंजिनिअर आहे. एक डॉक्टर आहे. तिसरी M.Sc. आहे. लोकांना दिसायला मी फार सुखात आहे असं वाटतं. एक मुलगी आहे. लग्न झालेली. तिचं पण ठीक आहे.

परंतु मी हल्ली फारच अस्वस्थ असते. सुना नीट वागत नाहीत. मी गरिबीतून कष्ट करून मुलांची शिक्षणं केली. यजमान आहेत, परंतु स्वभावाने विक्षिप्त आहेत. जास्त माहिती समक्ष सांगेन. आता मागे जाऊन मी विचार करते, तेव्हा माझ्या अस्वस्थपणाचं, तसंच माझी शारीरिक अवस्था पण ठीक नाही, याचं कारण माझ्या कुढ्या स्वभावातच आहे. आजपर्यंत मी मोकळेपणाने कोणाशीच कधी बोलले नाही. खूप कष्ट केले. कोणाला कधी फारसं दुखावलं नाही. तरी मी वाईट ठरते. मी न बोलल्यामुळे माझ्याबद्दल कोणीही काहीही उठवावं. सध्याचं जग असं आहे की चांगल्या माणसांना कुणी विचारत नाही.

मी मॅट्रिकपर्यंत शिकलेली आहे. विणकामाची आवड आहे. सगळ्याची हौस आहे. तरी मी सुखी नाही.

अजूनही मी मोकळेपणाने सुनांशी, मुलांशी बोलत नाही. त्यामुळे फार कुचंबणा होते. तरी आपलं पत्र वाचल्यापासून आपणही पत्र लिहावं असं वाटलं.

तरी आपण मला ह्यातून बाहेर काढू शकाल का? आपण मला मदत केलीत तर फार उपकार होतील. उरलेलं आयुष्य तरी मी आनंदात घालवेन. माझी मुलं स्वभावाने फार चांगली आहेत. माझं सर्व करतात. परंतु आईला कसं बरं वाटेल ते त्यांना पण कळत नाही. मला बरं वाटावं म्हणून खूप प्रयत्न करतात. तरी आपण कधी भेटाल ते कळवावं. लवकरात लवकर आपली भेट झाल्यास बरं होईल.
                                                          –शालिनी.

                                                  १२/७/१९८८
प्रिय सौ. शालिनी,
कितीतरी मोकळेपणी आपण आपली व्यथा मला कळवलीत. त्यावरचा उपायसुद्धा आपण त्याच पत्रात मांडला आहात.

स्वकष्टाने जो स्वतःचं आयुष्य घडवतो त्याचा सगळा उमेदीचा काळ स्वतःला घडवण्यातच जातो. त्या व्यक्तीचा एकूण संवाद त्याच्या कार्याशी, कर्तव्याशीच होत असतो. परमेश्वरी कृपेने लहान वयात ज्या माणसांना जगण्यासाठी झगडा द्यावा लागत नाही ती माणसं गप्पाटप्पा, मित्रमैत्रिणी, छंद, आवडनिवड अशी मनासारखी स्टेशनं घेत प्रवास करतात.

सुखसंवादांनी माणसं जोडायला तुम्हाला नियतीने उसंत दिली नाही म्हणून तुम्ही 'अबोल' झालात.

अबोल म्हणजे घुमेपणा नाही.

मौन म्हणजे मुकेपणा नव्हे.

तुम्ही जर घुम्या स्वभावाच्या असतात तर तुम्हाला संवादाची अपूर्वाई कधीच

वाटली नसती. आता तुम्हाला रिकामपण आहे. आणि मुलं व्यवसायात मग्न आहेत. संवादासाठी त्यांना जो रिकामा वेळ मिळतो त्या वेळेचा विनियोग ते समवयस्कांसाठी राखून ठेवणार.

तुम्ही घुम्या वृत्तीच्या आहात असं तुमच्याबाबतचं इम्प्रेशन संसारात पक्कं झालं असेल तर गप्पागोष्टी करण्यात सुना पुढाकार घेणार नाहीत. 'सून' ह्या नात्यात ज्या ज्या घरी 'ह' हे अक्षर silent आहे, ती सगळी घरं 'हसत' राहतात. ह्या अक्षराऐवजी 'अ' आणि 'न' जिथे silent असतात तिथे सून 'असून नसून' सारखीच असते. ती कालांतराने 'नासून' जातात.

स्वत:चे आणि आईवडिलांचे संबंध कसेही असले तरीही हे आपले 'जन्मदाते' ह्या भावनेने ज्या घरांतून मुलं विनम्र असतात, त्याच घरातल्या सुना काही बिनसू देत नाहीत. घरामध्ये येणाऱ्या, अनभिज्ञ वृत्तीच्या मुली फार कौशल्याने आपला नवरा त्याच्या आईवडिलांशी कसा वागतो ते बघतात. त्यानुसार त्यांचा मान ठेवायचा का जाता-येता त्यांना शाब्दिक जोडे ठेवून द्यायचे हे त्या ठरवतात.

आपल्या सासूसासऱ्यांत फारसे दोष नाहीत किंवा इतपत दोष प्रत्येक व्यक्तीत असतात, त्या मानाने आपल्या नवऱ्याचंच वागणं सयुक्तिक नाही, हे ज्यांना समजतं त्यांचं नातं नवऱ्यापेक्षा वेगळं राहतं. पण ह्यासाठी प्रत्येक व्यक्तीचं मूल्यमापन स्वत:च्या अनुभवांवरून करण्याची कुवत असण्याइतपत बुद्धिमत्ता आणि अनुभवांवर अधिष्ठित असलेली वागणूक वास्तवात उतरवणारं मोठं मन लाभावं लागतं.

सासू-सासरा आणि सासरची काही माणसं ही सगळी टोळी सुनेच्या दृष्टिकोनातून अनावश्यक. ह्यांच्यापैकी एकाही माणसाची तिला गरज नसते. ही नाती संपूर्णत: व्यावहारिक. भावनांचा संबंध नाही. जन्मदात्या आईवडिलांशी जर सातत्याने मतभेद होत राहिले तर ते नातं तोडायलाही मुलं मागेपुढे बघत नाहीत, तिथे सासू-सासरे कोण?

सासूसासरे सधन आणि दिलदार असतील तर व्यवहार साधला जातो म्हणून सुना गोड बोलण्याचा अभिनय करतील. पण ते जर पैसेवाले असून व्यवहारी, कंजूष असतील तर त्यांचीही पत्रास बाळगणारी कुणी सापडणार नाहीत.

परमेश्वरी कृपेने बौद्धिक कुवत आणि मोठं मन लाभलेली सून आपल्या भाग्यात असली तर स्वत:च्या नवऱ्याला ती त्याचं वागणं चुकतंय हे सांगेल आणि सासूसासऱ्यांच्या बाजूने घर सावरील.

आपल्याला मुलं हवी असतात म्हणून ती होतात. पुरुषाला पत्नी हवी म्हणून मुलांची लग्नं होतात. किती सुनांना सासवा हव्या असतात, त्याचप्रमाणे किती सासवांना सुना हव्या असतात हाही चिंतनाचा भाग आहे. सुना आपलं करतील ही

अपेक्षा आजकाल कुणी करीत असेल असं मला वाटत नाही. 'नवरा' ही मुलींची गरज असते, तर सासूसासरे एक liability असते. आपल्याला निसर्गधर्मानुसार काही ना काही व्याधी असतात. रक्तदाब किंवा मधुमेह यांसारख्या व्याधी तर घराघरांना 'कॉलबेल्स' असतात तशा बहुतेक घरी असतात. किंवा सिलिंग फॅन असतोच त्याप्रमाणे ह्यासारख्या व्याधी असतातच. हार्ट अ‍ॅटॅक, ट्रान्सप्लान्ट किंवा बायपास अथवा ओपन हार्ट सर्जरी करावी लागणं म्हणजे 'विंडो एअरकंडिशनर'सारखी महागडी ट्रीटमेंट.

गुडघे-सांधे धरणं ह्यांच्याबरोबरीने स्पॉण्डिलायटीसही आता 'win' वर येऊ पाहतोय.

काही काही घरांतून व्याधीसहित सासू-सासरे गळ्यात पडतात, म्हणजे टेंगुळावर पुटकुळीच.

कुठे व्रत-वैकल्यं, उपास, तर काही घरांतून दोन्ही वेळेला गरम-ताजं जेवण हवं ह्यासारख्या अटी.

स्वत:चं आणि इतरांचं आयुष्य सोपं-सुटसुटीत करणारी माणसं विरळा.

संसाराचं त्रांगडं विचित्रच होत चाललंय.

एका हव्याहव्याशा व्यक्तीपायी, नकोशी वाटणारी किमान अर्धा डझन माणसं पत्करायची.

अर्थात नवऱ्यासहित हे सगळं झुगारून देणाऱ्या 'झाशीच्या राण्याही' मी जवळून पाहिल्या आहेत. स्वत:च्या अहंकारापुढे रुग्णाईत नातेवाईकांपासून, पोटच्या मुलांचं अंतिम कल्याण कशात आहे, हे जाणून न घेणाऱ्या सुना मी जवळून पाहतोय.

'सासरची माणसं' ही गरजेची बाब नाही म्हणूनच संवादाचे नैसर्गिक झरे निर्माण होण्याची शक्यता नाही. पाट बांधून पाणी वळवावंच लागतं. गरज निर्माण झाली की संवाद होतो. एकमेकांवाचून काही ना काही अडलं पाहिजे. म्हणजे नाईलाजाने का होईना नातं टिकवावं लागतं. एकूण एक गरजा पूर्ण करणारी सासू वा सासरा लाभला तर सुनेजवळ कृतज्ञताभाव हवा. तो नसेल तर त्यांच्या गरजा पुरवणं हे आपलं कर्तव्य आणि त्यांचा हक्क होतो.

अनेक रंगांचे दोरे, त्यांचे गुंडे एकमेकांत अडकावेत, कोणतं टोक अचूक पकडलं तर गुंते सुटतील, हे न सांगणारा संसार.

म्हणून असं वाटतं, दुसऱ्याने काय करावं हे ठरवणारे आपण कोण? आपण जे जे करायला हवं ते तरी कुठे आपल्या हातून घडतं?

मोकळ्या संवादाची अपेक्षा सुनेपेक्षा तुम्हाला जास्त आहे ना? मग प्रारंभ तुम्हीच करायला हवा. नुसता प्रारंभ करण्यात पुढाकार घेऊनही भागणार नाही. त्या

संवादाला विषयाचं बंधन आहे. तो संवाद निर्हेतुक, निःस्वार्थी, निर्व्याज हवा. 'ह्या व्यक्तीने काहीतरी साधायचं आहे म्हणून बोलायला सुरुवात केली आहे' असं ऐकणाऱ्याला वाटता कामा नये. संवादाने फक्त शब्दच मिळवायचा. शब्दाला लागून अन्य काही नको. म्हणजे काय?–तर शब्द 'कार्यभागविरहित' असावा. शब्दांच्या आदानप्रदानामुळे मनं पुन्हा जवळ आली तर सगळी कामं आपोआप होतातच.

कधीकधी गरजेची कामं न सांगता होतात. 'चहा हवा असेल तर चहाचा तयार कप मिळेल. अगदी बसल्या जागी.' पण तो हॉटेलातल्या वेटरसारखा ठेवला गेला तर? औषधपाणी ह्याच पद्धतीने मिळेल. थोडक्यात 'चार शब्द' वगळून सगळं मिळेल. 'आम्ही त्यांचं सगळं करतो' ह्या दवंड्याही कानावर येतील. पण चहाच्या कपाबरोबर 'झोप लागली होती का रात्री?' असा एकच पण चहाची चव वाढवणारा प्रश्न विचारला जाणार नाही.

तुम्ही माझ्यापेक्षा वडील आहात. आणखी चार वर्षांनी मीही 'साठी'त येणार. जगणार हे गृहीत धरून. तेव्हा मी तुम्हाला काय सांगणार?

एक उपाय आहे.

डायरी लिहायची सवय आहे का?

तुम्ही आठवणी लिहा. त्या अलौकिक असायला पाहिजेत असं नाही. तुम्हाला तुमच्या गतकाळाशी संवाद केल्याचा आनंद मिळेल. वेळ जाईल. मन मोकळं, निरभ्र आकाशासारखं होईल.

मुलं आणि सुना ह्यांच्या आयुष्यात तुम्ही गरजेचं स्थान निर्माण करा.

जास्त काय?

पुण्याला कार्यक्रम ठरला की मी येणार.

जाहिरात दिसली की थिएटरवर या.

सगळ्यांना नमस्कार.

तुमचा,
व. पु. काळे

एक जागतिक समस्या मांडणारं पत्रं नगरहून नंद यांनी पाठवलं. संवाद हा माणसाचा प्राण आहे. चराचर सृष्टीत संवादाची शक्ती नियतीने फक्त माणसाला दिली. शब्दांचा शोध माणसाने लावला. शब्द जन्माला येण्यापूर्वी माणसं हातवारे करून, तोंडाने वेडेवाकडे आवाज करून, नजरेने आणि स्पर्शाने बोलत होती. शब्दांचा जन्म झाला. माणूस माणसाशी बोलू लागला. तो जेव्हा फार प्रगल्भ झाला, तेव्हा शब्दही किती तोकडे असतात ह्या जाणिवेने व्याकूळ झाला आणि मग पुन्हा

स्पर्शापाशीच त्याचा संवाद संपू लागला. शब्द अति झाले, तेव्हा त्याला मौनातलं सामर्थ्य समजू लागलं.

माणूस मुळातच संवाद का करतो?

मी 'communication'चा दोन वर्षं क्लास चालवला. ही संधी मला कॉर्पोरेशनमध्ये असल्यामुळे मिळाली. कॉर्पोरेशनने प्रॉडक्टिव्हिटी नावाचं खातं उघडलं. श्रीयुत साठे आणि डॉ. पारुख ह्यांनी पंधरा दिवस क्लासेस घेतले. ह्या कोर्समध्ये लेक्चर्स नव्हती. Discussion म्हणजे प्रश्नोत्तराच्या रूपाने Human Relations सारखे विषय शिकवले गेले. हे वर्ग सुपरवायझरी कर्मचाऱ्यांकरिता होते. सुपरवायझरला हाताखालच्या लोकांकडून काम करवून घ्यायचं असतं. डॉ. पारुखने पहिलाच प्रश्न विचारला,

'What is the purpose of communication?'

माणूस मुळातच एकमेकांशी का बोलतो?

ह्या प्रश्नावर वेगवेगळ्या ऑफिसर्सनी वेगवेगळी उत्तरं दिली.

'काहीतरी सांगायचं असतं.'

'काहीतरी विचारायचं असतं.'

'काहीतरी हवं असतं.'

'मनोरंजनाकरिता गप्पा मारतो.'

डॉ. पारुखने सांगितलं,

'कोणत्याही यंत्रणेमध्ये माणूस माणसाशी बोलतो, ते To get the work done.'

नंतर डॉ. पारुख क्षणभरच थांबले आणि त्यांनी पुढचा महत्त्वाचा शब्द सांगितला, 'willingly.'

रोजच्या व्यवहारात आपल्यालाही हाच अनुभव येतो. मित्र असो, नातेवाईक असो, 'विलिंगनेस' महत्त्वाचा. अधिकार गाजवूनही कामं करवून घेता येतात आणि गोडीगुलाबीनेसुद्धा तेच साध्य करता येतं. पण प्रत्येक बोलण्याचा संबंध कोणत्या ना कोणत्या कामाशी असतो. नुसत्या गप्पाटप्पा असतील, तर त्यासाठीसुद्धा समोरच्या माणसाची मानसिक गरज महत्त्वाची. ह्या विषयाची थोडी कल्पना यावी म्हणून जाता-जाता थोडी जास्त माहिती सांगावीशी वाटते.

हे शास्त्र आता आणखीन पुढे गेलं असेल. हे शास्त्र म्हणजे communication technique. मी हा कोर्स करून तीस वर्षं झाली, पण मूळ तत्त्व तेच राहिलं असेल. विज्ञानाच्या क्षेत्रात टेलिफोनपासून ई-मेल, इंटरनेट इथपर्यंत प्रगती झाली आहे. एका क्षणात भारतामधला माणूस अमेरिकेतल्या माणसाला पत्र पाठवू

शकतो. हे झालं निव्वळ तंत्र. संभाषण करावं असं वाटण्याचा मंत्र मनातच उमटावा लागतो. पुष्कळदा आपण काही ठराविक प्रश्नोत्तरं ऐकतो. त्यापैकी एक–

'तुला लग्नाला (किंवा वाढदिवसाला) यायला सवड नव्हती, हे मी मान्य करतो. पण तुला साधा फोनही करावासा वाटला नाही?'

फोनही करण्याची इच्छा नसलेला माणूस अशा वेळेला, 'आठ वेळा फोन केला, पण एंगेज्ड लागला' किंवा 'माझाच फोन डेड होता' अशी सारवासारव करून मनातली अनिच्छा बेमालूमपणे लपवतो.

आणि इथेच सगळी माणसाची कुचंबणा किंवा आनंद लपलेला आहे. एक टोकाचं उदाहरण म्हणून सांगतो.

गिनीज बुकमध्ये नोंद करावी असं. एका साठी उलटलेल्या बाईने पत्रातून कळवलं, 'गेल्या चौदा वर्षांत नवऱ्यामध्ये आणि माझ्यामध्ये कोणतंही संभाषण नाही.' ह्या व्यथेपुढे नंदलालने जी समस्या कळवली, त्या समस्येबद्दल काय म्हणावं? सध्याची पिढी तर बाहेर जाताना, दार लावता-लावता 'जरा जाऊन येतो' एवढाच संवाद करते. ह्यापेक्षा जास्त बोललं तर कदाचित 'कुठल्या मित्राकडे? किती वेळ लागेल? जेवायची वाट बघायची की नाही? जाता जाता एक काम करशील का?' इथपासून 'आता जायलाच हवं का?', 'घरी पाहुणे येणार आहेत. थांबलास तर बिघडेल का?', 'त्यांना तुला बघायचं आहे' इथपर्यंत सगळ्या प्रश्नांची उत्तरं द्यावी लागतील असं त्यांना वाटतं.

माझा एक मित्र हार्ट पेशंट आहे. एक ॲटॅक येऊन गेलाय. त्याचा मुलगाही 'जरा जाऊन येतो' एवढीच माहिती देतो. त्या मित्राने मला सांगितलं,

'माझ्या मुलाचे त्याच्या गैरहजेरीत जेव्हा फोन येतात तेव्हा 'तो कुठे गेलाय माहीत नाही' हे उत्तर देताना लाज वाटते. उद्या मला दुसरा ॲटॅक आला तर मुलाला शोधायचं कुठं?'

नंदचा मित्र तर संवाद साधून साधून ह्या जगाचा निरोप घेऊन गेला.

नगर

५/८/१९८८

श्री. काळेसाहेब,

पत्रास कारण की, आपलं 'घरदार' या मासिकाच्या जूनच्या अंकातील पत्र.

खरोखरीच संवादाचं महत्त्व काय आहे याची मला जाणीव आहे. माझ्यासारख्याच माझ्या एका मित्रालाही होती. (तो मागील मार्चमध्ये गेला.) त्यासाठी जे करणं शक्य होते ते सर्व प्रयत्न जिवापाड केले. अर्थात दोघांनीही. सर्वांशी संवादाचा

प्रयत्न केला. घरचे-बाहेरचे सर्व. अर्थात यश कमीच आलं.

हे सर्व झाल्यानंतर मी आता खूपशा गोंधळलेल्या मन:स्थितीत आहे. ही स्थिती वैचारिक आहे.

माझा मित्र (त्याबद्दल नंतर कधीतरी लिहीन.) केवळ संवाद साधण्याचा प्रयत्न करता-करता मनाने बधिर झाला. वार झेलत राहिला व एक दिवस शांतपणे विझून गेला.

मी मात्र अजून टिकाव धरला आहे तो काही विशिष्ट विचारांसाठीच.

शिल्लक आहेत अनेक प्रश्न.

संवाद हा टेबलटेनिसच्या बॉलसारखा आहे. आपण कितीही चांगला मारला/परतवला तरी तोच बॉल कसा परतवायचा/टोलवायचा/सोडायचा हे शेवटी समोरच्याच्या हातातच आहे असा माझा समज झाला आहे. तो योग्य की अयोग्य?

केवळ संवाद साधण्याने सर्व समस्या सुटू शकतील असं आपण मानता का? मला ते सध्या तरी अशक्य वाटतं.

संवाद जर एकांगी (एकाच बाजूने) होत असेल तर काही उपाय?

दुहेरी संवाद साधण्यासाठी काही विशेष करता येईल?

संवाद साधताना 'स्वभावाला औषध नाही' यावर उपाय काय?

आपणाकडून संवादाची अपेक्षा.

पत्रात काही चूक असल्यास क्षमा असावी.

पत्रोत्तरात आपल्या सौ.च्या तब्येतीबद्दल कळवावे.

आपला,
नंद.

प्रिय नंद,

बडोदा-मुंबई ह्या प्रवासात माझ्या एका नवोदित मित्राने मला सांगितलं की त्याची बायको अत्यंत अबोल होती. त्या मित्राने तिला बोलतं करण्यासाठी सातत्याने तीन वर्षं प्रयत्न केले. आता ती बदलली आहे.

उदाहरणाने काहीच फरक पडत नाही हे मी जाणतो. पंचमहाभूतांनीच माणूस तयार होतो असं शास्त्र सांगतं. पाच तत्त्वं म्हणा, काहीही नाव द्या. पण 'मन' हे जे सहावं भूत आहे, त्याचं काय? वृत्तीचे अश्व बांधलेलं हे मन वर्तणुकीचा गाडा कोणत्या गावाला नेईल, कसं सांगावं?

म्हणूनच रक्त, पेशी, स्नायू, त्वचा, हाडं ह्या मोजक्या वस्तूंमधून तुम्ही-आम्ही घडतो. तेच अवयव, पण प्रत्येकजण वेगळा. जुळ्या भावंडांचे स्वभावही भिन्न. पुन्हा हे केवळ चर्मचक्षूंना जाणवणारं वेगळेपण. अदृश्य वृत्तींचं काय?

प्रत्येकाचा स्वभाव अंगठ्यांच्या ठशाप्रमाणे स्वयंभू. म्हणूनच उदाहरणाने काहीही सिद्ध होत नाही. तेव्हा तुलना संभवतच नाही.

उदाहरणाचं रूपांतर आचरणात व्हायला हवं.

आचरण ही निव्वळ आपल्या मालकीची गोष्ट. वारसाहक्काने न मिळणारी आणि अपहरण न होणारी.

म्हणजे तुमच्या पत्रातल्या सगळ्या प्रश्नांचा प्रवास पुनरपि तुमच्यापाशीच संपतो. प्रस्थान आणि मुक्कामाचं ठिकाण एकाच पत्त्यावर असणारा हा एकमेव प्रवास.

म्हणूनच आपण टाकलेल्या टेबलटेनिसच्या बॉलचं समोरचा माणूस काय करणार आहे, हे ठरवण्याचा आपल्याला अधिकार नाही. 'बॉल टाकायचा बंद करणं किंवा टाकत राहणं' ह्या दोनच अवस्था.

'अरेरे, टाकायला हवा होता' ही अवस्था भयानक. ती तुम्हालाच गिळत राहते. कालांतराने ही खंतही न उरणं म्हणजे बेरड होणं. तो टप्पा झटपट गाठला की मग काय?–मुक्तावस्थाच.

मुक्त व्हावं. मोकाट होऊ नये.

संवादाच्या बाबतीतही कोणता तरी निर्णय घ्यावाच लागतो. संवाद होणारच नाही हाही confidence मिळवावा लागतो म्हणजे त्या दिशेने प्रयत्न करण्यात शक्ती वाया जात नाही.

आणि कितीही नाही म्हटलं तरीही संवादाचा आटापिटा कोणत्या व्यक्तीसाठी करायचा, ह्याबद्दल आपलाही हिशोब असतोच. आवड-नावड, वृत्ती-प्रवृत्ती-निवृत्तीवर किती आवृत्त्या काढायच्या ह्याचं गणित चालू असतंच.

टेबलटेनिसच्या बाबतीत तर काय सांगू? प्रारंभीच्या काळात तर खेळून दमण्यापेक्षा, टेबलापल्याड पडणारा बॉल शोधण्यात आणि पकडण्यातच जास्त दमछाक होते. तेच ह्या आयुष्यात होतं. संवादासाठी भिडू शोधण्यात आणि तो मिळाला की त्याला धरून ठेवण्यातच खेळ संपतो.

म्हणूनच चेंडू टाकत राहण्याचीच वृत्ती जोपासायची. जे भिडू टिकायचे असतील ते टिकतातच. काही माणसं टिकतात ती त्यांनी टाकलेल्या चेंडूचं आपण काय करणार आहोत, ह्या काळजीतही असतातच की! काहीही झालं तरी खेळ चालू राहतो तो चेंडू गिळणाऱ्यांच्यामुळे नाही, इतकं नक्की.

'स्वभावाला औषध नाही' हे खरं.

त्याहीपेक्षा असलेलं औषध नाकारणं हे जास्त खरं.

अबोल वृत्तीची माणसं आपला अबोला सोडणारच नसतील तर संवाद करणाऱ्याने तरी संवादाचा आनंद का सोडावा?

ज्या एका नवोदित मित्राचं मी प्रारंभी उदाहरण दिलं त्याच्या बायकोला कसं बोलायचं असतं, ते कळत नव्हतं. म्हणजे चेंडू परतवण्याची इच्छा होती. पण माहिती नव्हती. शब्द आणि विचार ह्यांचा सांधा न जुळणं म्हणजे बॉल आणि बॅट ह्यांचीच गाठभेट न होणं.

फुलायचं असतं हे कळीला सांगावं लागत नाही. फुलणं हा तिचा धर्म असतो. आयुष्याच्या प्रवासातलं 'कळीपण' हे तिचं मधलं स्टेशन असतं.

माणसांनाच कधीकधी 'कुणासाठी फुलायचं' असा प्रश्न पडतो. ह्याचं कारण कळी जन्माला येताना झाडं, बहरण्याचं गाणं तिच्या कानात गुणगुणत नाहीत. तो सूर कुणीतरी कानात-मनात भरावा लागतो. मनातला सूर जेव्हा प्रकट होण्यासाठी धडपडू लागतो तेव्हाच निसर्गातल्या गाण्याशी त्याचा तानपुरा जमतो. तो जमला की सगळा निसर्गच संवाद कसा साधत असतो ते कळतं. तारकांचा वाद्यवृंद दिसतो. धीरगंभीर षड्जासारखं आकाश, मनाचा गाभारा भरून टाकतं. समुद्रावरचं न संपणारं संगीत, वळणाऱ्या वाटा, गवत, वनराई, पक्षी, पशू... संगीतच संगीत. संवादच संवाद.

संवादाचं रहस्य, नातं, शक्ती हे सगळं आईवडिलांनी आपल्या कळीच्या कानात सांगायचं असतं. आईवडिलांचं ते अपुरं वा आकलनच न झालेलं कर्तव्य आमच्या ह्या मित्राने पार पाडलं आणि आता पक्ष्यांनी ह्या जोडप्याचं अनुकरण करावं असं संवादाचं मर्म त्याच्या बायकोला उमगलं.

बॉल परतवत राहायचं ते समोरच्या भिडूला हेच शिकवण्यासाठी.

काहींना गप्प राहण्यातच आनंद वाटतो. त्यांच्याजवळ विचार असतात. कदाचित शब्दही असतील. पण गप्प बसण्यात ते सार्थकता मानतात. अशी माणसं निरुपद्रवी. त्यांचं गप्प राहणं हा calculationsचा भाग नसतो.

काहींना व्यक्त करण्याची भीतीच वाटते.

ती भीती गप्पागोष्टी करूनच जाते.

आर्थिक परिस्थिती अनेकांना 'गवसणी' काढू देत नाही.

म्हणून वाटतं,

गप्प बसणाऱ्यामागं कारणं अनेक.

तसं बोलणाऱ्या माणसांचं नाही. तो फक्त एकच कोडं फार तर घालत असेल की, 'हा असं का बोलतो?' किंवा 'त्याने असं बोलायला नको होतं.'

तरीही,

बोलणं खोडून काढता येतं. अर्थ लावून घेता येतो. हवा तो अर्थ घेता येतो. जाब विचारता येतो.

मौन खोडून काढता येत नाही.

तेव्हा बोलण्यावर विश्वास असणाऱ्याने, संवादावर प्रेम असणाऱ्याने संवाद केलाच पाहिजे.

तुमचा,
व. पु. काळे.

प्रिय व. पु.,

'जत्रा' साप्ताहिकातील 'प्लेझर बॉक्स' या सदरातील पत्रं वाचली आणि या 'प्लेझर बॉक्स'साठीच आपणही एक पत्र लिहून तुमच्या 'प्लेझर बॉक्स'च्या थ्रू आपल्याला काही आनंद मिळवता आला तर पाहावा, तुमच्या सांताक्लॉजने चुकून एखादी भेट आपल्याही दाराशी दिली तर पाहावं म्हणून ह्या पत्राचा प्रपंच!

खरं तर खूप दिवसांपासून वाटत होतं पत्र लिहावं असं! पण खरं सांगू? एका फार मोठ्या माणसाबद्दल भीतीयुक्त आदर असतो, तशीच काहीशी स्थिती होती. पण आता ती पत्रं वाचली आणि एक वेगळंच आपुलकीचं नातं निर्माण झाल्यासारखं वाटलं म्हणूनच पत्र लिहितेय.

व. पु., तुम्ही म्हणता, कधीकधी दुपारची रातराणी फुलून आल्यासारखं वाटतं, पण केव्हा केव्हा सूर्योदय व्हायचा तेव्हाच सूर्यास्त होतो का हो? एखादी पाण्याची वाटलेली बाटली ॲसिडची निघावी तसं तुमचं झाल्याचं तुम्ही म्हणता, पण सगळ्याच बाटल्या ॲसिडच्याच निघाल्या तर?

फार प्रश्न करत नाही. कारण तुमचं एक वाक्य आठवतंय, 'सगळ्याच प्रश्नांची उत्तरं मिळत नसतात.' ते खरंच आहे. व. पु., तुम्हाला प्रथम सगळं काही सांगते आणि मग शेवटी एकच प्रश्न विचारते, त्याचं उत्तर द्या. माझं नाव, गाव सगळं तर तुम्हाला समजलंच आहे, आता बाकीची माहिती सांगते.

मी एक वर्षापूर्वी डॉक्टर झाले आणि त्याच वेळी ब्रह्मदेवाने दिलेला जोडीदारही शोधला. त्यानंतर सहा महिने माझी इंटर्नशिप संपल्यावर आम्ही दोघांनी व्यवसाय सुरू केला. (सुभाषने वकिलीचा आणि मी वैद्यकीय व्यवसाय एकत्र जागा घेऊन सुरू केला.) खरं वैवाहिक व व्यावसायिक आयुष्य तेव्हाच सुरू झालं. खूप नाही, पण सर्वसामान्य व्यक्ती ज्या अपेक्षा करते तेवढ्याच बाळगून मी आयुष्यातल्या ह्या वळणावर प्रवास चालू केला होता. व्यवसायात यशही मिळत होतं, पण कौटुंबिक जीवनात मात्र एक सूर उगाचच वेगळा जाणवत होता. तसं आमचं भांडण कधीच झालं नाही, पण माणसाला काही सवयी लहानपणापासून जडलेल्या असतात त्या एकाएकी सुटत नाहीत. हे त्यांच्याही लक्षात आलं नाही आणि माझ्याही. माझा जोडीदार (सुभाष) थोडासा सनातनी मतप्रवृत्तीचा तर मी पहिल्यापासून स्वतंत्र व निरामय वातावरणात वाढलेली. आई-वडिलांनी स्वतंत्रता म्हणजे काय हे नीट

समजावून दिल्याने स्वतःचे निर्णय स्वतः घेत असे व आपले निर्णय कोणावर लादतही नसे.

याउलट सुभाषचं. त्यांचं प्रत्येक म्हणणं मी ऐकलंच पाहिजे अशी त्यांची इच्छा. गोष्टी खूप किरकोळ असायच्या, पण शिकल्यानंतर इतकं अडाण्यासारखं राहणं माझ्या बुद्धीला पटत नसे. पण तरीही केवळ त्याच्यासाठी मी सगळं ऐकलं. अगदी डोक्यावर पदर सतत चोवीस तास ठेवून, दवाखाना सोडून दीर, सासू, नणंद यांच्याच सेवेत स्वतःला वाहून घ्यायचं. इतकंच काय, पण इतकं शिकून परत आमच्या गावाला शेती आहे, तिथेही काम करायला लावलं. ज्या आजपर्यंतच्या आयुष्यात शेतीचा संबंध फक्त भूगोलापर्यंतच होता. पण तरीही मी कुणाजवळच, अगदी आई-वडिलांकडेही याबद्दल तक्रार किंवा साधी आठवण म्हणूनसुद्धा बोलले नाही. मला दवाखाना टाकायला सगळी मदत माझ्या वडिलांनीच केली. कारण एकुलती एक मुलगी सुखात राहावी हाच त्यांचा उद्देश.

पण ऊस मऊ लागला म्हणून मुळासकट कोणी खातं का? याचा कुणीच विचार केला नाही. वाटत होतं, आपला नवरा कधी तरी बदलेल. पण दिवसेंदिवस त्याची सनातनी मतप्रवृत्ती वाढतच चालली. बरं स्वतःच्या बाबतीत पुरोगामी वाटणारा हा माझ्याच बाबतीत असा का वागायचा समजत नव्हतं. स्वतः वकील असलेला हा माणूस बायको चुकून आजारी पडली तर एका शब्दानेही चौकशीसुद्धा करत नव्हता.

स्त्रीच्या आयुष्यातला सर्वात आनंदी, पवित्र व मंगल क्षण मातृत्व! त्याच्या नुसत्या चाहुलीने सगळं आयुष्यच बदलल्यासारखं वाटतं. पण दुसऱ्यांची मुलं खूप आवडणारा प्राणी स्वतःला बाळ होणार या कल्पनेनेसुद्धा एक क्षणही फुलून आल्यासारखा वाटला नाही.

खरं सांगायचं तर इतकं त्याच्याजवळ राहून, त्याच्या सांगण्याप्रमाणे वागून, प्रेमाने, लोभाने वा वादविवादाने, कोणत्याच प्रयत्नाने त्याच्या अंतःकरणापर्यंत मी पोचू शकले नाही.

सगळ्यात कळस म्हणजे एक एप्रिलला मी घरी जातो असं सांगून निघालेला हा माणूस तिसऱ्याच ठिकाणी जाऊन नको ते करतो. पोलीस बातमी घेऊन येतात, वकील बोरावके यांनी पॉयझन घेतलंय. आकाश कोसळणं म्हणजे काय ते एका क्षणात समजून आलं. पण त्यातूनही केवळ आईवडिलांमुळे सावरले. सतत तीन दिवस चाललेल्या डॉक्टरी प्रयत्नांना यश आलं आणि दूरच्या गावाला चाललेल्या ह्या माणसाला परत मागे आणलं. त्यानंतर त्यांच्या घरची सगळी माणसं यायला लागली आणि ते तीन दिवस शुद्धीवर नसताना सतत त्यांच्याजवळ थांबून सगळ्यांच्या आग्रहाला न जुमानता अन्नपाणी वर्ज्य करून त्यांची सेवा केली. त्यांच्याजवळ नुसतं

थांबूही द्यायला माझ्या सासरच्या लोकांनी नकार दिला. दहा-बारा दिवसांनी पूर्ण बरं झाल्यावर आम्हाला न सांगताच रात्रीच त्यांना घेऊन घरी निघून गेले. त्यानंतर त्यांच्या गावाला गेल्यावरही त्यांना भेटू काय, पाहूसुद्धा दिलं नाही.

आयुष्यातलं एक पर्व इथेच संपल्यासारखं वाटलं. कारण ज्याच्या आधारावर मी पुढे जगले असते, जे एकमेव माझ्या जीवनाचं आशास्थान होतं, ते माझं बाळही दैवाने हिरावून घेतलं. हाताशी आलेला माझा मुलगा नियतीच्या फेऱ्यापुढे माझ्याजवळून जन्माला येण्यापूर्वीच हिरावला गेला.

इतकं सगळं झाल्यावर, सगळं संपल्यासारखं वाटत असतानाच आता परत सुभाषचे निरोप मला एकटीला येतात. 'तू आता परत ये. चुका काय होत नाहीत का?' मागच्या आठवड्यात त्यांचंच एक पत्र आलं, 'तू वडगावला ये!' सगळ्यांनी खूप आधार दिल्याने वरील सगळ्या प्रसंगानंतर मी माझा तळेगावचा दवाखाना सुरू केला होता. तो आता एक महिन्यानंतर परत व्यवस्थित सुरू झालाय. हा माणूस दोन-अडीच महिने घरी नुसता बसून होता आणि आता परत मलाच दवाखाना बंद करून (कायमचा!) तिकडे बोलावतोय. आईवडिलांचं, सगळ्यांचं मत मी जाऊ नये असं आहे. त्याने आता तिकडे पंधरा-वीस हजार कर्जही करून ठेवलंय. एखाद्या वेळी मलाही तसंच वाटतं. पण शेवटी समाजाच्या भिंती ओलांडण्यास अशक्य वाटतात आणि समाज्याच्याही भीतीपेक्षा एक आशा अजूनही मनात आहे. कदाचित आता पश्चात्तापाने तो सुधारला असेल. घरच्या लोकांनी सर्वस्वी एकाकी पाडल्यामुळे आता कदाचित व्यवस्थित वागेल. पण परत वाटतं, माणसाचा मूळ स्वभाव कधीच बदलत नसतो ना! मग हेही त्याचं एखादं नाटक नसेल कशावरून? आज काय निर्णय घ्यावा, मलाच समजत नाहीये. त्याला तर पूर्णत: ओळखण्यात मी असमर्थच ठरेलय.

अंतरी असतील ऐशी
वाटले नव्हते कधी
राहून श्वासात माझ्या,
माझा तो नव्हता कधी
गंधी होऊनी फुलांचा
पसरला तो चोहीकडे,
वेढले त्याने मला
परी स्पर्श न झाला कधी

अशीच त्याच्या बाबतीत माझी स्थिती आहे. सारखं वाटतं त्याला एकच उत्तर द्यावं–

दूर झाल्या पायवाटा,

संपली मीलनेही आता
तू तुझा अन् मी कुणाची
प्रश्न तू टाकू नको
बहर सरल्या श्रावणाची
गोष्ट तू सांगू नको–
पण परत दाटून आलेल्या संध्याकाळी असंही वाटतं–
उभा जन्म झाला चिता,
क्षण एक एक ज्याला
सुन्न मनाच्या स्मशानी
मला भडाग्नी मी दिला,
गडे तरीही सोडीना
इथे मला तुझी आस
माझ्या राखेतही येई
तुझ्या रूपाचा सुवास.

त्याच्याशिवाय दुसऱ्या कुणाचाच विचार मी उभ्या आयुष्यातही करू शकणार नाही. माझ्याशिवाय अजून तरी त्याच्या अंतःकरणात दुसऱ्या स्त्रीला जागा नाही. ही वस्तुस्थिती आहे. पण उगाचच काहीही विशेष कारण नसताना केवळ समजूतदारपणाचा अभाव असल्याने दोन आयुष्यं व्यर्थ चालली.

आज तो वाट पाहतोय. (स्त्री शेवटी अबला असते आणि) आपण पत्र पाठवलंय तर मी नक्कीच त्याच्याकडे जाईन याची. पण मला बाकीच्यांनी पत्रंही लिहू नये असं सांगितलंय. त्यानेच एकदा माझ्याकडे यावं, मग त्याच्याबरोबर मी वाटेल त्या संकटात उडी घ्यायला तयार होईन. इतकंच काय पण त्याच्या हातून मरण आलं तरी स्वतःला धन्यच मानेन असं मला वाटतंय.

आज काय करू? त्याच्या इच्छेप्रमाणेच वागू की त्याची वाट पाहत इथेच थांबू? याचा निर्णय घेण्यास मी असमर्थ आहे. वपुकाका, तुमची ही एक लेक आहे असं समजून मी काय निर्णय घेऊ ते सांगा. तुम्हालाच हे का सांगावंसं वाटलं ते समजत नाही. पण ह्या लेकीची उपेक्षा करू नका. लवकरात लवकर तिला मार्ग दाखवा. खूप आतुरतेने तुमच्या पत्राची वाट पाहणारी–

तुमचीच लेक,
सौ. गीता.

एका सामान्य मुलीची ही अतिसामान्य कहाणी!
पण खळत नाहीये

तिच्या डोळ्याचे पाणी
वाट पाहत्ये तुमच्या
आशीर्वादी क्षणोक्षणी

प्रिय गीता,

मी माझ्या बावीस वर्षांच्या पत्रव्यवहाराच्या कालावधीत एकाही व्यक्तीला एकेरी नावाने हाक मारलेली नाही. तुझ्या-माझ्या वयातील अंतर लक्षात घेतल्यावरही मी एकेरी उच्चार केला नसता. पण अपार विश्वासाने तू जे नातं जोडलंस त्या नात्यामुळे मी एकेरी निर्देश करीत आहे.

तुझ्या पत्राला समाधानकारक उत्तर शोधणं ही अवघड कामगिरी आहे. कोणत्याही घटनेनंतर तत्क्षणी जी प्रतिक्रिया व्यक्त करावीशी वाटते, ती सहजवृत्तीतून जन्म घेते.

ह्याचाच अर्थ मनाच्या गाभ्यातून आलेला तो हुंकार असतो. थोडा अवधी लोटला की मेंदूचं चलनवलन सुरू होतं. पाठोपाठ तर्कवितर्कांची, न संपणाऱ्या डब्यांची मालगाडी सुरू.

पहिलावहिला विचार हा नियतीचा कौल मानून कृती केली तर तो उतावीळपणा समजायचा की योग्य वेळी जाग आल्याचं लक्षण समजायचं?

ह्यासारख्या तर्काला वर्तमानकाळ उत्तर देत नाही.

ह्या प्रश्नाचा वा परिस्थितीचा भाष्यकार फक्त भविष्यकाळ.

म्हणजे नक्की काय?

मोघम किंवा हायपोथिटिकल उदाहरण घेण्याऐवजी आपण तुझ्याच सध्याच्या परिस्थितीचा विचार करू. सुभाषपासून विभक्त होण्याचा समजा, ह्या क्षणी निर्णय आपण घेतला. हा निर्णय योग्य की अयोग्य हे भविष्यकाळातील यशावर अवलंबून आहे.

आता 'यश' म्हणजे काय? त्याबद्दलचे आपले स्वत:चे concepts अगदी स्फटिकासारखे स्वच्छ आहेत का? वरवरचे अर्थ आणि व्यावहारिक अर्थ पाहायचे ठरवले तर प्रथम यश म्हणजे आर्थिक यशच.

अगदी सोप्या भाषेत सांगायचं तर 'स्वत:च्या पायावर बळकटपणे उभं राहण्याचं सामर्थ्य.'

पहिला विचार हाच करावा लागतो. पायातल्या सामर्थ्याबरोबर डोक्यावरच्या छपराचा विचारही आलाच. छप्पर म्हटलं की 'सुजलां सुफलां' देशात, स्वार्थी राजकारणापायी जळवेसारखं रक्त शोषणारे Builders, contractors ह्या सगळ्या जमातीला विकत घेण्याची, सहन करण्याची किंवा शरण जाण्याची तयारी हवी किंवा जोडीदाराशिवाय राहता येईल असं निव्वळ प्रेमाच्या जोरावर जोडलेलं एक छप्पर हवं.

गीता,

मनाचा कोंडमारा होऊ नये म्हणून जर नवं आयुष्य जगायचं ठरवलं तर प्रथम शरीराच्या गरजा भागवाव्या लागतात. बेघर होतं ते मन आणि तरीही 'घर' शोधायचं ते शरीरासाठीच.

हा व्यावहारिक यशाचा मंत्र तुझ्याजवळ शिक्षणाच्या रूपाने आहे. तुझं शिक्षण आणि व्यवसाय तुला तुझ्या पायावर स्वाभिमानाने उभं करण्याइतपत पूरक आहे की नाही ह्याची मला कल्पना नाही.

ते तसं असेल तर खूप टक्के प्रश्न सोपा होतो. संपूर्ण सुटतो असं नाही. हा प्रश्न तुझ्या हिंमतीवर तू सोडवशील असं आपण गृहीत धरू. ह्यात जर तुला घवघवीत यश मिळालं तर आणखीन सात-आठ वर्षांनी, तू आज वेगळं होण्याचा निर्णय घेतलास तो योग्य होता, हे सिद्ध होईल. 'योग्य-अयोग्य' हे भविष्यकाळ ठरवतो, असं मी जे म्हणालो, ते त्याच दृष्टिकोनातून.

'यशाची व्याख्या ठरवायची' असंही मी म्हणालो. त्याचा अर्थ काय? स्वत:चं मन जिंकणं, हे खरं यश. ह्याचाही नेमका अर्थ सांगावा लागेल. मला अभिप्रेत असलेला अर्थ वेगळा आहे. अर्थ म्हणण्यापेक्षा धास्ती.

स्वत:च्या हिंमतीवर, स्वत:चं एकटीचं घर तू उभं केलंस आणि तरीही तुला सुभाषाशिवाय 'बेघर' वाटलं तर? तर समर्थपणे, यशस्वी ठरूनही 'यश' मिळवलं असं वाटेल का?

तसं जर वाटणार नसेल तर विभक्त होऊन फायदा नाही. 'भक्ती' सुटल्याशिवाय 'विभक्त' अवस्थेला अर्थ नाही. खरं युद्ध वेगळंच आहे. ते दुसऱ्या कुणाशीही नाही. हे युद्ध गीताचं गीताशी आहे.

इतक्या सगळ्या घटना घडूनही, सुभाषच्या हातून मरण आलं तर मी पत्करेन, असं म्हणण्याइतकी तुझी त्याच्यावर भक्ती आहे. इथेच सगळी मेख आहे.

ही भावना मनात आहे, त्याचा अर्थ तुला सुभाषच्या बाबतीत जितकी सणक यायला हवी तितकी ती आलेली नाही. ती यायला हवी असं माझं मुळीच म्हणणं नाही. जबरदस्त संताप येत नसेल तर तो 'येत नाही' ही *reality* आज तरी मान्य करायला हवी. ही वास्तवता मान्य केली की मग त्याची कारणं शोधावी लागतील. हा शोध घेताना जर वाटलं की अनेक न पटणाऱ्या गोष्टी घडत असतानाही, काही आनंदाचे, स्नेहाचे, जिव्हाळ्याचे, उत्सवाचे, निखळ प्रेमाचे क्षणही आपण उपभोगलेले आहेत तर मी म्हणेन, 'जरूर थांब, विचार कर.'

भावनात्मक पातळीवरच्या उद्रेकांना आणि उत्सवांना मोजमाप नसतं. तरीही आजवरच्या वैवाहिक जीवनात आनंदाचे क्षण जास्त होते की उपेक्षेचे ह्याचं गणित मांडायला हवं. सगळ्याची बेरीज-वजाबाकी करून जर असं वाटलं, 'वेगळं

होण्यात अर्थ नाही' तर मोकळेपणी सुभाषला भेट. स्वीकार कर. पाटी कोरी स्वच्छ करा आणि एकत्र या.

पाटीवरचे चरे कायम राहिले तरी तिकडे मग दुर्लक्ष करायला शिका. चऱ्यांचा उपद्रव का होतो? तर नवा मजकूर लिहितानाही जुन्या चऱ्यांपाशी पेन्सिल वारंवार अडकते म्हणून होतो. पण तेवढ्याचसाठी, म्हणजे चरे नाहीसे करण्यासाठी पाटीच फोडायची का?

चऱ्यांना चुकवता येत नाही का?

माणूस लहान मुलासारखाच आयुष्यभर वागतो. लहान मूल ताटातून पदार्थ खात नाही. ताटातून आधी जमिनीवर सांडायचं आणि जमिनीवरचं खायचं.

आम्ही काय करतो? बाकीची पाटी, तिचं अस्तित्वच आम्ही नाकारतो. जिथे चरा आहे त्याच्यावरच आम्हाला मजकूर लिहायचा असतो. उर्वरित आयुष्यात पाटी दिसण्यापूर्वी, चरेच दिसणार असतील तर पाटीचा अट्टहास धरण्यात काय अर्थ आहे?

आयुष्यात कोणते क्षण जास्त होते?–असं विचारलं मी. त्या प्रश्नालाही अर्थ नाही. त्यापूर्वी आपल्या मनाची जडण पाहायला हवी. आपण स्वत: Optimistic की Pessimistic? गतआयुष्यातील चांगल्या घटना आपल्याला प्रथम आठवतात का आपण फक्त कटू प्रसंगांचा उच्चार प्रथम करतो?

असे कितीतरी factors आणि problems 'स्व'च्या संदर्भात असतात. अशा सर्व जाणिवांचा जाणतेपणी मागोवा घेतल्याशिवाय भविष्यकाळातली वाट उलगडत जाणार नाही. हातात दिवा धरलेला असला की मागच्या बाजूला भलीमोठी काळी सावली पडणारच. तू दिव्यामुळे उजळलेली समोरची वाट बघणार की फक्त काळ्या सावलीची दहशत बाळगणार?

आपल्या सावलीला आपणच महत्त्व देतो, बाऊ करतो किंवा घाबरतो. समाजाला लक्ष द्यायला फार सवड नसते. काही काळ समाज आपल्या कथा चघळतो. ती कथा सुखाची असो, दु:खाची असो, समाज ती चघळतोच.

पण तेही किती काळ?

च्युइंगमवरचं साखरेचं आवरण संपेपर्यंत. जिभेला रबर लागलं की समाजाचा इंटरेस्ट संपतो. तेवढी कळ सोसायचा, रबराचा चिवटपणा आपल्याजवळ हवा. खऱ्या problems ला हात घालायचा क्षण आला की समाज मागं सरकतो. म्हणूनच, औषधाच्या गोळीवरचा कागद जसा आपण फेकून देतो तसा समाज दूर लोटता आला पाहिजे. आतली औषधाची गोळी, कडू असो वा चविष्ट, ती आपल्यालाच पचवावी लागते.

सामर्थ्य मिळवायचं ते आपल्या हळुवार मनाला बळकट करण्यासाठी.

तुझ्या पत्रातून सुभाष माझ्यासमोर जसा साकार झाला आहे, त्यावरून माझे

काही अंदाज आहेत, ते सांगतो. हे अंदाज सुभाषबद्दलचे नव्हेत, हे अंदाज वृत्तीबाबत.

सनातनी वृत्तीची माणसं दोन प्रकारची.

एक अस्सल सनातनी. अस्सल सनातनी माणसं यज्ञोपवितासारखी वंदनीय असतात. माणुसकीचे संकेत समजणारी असतात. कुटुंबाची जबाबदारी पत्करल्यावर नगारे न वाजवता गृहस्थधर्म सांभाळणारे असतात. जपजाप्य, पोथीपुराणं, पूजाअर्चा इत्यादी उपचारांवर श्रद्धा बाळगणारी मंडळी, सहधर्मचारिणीलाही सन्मानाने वागवतात. क्वचित पायाची दासी ह्या भावनेनेही, परंपरेने बघतील. पण जबाबदारी नाकारणारी नसतात. अर्थात शुद्ध गोष्टींबद्दल वादच नाही.

दुसरी जमात 'सनातनी' म्हणवणाऱ्यांची. ह्या जमातीला मिळवणारी बायको हवी असते. कर्तबगार हवी असते. देखणी तर हवीच असते. रसिकतेची ह्यांची कमाल मर्यादा म्हणजे देखणी बायको मिळवणं. रसिक मन तितकंच विशाल असतं हे त्यांच्या गावी नसतं. म्हणूनच अर्थोत्पादनाचं कार्य संपताच, पैसे मिळवणारे हात-पाय चेपण्यासाठी तत्पर हवेत ही ह्या so called सनातन्यांची अपेक्षा असते. ती कर्तबगार हवी, पण हीच कर्तबगारी तिने नवऱ्याच्या नजरेच्या इशाऱ्यावरइनाचण्यात पण दाखवावी. ती देखणी हवी, पण त्या सौंदर्यावर सातत्याने 'सौभाग्यवती' नावाचा एक पारदर्शक बुरखा तिने पांघरला पाहिजे. थोडक्यात फूल सुगंधी हवं पण फक्त नवऱ्याने झाकण उघडलं तरच त्या फुलाने सुगंधाचं अस्तित्व प्रकट करावं, अशी अत्तराच्या बाटलीप्रमाणे ह्या सनातन्यांची फुलाकडून अपेक्षा असते. सनातनीपणा हा त्यांचा धर्म नसतो, तर स्वतःचं कोतं मन दिसू नये म्हणून पांघरलेलं ते चिलखत असतं.

अशी माणसं बायकोचा वापर चिलखतसारखाच करतात. त्या चिलखताने स्वतःचं आयुष्य जगायचं नाही, स्वतंत्र वावरायचं नाही, परिस्थितीचे वार झेलायचे आणि फक्त नवऱ्याचं रक्षण करायचं. बायको चिलखताची भूमिका स्वीकारते म्हटल्यावर ही जमात जास्त ऐदी होते, ऐषआरामी होते. जशी स्वार्थी होते, तशी मस्तवाल होते. आयुष्यातल्या कोणत्याही अनुभवाला ही माणसं भिडत नाहीत. इतरांची सुखदुःखं ह्या माणसांपर्यंत पोचत नाहीत. चिलखतापाशी त्या सुखदुःखाचा प्रवास थांबतो. समाजातील इतर दुःखी माणसांचे अश्रू ह्यांना दिसत नाहीत. दिसले तर ते पुसायची ह्यांना गरज वाटत नाही. कारण चिलखताच्या आत त्यांचं जग सुरक्षित असतं.

ह्या प्रकारची वृत्ती वाढत गेली की स्वतःच्या चिलखताचीही देखभाल करायची अशांना गरज वाटत नाही. एकीकडे अरेरावीपणा आणि एकीकडे भय! आत्महत्या वगैरे करणं हे पळपुटेपणाचं लक्षण आहे. अशा माणसांनाच धर्म, रूढी, परंपरेच्या कुबड्या हव्या असतात. स्वतःच्या पंगू पायांकडे दुर्लक्ष करायचं आणि स्वतःच्या कर्तबगार जोडीदाराने आपल्या वचनात राहावं म्हणून त्याच कुबड्या उगारणारी ही

माणसं, संसार कसा करणार?

हा माणूस तुला आयुष्यभर वाकायला लावेल. तू वाकतेस म्हटल्यावर तो तुला आणखीन वाकायला लावेल. स्वतःच्या पाठीचा कणा हरवलेल्या माणसांना जोडीदाराचा कणा जास्त खुपतो. जिथे जिथे तुझी कर्तबगारी दिसेल, जिथे जिथे तुझं जास्त कौतुक होईल, तिथे तिथे हा माणूस तुझ्यामध्ये येईल. भेकड माणसांनी हेच केलंय आजवर. 'तुम मुझे खून दो, मैं तुम्हे आझादी दूंगा' असं म्हणणारा 'सुभाष' एकच. बाकीचे सुभाष फक्त रक्त मागून थांबणार नाहीत, त्यांना त्या रक्तामागचं तुमचं उसळणारं मन हवंय. स्वतःचे निर्णय स्वतः घेणारं मन हवंय. स्वातंत्र्याचा अर्थ समजलेलं मन त्यांना हवंय.

हे मन तू विकणार का?

कुणाला? आणि का?

पुन्हा एकवार तुला मनाबरोबर शरीरही सुभाषला द्यावं लागेल. हे शरीर त्याने शेतात राबवायचं, आईवडिलांच्या सेवेसाठी वाकवायचं की त्याला समाजाच्या आणि स्वतःच्या उत्कर्षासाठी विनियोग करायला द्यायचं, ह्या निर्णयासहित द्यावं लागेल.

नवऱ्याने वर्षानुवर्षं बायकोचं मन सांभाळलं आणि तरी काही बाबतीत थोडे मतभेद झाले तर नवऱ्याला अंगाला स्पर्श करू न देणाऱ्या काही मित्रांच्या बायका मला माहीत आहेत. आत्महत्येचा प्रयत्न करून सुभाषने तर तुझी अकारण फार मानहानी केली आहे. याबद्दल तुला काय म्हणायचं आहे? तुम्ही पुन्हा सर्वार्थाने एकत्र याल, तरीसुद्धा निसर्ग तुला पुन्हा माता होण्याची संधी देईल. जिथे मनं जुळलेली नाहीत तिथे शरीराने तुम्ही तरीही एकत्र याल. तू तरुण आहेस. निसर्गच तुला सुभाषच्या जवळ जायला भाग पाडेल.

And nothing is wrong in it. शारीरिक सुखाच्या बाबतीत कोंडी करून माणसं एकत्र राहत नाहीत तेव्हा शरीर हे अडवणुकीसाठी न वापरता, जास्त एकत्र येण्यासाठी, बेबनाव मिटवण्यासाठी वापरायचं एक साधन आहे हे समजायला हवं.

प्रश्न पुढचा आहे.

सुभाषच्याच रक्ताचा अंश असलेला आणखी एक जीव तुला वाढवायला आवडेल का? आईवडिलांना एकत्र धरून ठेवण्यासाठी संततीचा उपयोग करणारे स्त्री-पुरुष, अपत्याला एकदाच जन्म देतात आणि उरलेल्या आयुष्यात त्याची रोज हत्या करतात.

आज तू त्यातून मुक्त आहेस. म्हणून म्हणतो, हे मन तू पुन्हा विकणार का?

तेही ज्या व्यक्तीला केवढी मौल्यवान वस्तू विकत, नव्हे फुकट मिळाली ते कळणारही नाही त्याला? मग स्वातंत्र्याचा अर्थ शिकवणाऱ्या गीताच्या आईवडिलांची पुण्याई पण स्वातंत्र्याचा अर्थ न समजलेल्या सुभाषला विकली जाईल.

तुझ्या पत्रातून तू सुभाषची जी प्रतिमा उभी केलीस त्यापेक्षा जास्त भडक रंगात

मी उभी करतोय का, हा प्रश्न मी मलाच विचारला. मी ह्याचं उत्तर देऊ शकणार नाही. पण त्याच वेळेला आत्महत्येचं अतिरेकी टोक गाठणाऱ्या माणसाची मला शाश्वती पण वाटत नाही. बदनामीचा एक धुतला न जाणारा कलंक तुला लावायचा त्याला काय अधिकार आहे?

तुझ्या मनात अन्य पुरुष नाही. त्याच्या मनात अन्य स्त्री नाही. ह्या दोन्ही गोष्टींची तू हमी दिलीस. दुसऱ्या व्यक्तीचं चिंतन आपल्या जोडीदाराच्या मनात असणं ह्या शल्याइतकं तीव्र शल्य अन्य कोणतंही नसतं. एकदा अशी नुसती शंका जरी आली तरी ती किंवा तो जोडीदाराला फासावरच चढवतात. खऱ्याखोट्याची शहानिशा करायला सवड नसते त्यांना. छत्तीस गुणांपैकी छत्तीसच्या छत्तीस गुण जरी पत्रिकेत जुळले, एरवी इतर प्रांतात आपला जोडीदार कितीही *perfect* असला, प्रतिभावंत, कलावंत, लोकप्रिय असला, कितीही मोठ्या मनाचा असला तरी मग खेळ खलास! तिथे जोडीदाराची कायम अंत्ययात्राच काढायची.

तुमच्या बाबतीत दुर्दैवाचे हे वारे तुमच्या संसाराला लागलेले नाहीत. म्हणून मला जास्त काळजी वाटते. कारण संसारात परस्त्री वा परपुरुषाचं आगमन झालंच तर त्या लाटा विरून जातात. कालांतराने ओसरतात. 'नाविन्य' हा रंग फार काळ न टिकणारा. म्हणूनच नाविन्यावर आरूढ झालेल्या लाटा चिरकाल नसतात. रंग ओसरतो. लाटा विरतात. पंधरा-पंधरा वर्षं परक्या बाईशी संसार करणारे पुरुषही पुन्हा घरी परततात. अनेक उदाहरणांतून हे दिसतं. म्हणूनच त्याचा बाऊ करू नये.

तुमच्या सुभाषचा प्रश्न जास्त गंभीर आहे. ती लाट नाही, मूळचा तो पाण्याचाच धर्म आहे. पत्रातून जेवढं कळवता येण्यासारखं आहे तेवढं तुम्ही कळवलं आहे. पण ह्यापलीकडचं बरंच काही व्यक्त-अव्यक्त उरतं. ते सगळे प्रसंग तुला कल्पनेने पुन्हा जगून बघायला हवेत. दैनंदिन आयुष्यातील अगदी साध्या साध्या देवाणघेवाणीतून, प्रसंगांतून, पैपाहुण्यांत वावरताना, छोटे-मोठे हास्यविनोद घडताना, एखादी किरकोळ चूक उघडकीला आल्यावर प्रतिक्रियाइव्यक्त करताना आणि लहानातल्या लहान आनंदापासून थेट *sex relation* पर्यंतचे आनंद मिळवताना जोडीदाराची वृत्ती कशी आहे, त्याचा तुला विचार करावा लागेल. लहान मुलांना खेळवता-खेळवताही त्यांना आसुरी वृत्तीने हसवणारे, खेळवणारे महाभाग मी पाहिलेले आहेत. प्रत्यक्ष हिंसा वा हत्या न करताही त्यांच्या मनात एक मारेकरी लपला आहे, हे ही मंडळी चार घास खातानाही जाणवतं. ह्यापैकी काही क्रौर्य वा विसंगती-विकृती लपतच नाही, काही फक्त एकांतात सहकाऱ्यालाच जाणवते.

हा सगळा गतजीवनाचा पट तुला स्वत:ला बघावा लागेल. ह्यातले अनेक अनुभव जर निव्वळ तुझेच असतील तर ते तुला कधीच प्रकट करता येणार नाहीत. असं जर काही दुर्दैवाने असलं तर निर्णय तुझा तुलाच घ्यावा लागेल. समाजातली

माझ्यासकट सगळी माणसं फ्रेममेकरसारखी किंवा भिंतीत सांगाल त्या ठिकाणी खिळा ठोकणाऱ्या सुतारासारखी असतात. त्या फ्रेममध्ये चित्र कोणतं लावायचं हे ज्याचं त्यालाच ठरवावं लागतं.

ते चित्र लावताना, समाजाला अनन्यसाधारण महत्त्व देऊ नये. Every individual is a reality, whereas society is a concept. त्याप्रमाणे संसार ही एक concept आहे, कारण तो समाजाने निर्माण केला आहे, निसर्गाने नव्हे. निसर्गाने फक्त एकेक घटक निर्माण केला. गीतासारखा, सुभाषसारखा, माझ्यासारखा.

संसार एका माणसाशी करावा लागतो. त्यावेळेला समाज काहीही मदत करीत नाही. तुमच्या कोणत्याही निर्णयाचं तो कौतुक करतो किंवा हेटाळणी करतो. कितीही छळ झाला तरी तो तुमच्या सहनशक्तीचं कौतुकही करील किंवा दुबळेपणा म्हणत टीकाही करील. समाज पौराणिक कथेतल्या दरबारासारखा असतो. तुम्ही त्या दरबारात सर्वांसमोर शिवधनुष्य उचलायचं असतं. न पेलल्यामुळे जर ते तुमच्या छातीवर पडलं तरी दरबार टाळ्या वाजवणार, त्याला तुम्ही वाकवलंत तरी तो टाळ्या वाजवणार.

आपल्या वृत्तीला कोणता 'पण' पेलतो, कोणतं धनुष्य उचलतं ते आपल्यालाच ठरवावं लागतं.

बाहेर पडलो तर आपण एकट्या पडू का, ह्यासारखी भीती मात्र बाळगू नकोस. चार भिंतीतल्या एकटेपणापेक्षा, भिंतीबाहेरचा एकटेपणा जास्त भयानक नसतो. 'एक मूल झालं की सुभाष अडकेल'–अशा भ्रामक कल्पनेने मात्र सुभाषला जवळ करू नकोस. न अडकणारी व्यक्ती कधीच अडकत नाही.

जबाबदारी झटकणाऱ्या वृत्तीची माणसं कायम तशीच राहतात. जबाबदारी स्वीकारणाऱ्या माणसांच्या जबाबदाऱ्या वाढत जातात.

शेवटी गीता,

सगळे तुरुंगच! एक तुरुंग असतो गजांच्या अलीकडे आणि दुसरा तुरुंग असतो गजांच्या पलीकडे. अलीकडची आणि पलीकडची कैदी मंडळी एकमेकांना स्वतंत्र मानतात. त्यातली कोणती कैद पत्करायची? बेड्या असून बेड्यांची जाणीव ज्या तुरुंगात होणार नाही, तो तुरुंग पत्करायचा.

सुभाषला पुन्हा एक संधी द्यायची का?

एकदा द्यावी. पण आपले पंख कापून नाही. आपण अनुमानं काढीत जो वेळ खर्च करतो तेवढ्या काळात समोरची माणसं आपलं मूल्यमापन करून, कंसात उत्तर मांडून मोकळी होतात. कंसातले हे छुपे रुस्तम दिसत नाहीत. म्हणूनच आपलं आकाश गहाण टाकून जमिनीशी कराराने गुंतायचं नाही.

'आता ही जाते कुठे?' असं सुभाषला वाटता कामा नये. तसं झालं रे झालं

की संपलं. मग सगळा जन्म चूपचाप काढावा लागेल.

आता परिस्थिती खूप बदलली आहे. जबरदस्त कारण असल्याशिवाय माणसं विभक्त होत नाहीत हे आता समाज मान्य करू लागला आहे. आरशाची किंवा नाण्याची दुसरी बाजू पाहण्याइतका विचार समाजात मूळ धरीत आहे. संसार सुटला की हातात फक्त 'पोळपाट-लाटणं' अशी परिस्थिती उरलेली नाही.

तुझे नातेवाईक, आईवडील ह्या संदर्भात तुला नक्की मार्गदर्शन करीत असतील. तरीही पुन्हा तेच सांगेन. आम्ही माणसं त्या सुतारासारखी असतो. त्यात चित्र कोणतं लावायचं हे तुलाच ठरवायचं आहे.

निर्णय घेताना मात्र एकच पाहावं लागेल. अस्मिता संपते कुठे आणि हेकटपणा सुरू कुठे होतो, स्पष्टवक्तेपणा आणि फटकळपणा ह्यातलं अंतर किती असतं, कर्तबगारीची हद्द ओलांडून आपण गर्वाच्या राजधानीत कधी आलो, हेच सगळं पाहावं लागेल. ती मधली रेघ फार सूक्ष्म असते. मोर संपतो कुठे आणि पिसारा सुरू कुठे होतो, हे कळत नाही तसंच हे!

कोणाचाही संसार मोडू नये, कुणाचीही साथ ही अशी अर्ध्यावर तुटू नये. फार कशाला, माणसाला माणूस पारखा होऊ नये ह्यासाठी आटापिटा करणाऱ्या वपुंना त्याच वेळी तुला सांगावंसं वाटतं की, मोराच्या जन्माला आलेल्या कोणत्याही मोराचा पिसारा संसाराच्या पसाऱ्यात गळून जाता कामा नये.

आषाढाच्या घनासारखा प्रेमाने बरसणारा साथीदार मिळत नसेल तर मोराने आपला पिसारा प्रथम जपावा. कर्तृत्वाचा पिसारा फुलवून, स्वान्तसुखाय नर्तन करावं. आकाशही विशाल आहे. बरसणाऱ्या ढगांच्या चाहुलीने मोर फुलतो हे आकाशालाही माहीत आहे. त्याच्याजवळही ढगांची वाण नाही. स्वहिंमतीवर, ज्ञानावर, समाजाला आनंद देण्यासाठी मोर नाचत आहे हे पाहून एखादा ढग आपण होऊन खालती झुकेल.

जास्त काय? घेशील तो निर्णय योग्य ठरावा. गीताला सूर मिळावा.

तुझा,
वपु.

प्रिय वपुकाका,

तुमचं पत्र मिळालं. आणि त्यानंतर काय वाटलं ते शब्दांत सांगता येण्यासारखं नाही. व्यावहारिक शब्दांच्या जंजाळात त्या भावना व्यक्त करू गेल्यास एक नेहमीच आढळणारा ओळखीचाच परकेपणा निर्माण झाल्यासारखा वाटेल. शब्दांनी व्यक्त न होणारं नातं शब्दांच्याही पलीकडे शब्दांपासून अस्पर्श असंच असू दे.

तुमचं पत्र मिळाल्यापासून गेल्या चार-पाच दिवसांत ते परत परत वाचलं.

तुम्ही सांगितल्याप्रमाणे सगळ्या गोष्टींचा पूर्ण विचार केला आणि भरकटलेल्या मनाला दिशा सापडली. तुमच्याच शब्दांत माझा निर्णय सांगायचा तर स्वतःचं आकाश गहाण टाकून जमिनीशी कराराने न गुंतण्याचा निर्णय मी घेतलाय. हा निर्णय मी निश्चित केला आणि काहीतरी हरवल्याची, चुकल्याची जी जाणीव होत होती ती पूर्णपणे नाहीशी झाली.

तुम्हाला खरं सांगायचं म्हणजे गेल्या चार महिन्यांत एकही दिवस लागली नव्हती अशी स्वस्थ झोप काल लागली.

आपल्याही अंतःकरणात एखादी वीणा अक्षय वाजत असते. ती कधीकधी सुरात वाजत नाही. सभोवतालचं वातावरण आणि तिचे सूर यात सुसंवाद साधला न गेल्याने सारंच बेसूर वाटतं. स्वतःतला 'स्व' हरवल्याने अस्वस्थ होत असणाऱ्या मला आज त्या वीणेचा सूर सापडलाय.

आज सुभाष कदाचित परत आलाच तर काही गोष्टी स्पष्ट करूनच परत स्वीकार करीन. पण मला खात्री आहे. मी जे सांगेन ते तो कधीच मान्य करणार नाही. कारण तुम्ही सांगितलेलं खरं आहे–जबाबदारी टाळणारी माणसं कायम तशीच राहतात. आपली दुराग्रही मतं अजूनही बदलायला तो तयार नाही. स्वतःच्याच कोषातून बाहेर पडायला तयार नाही.

तुम्ही उभं केलेलं त्याचं चित्र हे तंतोतंत मिळतंजुळतं आहे, हे दुर्दैवाने खरं आहे. बायकोचा वापर चिलखताप्रमाणे करणारा हा पंगू माणूस स्वतःच घेतलेल्या धर्म, रूढी, परंपरा यांच्या कुबड्या सोडायला अजूनही तयार नाहीये, पण स्वतः कर्तृत्वशून्य असूनही मला मात्र मिळालेल्या दुर्दैवी परिस्थितीवर मात करून परत हिंमतीने उभी राहण्याचा प्रयत्न करते तर कठोरहृदयी म्हणतोय.

म्हणूनच आषाढाच्या घनासारखा, प्रेमाने बरसणारा साथीदार नसू दे, पण श्रावणातल्या मेघासारखा अल्पकाळ का होईना रिमझिम बरसणारा जोडीदार मिळाला असता तरी मी स्वतःला भाग्यवान समजले असते. पण आता माझ्या वाट्याला वैशाखवणव्यात पोळून निघाल्यावरही, आकाशात वाऱ्याच्या दिशेने फिरणारा, वाहून नेला जाणारा पूर्णपणे एक ढगच आलाय तरी तुम्ही सांगितल्याप्रमाणे कर्तृत्वाचा पिसारा फुलवून स्वान्तसुखाय नर्तन करायचं ठरवलंय.

भविष्यकाळात काय आहे हे सगळ्यांनाच अज्ञात असतं, पण वर्तमानकाळात तरी सध्या मी आर्थिक यशाच्या दृष्टीने तरी स्वयंपूर्ण आहे. सुदैवाने दवाखानाही आता चांगला चाललाय. आणि म्हणूनच मी मनाशी माझा निर्णय पक्का केलाय. आणखी दोन वर्षं प्रॅक्टिस केल्यानंतर पोस्ट ग्रॅज्युएशन करायचं. M.D. करण्यासाठी लागणाऱ्या आर्थिक खर्चाची तरतूद मी माझ्या सध्याच्या प्रॅक्टिसमधून दोन वर्षांत सहज करू शकते. आजही पोस्ट ग्रॅज्युएशनसाठी जाऊ शकते, पण आता माझ्या

शिक्षणाचा भार मी आई-वडिलांवर टाकू इच्छित नाही. सुदैवाने *gynacology* तच M.D. साठी प्रवेश मिळाला तर खूप चांगलं होईल. तोपर्यंत छोटा भाऊही M.B.B.S. होईल. नंतर मग मी हॉस्पिटल काढू शकेन. त्यावेळी वाटल्यास आईवडिलांकडून थोडीफार मदत होईल.

सगळे निर्णय आता माझे मी स्पष्ट घेतलेत, पण तरीही मनात खोलवर रुजलेला प्रीतीचा गुलमोहर खुडून टाकता येत नाही. स्वत: उंच वाढावं अशी त्याची कधीच अपेक्षा नव्हती, पण हिरव्यागार पानांची गडद छाया तोलत दूरवर पसरायची त्याची प्रवृत्ती होती. पण म्हणूनच आता मिळालेल्या लालभडक वेदनासुद्धा त्याच्या हृदयातून बाहेर पडतील त्या फुलांच्याच रूपाने. अश्रू कितीही प्रामाणिक असले तरी गेलेला काळ परत आणण्याचं सामर्थ्य त्यांच्यात नसतं. म्हणून आता हसायचं, हसत राहायचं ठरवलंय. तेही फुललेल्या गुलमोहराच्या साक्षीने, च्युइंगमच्या रबराच्या चिवटपणाने. जर हातातल्या दिव्याने समोरची वाट उजळतेय तर मागच्या काळ्याकुट्ट सावलीचा विचारही न करता जगायचं ठरवलंय.

जाता-जाता तुम्ही हळूच सांगितलेला इशाराही कायम लक्षात ठेवीन–'अस्मिता संपते कुठे आणि हेकटपणा सुरू होतो कुठे? कर्तबगारीची हद्द संपून आपण गर्वाच्या राजधानीत चुकूनही पाऊल टाकू नये म्हणून जागरूक राहीन. मी घेतलेला निर्णय योग्यच ठरावा एवढाच आशीर्वाद आता द्या. दुर्दैवाने यापेक्षाही मोठं दु:ख मिळालं तर तेही सहन करण्याची ताकद माझ्यात असू दे. आयुष्याचं सोनं होतंय की माती हे कळेस्तोवर निम्मं आयुष्य निघून जाऊ नये म्हणून घेतलेल्या निर्णयाशीच एकनिष्ठ राहण्याची शक्ती माझ्या ठायी असू दे. स्वत:च शोधून काढलेला हा सूर आता परत हरवू नये म्हणून आशीर्वाद मागणारी, तो पाठीशी असू द्या एवढी इच्छा करणारी तुमचीच–

हो, तुमचीच लेक,
गीता.

सुदैवाने आयुष्यात भरपूर यश मिळालं, सुख म्हणजे काय हे वाट्याला आलं तर तेही तुम्हालाच अवश्य कळवीन. आता फक्त मनोमन तुमचे आशीर्वाद असू द्यात.

गीता.

१९६७ सालातली हकिकत. सुहास तेव्हा दहा वर्षांचा होता. छबिलदास शाळेत शिकत होता. त्या वेळच्या अभ्यासक्रमाप्रमाणे शिवण हा विषय पाचवी इयत्तेला होता. सुहास त्या वेळी 'रायगडाला जेव्हा जाग येते' ह्या नाटकात राजारामाची भूमिका करत होता. व्यावसायिक रंगभूमीवर काम करणं म्हणजे

वैयक्तिक आयुष्यक्रमाला सोडचिठ्ठी देणं. परीक्षा ऐन तोंडावर आलेली असताना कंपनीचा दौरा होता. परीक्षेला जेमतेम चार-पाच दिवस राहिलेले असताना, दौरा संपवून सुहास घरी आला. सबंध नाटकात त्याचा रोल छोटासाच होता. दुसऱ्या अंकातला प्रवेश आणि तिसऱ्या अंकातला शेवटचा प्रवेश ह्यात पाऊण ते एक तासाचं अंतर होतं. सुहासला त्या ऐतिहासिक नाटकाने झपाटून टाकलं होतं. त्यात भर म्हणजे जिरेटोपापासून ते संपूर्ण अंगावर दरबारी पोषाख. कमरेला तलवारसुद्धा. वय वर्षं सातला वीरश्री चढली असल्यास नवल नाही. तो जाता-येता तलवार म्यानातून आवेशाने बाहेर काढायचा. मग कंपनीतल्या लोकांनी म्यानात कागदाचे बोळे घालून घालून, म्यानात तलवार घट्ट बसवून टाकली. नाटक संपेपर्यंत विंगेतल्या विंगेत तो संपूर्ण नाटक पुटपुटत असायचा. शेवटचा अंक हा संपूर्ण त्याच्यावर होता. शिवाजी महाराज एवढ्याशा राजारामाला, 'राजे, तुम्ही भराभरा मोठे व्हायला हवेत' असे म्हणायचे. शिवाजी महाराज आडवे पडलेले आहेत आणि राजाराम त्यांच्या कुशीमध्ये आहेत, असं विलोभनीय दृश्य. माझ्या मुलामध्ये नाट्यकलागुण आहेत, हे मला '३५१३९०' ह्या नाटकाने दाखवून दिलं. कमलाकर नाडकर्णींचं हे रहस्यप्रधान नाटक. त्यांनी हे नाटक महाराष्ट्र राज्य नाट्यस्पर्धेकरिता लिहिलं होतं. सुहासला महत्त्वाची भूमिका होती. तेव्हा तो सातच वर्षांचा होता. ह्या नाटकात त्याला रौप्यपदक मिळालं आणि स्पर्धेमध्ये हे नाटक पहिल्या क्रमांकावर आलं. त्या नाटकातल्या ह्या यशामुळे 'गोवा हिंदू असोसिएशन'चं लक्ष सुहासकडे गेलं. त्यांनी मागणी केली. आम्ही 'हो' म्हटलं. भिकू पै आंगले त्याला भूमिका समजावून सांगण्याकरिता आमच्या घरी येत होते. आठ फूट × आठ फूट एवढाच रंगमंच आम्ही चाळीतल्या खोलीमध्ये उपलब्ध करून देऊ शकत होतो. आंगले सांगत असत, 'शिवाजी महाराज इथे आहेत अशी कल्पना कर. त्यांच्या शेजारी पंत, अण्णासाहेब आणि शंभूराजे उभे आहेत. मध्यभागी तू. आणि डाव्या हाताच्या कोपऱ्यात सोयराबाई. चालता चालता हा एक डायलॉग म्हणायचा.'

एवढ्या मामुली सूचनांवर सुहासची तालीम झाली. पहिला जाहीर प्रयोग औरंगाबादला ठरला. सौ. वसुंधरा कंपनीबरोबर दौऱ्यावर गेली. माझी ती रात्र झोपेशिवाय गेली.

आठ बाय आठ एवढ्याच जागेत, ज्यांच्याशी संवाद करायचा आहे, त्यांच्यापैकी एकही पात्र हजर नाही. फक्त काही मामुली सूचना. एवढ्या तुटपुंज्या मार्गदर्शनावर तीस फूट लांबीचं स्टेज. जवळजवळ १८ फूट डेप्थ, सेटिंग, लायटिंग, दरबारी मेकअप आणि समोर हजारो प्रेक्षक. अशा परिस्थितीत सुहासचं आणि नाटकाचं काय होईल, ही मला लागलेली चिंता, पण दुसऱ्याच दिवशी तार आली,

'एक्सलन्ट परफॉर्मन्स!'

स्टेजवरच्या एकूण एक हालचाली, संवादाची फेक, भूमिकेचं बेअरिंग आणि त्याहीपेक्षा संपूर्ण रंगमंचाचं आकारमान लक्षात घेऊन, दोन पात्रांतलं अंतर समजून घेऊन, त्याप्रमाणे संवाद बोलणं हे सगळं सुहासने सांभाळलं होतं. हे सगळं न शिकवलेलं. ह्यालाच 'Inborn qualities' म्हणतात. माझ्याप्रमाणेच भिकू पै आंगले ह्यांनाही सुहासचं कौतुक वाटलं. इतकंच नव्हे तर प्रयोग संपताक्षणी त्यांनी जेव्हा सुहासला जवळ घेतलं, तेव्हा त्यांच्या डोळ्यांतून घळाघळा पाणी येत होतं. तो सुखद क्षण टिपण्याचं भाग्य माझ्या नशिबात नव्हतं. मास्टर दत्ताराम मला कौतुकाने म्हणाले, 'तुमचा पोरगा डँबिस आहे. त्याला शेवटच्या अंकाच्या वेळी झोपेमुळे जांभया येतात. तेव्हा ओठ घट्ट मिटतो. गाल फुगतात ते दिसतात.' हेही त्याला कुणी शिकवलेलं नव्हतं. इतकंच नव्हे तर दत्तारामबापू जर एखादा संवाद विसरले, तर डाव्या गालावरती हाताचा पंजा ठेवत सुहास ओठांतल्या ओठात दत्तारामबापूंचा संवाद सांगत असे. हेही त्याला कुणी शिकवलं नव्हतं. वरवर मामुली वाटणाऱ्या ह्या गोष्टी नाट्यव्यवसायाच्या दृष्टिकोनातून अत्यंत मौलिक आहेत.

एका दौऱ्यात शिकवलेलं, न शिकवलेलं सगळं करून सुहास जेव्हा परतला, तेव्हा वार्षिक परीक्षा आठ दिवसांवर आलेली होती.

सुहासने दौरा यशस्वी केला म्हणून त्याला वसुंधरेने विचारलं,

'मी तुला काय देऊ?'

'मला तुझं रिस्टवॉच दे.'

'दहाच्या आत नंबर काढून दाखव, मग हे घड्याळ तुझंच!'

चिरंजीव अभ्यासाला लागले. प्रश्न आला शिवणकामाच्या अभ्यासाचा. सगळीकडे धावपळ करणाऱ्या माझ्या मुलाला धावदोरा कसा घालतात हेही माहीत नव्हतं.

मी त्याला विचारलं,

'परीक्षेच्या वेळी तू काय करणार?'

त्याने अशी धक्कादायक माहिती सांगितली की त्यामुळे मला बापट मुख्याध्यापकांना पत्रच लिहावं लागलं.

गुरुवर्य बापट,

वार्षिक परीक्षा ऐन तोंडाशी आल्या आहेत. आपण ह्या धामधुमीत असणार हे ध्यानात असूनही काही मुद्यांवर लिहावंसं वाटतं, म्हणून लिहितो. सबंध वर्षात ह्या विषयाची तीव्रता केवळ आजच जाणवली, म्हणून आजच हा विषय मी काढीत आहे.

चि. सुहासची (५ वी, अ) शिवणाची परीक्षा झाली. प्रश्नपत्रिकेवरून घरी विषय निघाला असता, चि. सुहास व त्याचे दोन वर्गबंधू ह्यांच्याकडून काही माहिती मिळाली, ती फार खेदजनक वाटली. खुद्द छबिलदाससारख्या नामवंत संस्थेच्या

दृष्टिकोनातून हे प्रकार घडणं, हे संस्थेला तर हानिकारक आहेच, पण संस्कार आणि विद्यार्थी ह्या दृष्टिकोनातून तर त्या हानीचं मोजमापच होणार नाही.

हकिकत ऐकली ती अशी–

विषय : शिवण.

मुलांच्या शिक्षणक्रमात ह्या विषयाचा समावेश का व्हावा हा विवाद्य विषय आपण सोडून देऊ. सरकारी धोरणाची ती एक कृपा मानू. जेणेकरून मध्यमवर्गीय पालकांना आणखी एका विवंचनेचा लाभ झाला.

पण एकदा हा विषय शिक्षक-शिक्षणसंस्था-विद्यार्थी ह्यांच्या माथी मारल्यावर, पुढे होणारी आणखी आबाळ, त्याचा मुख्य विचार करू.

आज समजलेलं वृत्त असं–

हा विषय शिकवण्यासाठी ज्या शिक्षकाची नियुक्ती करण्यात आली, त्यांनी खुद्द तो विषय सविस्तरपणे वर्गाला कधीच शिकवला नाही. कोणा एका विद्यार्थ्याला तो विषय वर्गाला सांगायला सांगून, ते शिक्षक संस्थेचं अवांतर कार्य करण्यासाठी निघून जात किंवा वर्गातच ते काम करत बसत.

टाके, शिवण इ. प्रात्यक्षिकं कधीच न दाखवता ती माहिती फक्त लिहून घ्यायला सांगितली जात होती. निरनिराळे कपडेही कधी प्रत्यक्ष शिवून दाखवण्यात आले नाहीत. स्वत:च्या आईकडून अगर अन्य योग्य नातेवाईकांकडूनच ही माहिती मुलांना मिळवावी लागली.

पण त्याहीपेक्षा अधिक प्रक्षोभकारक हकिकत आज समजली म्हणून पत्र लिहावंच लागलं.

३ एप्रिल रोजी पुन्हा शिवणाची परीक्षा असून त्या दिवशी प्रत्यक्ष काहीएक प्रकार शिवायला सांगणार आहेत अशी माहिती मिळाली. चि. सुहाससमवेत आलेल्या मुलांना मी काही प्रश्न विचारले. तेव्हा समजलं, सुई नीट कशी धरायची हेही त्यांना माहीत नाही. आणि हे साहजिकच आहे. जे कार्य हातून कधी घडलंच नाही, ते यावं ही अपेक्षा रास्त होणार नाही. मी त्यावर विचारलं,

'मग ऐन परीक्षेत काय करणार आहात?'

त्यावर उत्तर मिळालं,

'सरांनी आम्हाला परीक्षेला कोणता प्रकार येणार आहे ते आधीच सांगितलेलं आहे. तो प्रकार आम्ही घरीच शिवून न्यायचा आहे. तेही कागदाचा, कापडाचा नाही. 'परीक्षेला दिलेल्या वेळात काहीतरी केल्याचं दाखवा. आणि शेवटी घरून शिवून आणलेला प्रकार वहीबरोबर वहीत घालून द्या.'

एवढं सांगून परीक्षेला जो प्रकार सांगितला आहे, त्या प्रकाराचं नावही त्या विद्यार्थ्यांकडून मला समजलं.

ह्या सर्व प्रकारात, कदाचित त्या विद्यार्थ्यांचा मला ही माहिती सांगताना काही गैरसमज झाला असेलही. पण माझ्या सर्व प्रश्नांना उत्तर देताना त्यांच्या मनाचा गोंधळ उडालेला एकदाही दिसला नाही.

आपण ह्या प्रकरणात जातीने लक्ष घालावं, अशी मी पालक म्हणून व आपल्याच संस्थेचा माजी विद्यार्थी म्हणून विनंती करतो. आज शिवणाचा पेपर घरून आणा अशी शिकवण मुलांना मिळाली तर कशावरून इतर विषयांच्या बाबतीत ते असा प्रकार करणार नाहीत?

शिवण नीट शिकवत नाहीत, ही तक्रार खुद्द माझ्या मुलाकडून मी अनेकवार ऐकली. पण केव्हा केव्हा तो अन्य व्यवसायापायी गैरहजर असतो, त्याचं अभ्यासात मन रमत नाही हेही माहीत होतं, म्हणून त्याच्या तक्रारीची दखल घेऊन मी आपल्यापर्यंत आलो नाही. पण आज मी ती दखल घेतली.

अशा तऱ्हेची शिकवण जर मिळाली असेल तर शिक्षणशास्त्र नीतीला धरून तो प्रकार नाही.

तीन एप्रिलपूर्वी आपण त्याचा खुलासा करावात अशी मी आपणास नम्र विनंती करतो. ह्या तऱ्हेने परीक्षा पास होण्यात मला राम वाटत नाही व असल्या विषयाचा अभ्यास करण्यात कोणत्याही विद्यार्थ्याचा वेळ जावा असंही मला वाटत नाही.

कोणताही गैरसमज करून न घेता आपल्यासारखे व्यासंगी मुख्याध्यापक ह्याची चौकशी करून, माझं समाधान करू शकतील अशा उत्तराची मी अपेक्षा करतो, तेही ३ एप्रिलपूर्वी. कारण अशा तऱ्हेने परीक्षेला माझ्या मुलाने बसावं असं मला वाटत नाही.

कळावे.

माझ्या स्पष्टोक्तीवर आपण कदाचित रागवाल. पण माझ्या प्रामाणिपणाची आपण शंका घेऊ नये ही विनंती.

१ एप्रिल १९६७

श्री. वसंतराव काळे यांस,
स. न. वि. वि.,

आपलं सविस्तर पत्र मिळालं. या पत्राद्वारे आपण काही अत्यंत महत्त्वाच्या गोष्टी माझ्या नजरेला आणून दिल्या याबद्दल मी आपला अत्यंत आभारी आहे. या प्रकरणाच्या संदर्भात आपण जे विचार व्यक्त केले आहेत त्यांच्याशी मी संपूर्ण सहमत असून आपण ते विचार अत्यंत स्पष्टपणाने पण तितक्याच संयमाने मांडल्याबद्दल आपले खास अभिनंदन!

मी पहिल्याप्रथमच आपणास सांगू इच्छितो की, आपलं पत्र वाचल्यानंतर मी

माझ्या जेष्ठ सहकाऱ्यांशी यासंबंधी चर्चा केली व संबंधित शिक्षकांना बोलावून त्यांना त्याबाबतीत स्पष्टीकरण विचारलं. ज्येष्ठ शिक्षकांशी झालेली चर्चा आणि संबंधित शिक्षकांचं स्पष्टीकरण यातून काही गोष्टी स्पष्ट झाल्या त्या अशा :

१) संबंधित शिक्षकांकडून शिकवण्याच्या बाबतीत गंभीर स्वरूपाची हेळसांड झालेली आहे. याबद्दल त्यांना समज देण्यात आली असून, यापुढे त्यांच्या कामावर लक्ष दिले जाईल असे मी आपणास आश्वासन देतो.

२) त्यांनी एक विशिष्ट वस्तूचा प्रकार मुलांना घरी करावयास सांगितला व तसा कागद कापून आणा हे सांगितलं हे खरं, पण त्याचा दि. ३ रोजी आयोजित केलेल्या ४० गुणांच्या प्रायोगिक परीक्षेशी (Practical Exam.) काहीही संबंध नाही. तो कागद कापून आणावयास सांगितला तो Homework म्हणून. त्याला ४० गुण आहेत. शिवणकामाच्या परीक्षा घेण्याची पद्धती अशी :

५० गुणांची परीक्षा ऑगस्टमध्ये + ३० गुण त्याच वेळी गृहपाठाला

५० गुणांची परीक्षा डिसेंबरमध्ये + ३० गुण त्याच वेळी गृहपाठाला.

मार्चमध्ये गृहपाठ परीक्षा ४० गुण : या गुणांची बेरीज २०० होते. या २०० पैकी जे संपादित गुण, त्यांना १० ने भागून २० पैकी गुण तयार होतात. वार्षिक परीक्षा त्यामुळे ८० गुणांचीच असते. वार्षिक परीक्षेच्या ह्या ८० गुणांची विभागणी– ४० –गुण लेखी परीक्षेसाठी आणि ४० गुण प्रायोगिक परीक्षेसाठी–अशी असते. तेव्हा प्रायोगिक परीक्षा आणि गृहपाठपरीक्षा या दोन वेगळ्या परीक्षा आहेत हे आपल्या ध्यानात येईल. इथेच विद्यार्थ्यांचा गैरसमज झाला असावा. अर्थात मी वर जो परीक्षेसंबंधीची माहिती म्हणून मजकूर दिला आहे तो संबंधित शिक्षकांनी केलेलं स्पष्टीकरण नव्हे. ते अगदीच लंगडे होते. या विषयाच्या ज्येष्ठ शिक्षकांनी खुलासा केला त्यावरून मी हे लिहीत आहे.

३) सोमवारी आयोजित केलेली प्रायोगिक परीक्षा मी रद्द केली आहे. ती बुधवारी अगर गुरुवारी घेतली जाईल आणि तीसुद्धा त्या वर्गाला शिकवणाऱ्या शिक्षकांकडून नव्हे, तर त्या विषयाचे ज्येष्ठ शिक्षक श्री. म्हात्रे यांच्याकडून.

४) सोमवारी त्या वर्गातील काही विद्यार्थ्यांना बोलावून या प्रकरणी अधिक माहिती मिळविणार आहे.

या खुलाशाने आपलं समाधान होईल अशी अपेक्षा आहे.

अत्यंत योग्य पद्धतीने आणि योग्य प्रकारचं सहकार्य दिल्याबद्दल धन्यवाद! कळावे.

आपला,
श्री. ज. बापट.

मुख्याध्यापकांची प्रतिक्रिया अजमावण्यासाठी मी उत्सुक होतो. ते प्रतिसाद देतील की नाही, याबद्दल शंका होती. १९६५ साली जो शिक्षणक्रम होता त्याला काही दर्जा आहे असं मला वाटलंच नाही. हे विधान करीत असताना माझ्यासमोर १९४९ साल होतं. ह्याच साली मी मॅट्रिक झालो. पहिली ते चौथी हे प्राथमिक शिक्षण बाल शिक्षण मंदिरात झालं. त्या काळात पहिली ते चौथी इयत्ता म्हणजे प्राथमिक शिक्षण असं म्हणत असत. त्यानंतरच्या शिक्षणासाठी बाल शिक्षण मंदिराचे विद्यार्थी डेक्कन जिमखान्यावरील भावे स्कूलमध्ये जात असत. मी अजून त्या शाळेला 'गरवारे हायस्कूल' असं म्हणूच शकत नाही. 'रंगपंचमी' ह्या ललितलेखन संग्रहात मी माझ्या नाराजीचा स्पष्ट शब्दांत उल्लेख केला आहे. पूर्वी माधुकरी मागून अन्नपाण्याचा प्रश्न सोडवला जात असे. समाजातील अनेक ऐपतवाल्या आणि देण्याची दानत असलेल्या कुटुंबांनी अनेक माधुकऱ्यांना असा आश्रय दिला होता, पण त्यांनी माधुकरी मागणाऱ्या मुलांचं आडनाव बदललं नव्हतं. गरवारे कंपनीने एक शाळा जगवली ह्याबद्दल वादच नाही. पण भावे ह्या आडनावाची पुण्याई ते कशी काय विकत घेऊ शकतात?–हे कोडं मला आजही उलगडलेलं नाही. माझ्या वयाच्या पुणेकरांना ही मूळची भावे स्कूल, शाळा आहे, हे माहीत आहे. पुढच्या पिढीपर्यंत भावे आडनावाचा मागमूसही राहणार नाही. आणखीन पन्नास वर्षांनी समजा–असं घडू नये–पण जर घडलं आणि ह्या 'गरवारे शाळे'लाही आर्थिक मदत लागली, तर त्या वेळच्या दानशुराने गरवारे हायस्कूलचं नाव नामशेष करून स्वत:चं नाव लावलं तर? कोणत्याही प्रांतात कर्तृत्व दाखवलं म्हणजे मागे नाव उरतंच. सध्याच्या काळात गरवारे ऐपतवाले आहेत. म्हणून त्यांचा उदोउदो. भाव्यांनी संस्था स्थापन केली, तेव्हा त्यांनी त्यांची पुण्याई पणाला लावली. एका कर्तृत्ववान माणसाने काळाचं अंतर ध्यानात न घेता, स्वत:च्या नावाचे रबर स्टॅम्प्स लौकिक प्राप्त झालेल्या संस्थेवर मारावेत का? हा अस्वस्थ करणारा विचार आहे.

१९४९ साली अख्ख्या पुण्यात 'नाना क्लासेस' ही गाजलेली संस्था होती. मुलगा मॅट्रिकच्या वर्गात गेला रे गेला म्हणजे नानांच्या क्लासमध्ये प्रवेश मिळवण्यासाठी त्या मुलांच्या आईवडिलांची धावपळ चालायची. भावे स्कूलचे त्या काळातले प्रिन्सिपल आठले सर. त्यांनी एकाही विद्यार्थ्याला कोणत्याही प्रायव्हेट क्लासमध्ये जाऊ दिलं नाही. शनिवारची अर्ध्या दिवसाची शाळा संपली म्हणजे दुपारी शाळेच्या मधल्या हॉलमध्ये सगळ्या तुकड्यांतल्या विद्यार्थी-विद्यार्थिनींना बोलावत असत. दोन ते तीन तास अलजिब्रा आणि सायन्स ते आलटून पालटून शिकवत असत. रविवारी सकाळी आणि संध्याकाळीसुद्धा त्यांचा हा उपक्रम चाले. त्यांची शिस्त कडक होती. वर्गात जांभई दिलेली त्यांना आवडत नसे. ते म्हणायचे,

'माझी शिकवणी ह्या कानाने ऐकून त्या कानाने सोडून देताना, शिकवलेलं

काही क्षण तरी मेंदूत राहील. पण जांभई दिलीत, तर त्या क्षणी मी शिकवतोय ते वाऱ्यावर जाईल.'

आठले सरांबद्दल जर लिहीत बसलो, तर मला आणखी दहा पानं लिहावी लागतील. 'प्लेझर बॉक्स'सारख्या पत्रोत्तराच्या पुस्तकात व्यक्तिचित्रात्मक लेखन कशासाठी?–असा आपल्याला प्रश्न पडेल. पण एरवीही प्रत्येकाच्या आयुष्यात वर्तमानातल्या एखाद्या क्षुल्लक घटनेमुळे किंवा एखाद्या व्यक्तीच्या कॉमेण्टमुळे सगळा भूतकाळ ढवळून निघतो.

सुहासच्या शाळेच्या संदर्भात माझंही तेच झालं. म्हणूनच भूतकाळ उफाळून आला. काळाचं अंतर विसरून तुलना करण्यात काहीच अर्थ नाही. म्हणूनच 'आम्ही आमच्या लहानपणी असे होतो' असे उद्गार मी कधी काढले नाहीत. पण संस्था म्हटलं की आणि शिक्षणसंस्थांच्या बाबतीत परंपराच संस्थेला नावारूपाला आणते. आणि संस्थेचं माहात्म्य टिकवण्यासाठी तत्त्वनिष्ठ माणसंच लाभावी लागतात. असा माणूस लाभला तर १९४९ साल आणि १९६७ साल एकाच मुशीतून काढल्यासारखे असतील. मुख्याध्यापक बापट ह्यांचं पत्र वाचल्यावर आपल्यालाही हीच प्रचिती येईल.

२००१ साल ह्याच्याबद्दल तर बोलायलाच नको. शिक्षणसंस्था पूर्वीप्रमाणे खाजगीच राहायला हव्या होत्या. भारत सरकारची अक्षम्य चूक म्हणजे शिक्षणखातं त्याने स्वत:कडे घेतलं ही. स्वातंत्र्य मिळून पन्नास वर्षं होऊन गेली. अजून क्रमिक पुस्तकंसुद्धा हे नालायक सरकार वेळेवर देऊ शकत नाही. कधीकधी तपशीलही चुकीचा असतो. त्यासाठी नवीन पुस्तकं पुन्हा छापावी लागतात. अशा वेळी, बाद ठरवलेल्या आवृत्त्या किती हजाराच्या असतील, ह्याचा हिशोबही करता येणार नाही. शिक्षणमंत्र्यांना अस्खलित भाषणही करता येत नाही. 'देशाची नीती घडवणं हे शिक्षकांच्या हातात आहे' ह्या स्वरूपाचं भाषण शैक्षणिक पात्रता नसलेले नफ्फड पुढारी करतात.

माझ्या माहितीमध्ये एक शाळा आहे. शेतकरी ज्याप्रमाणे आकाशाकडे नजर लावून बसतात, त्याप्रमाणे ती शाळा सरकारी अनुदानाकरिता सचिवालयाकडे डोळे लावून बसली आहे. गेल्या पाच वर्षांत शिक्षकांना पगार मिळालेला नाही. शाळेतल्या पुस्तकांची संख्या आणि वह्यांची संख्या ह्याचा हिशोबच करायचा नाही. दप्तराचा आकार पाहिल्यावर ही मुलं मोठेपणी स्टेशनवरच्या हमालांना मागं सारतील असं वाटतं. परीक्षांच्या तारखा हा आणखीन एक न संपणारा घोळ. शाळा-शाळांतून काय शिकवलं जातं?–हे मुलांकडून ऐकल्यानंतर शिक्षकांनी तरी अभ्यासक्रम अभ्यासलाय की नाही, अशी शंका येते. शैक्षणिक पात्रतेऐवजी राखीव जागांना प्राधान्य दिलं म्हणजे काय बिशाद देशाचा उत्कर्ष होईल? आज घरोघरी नोकऱ्या

करणारे आई-वडील आहेत. मुलांची आणि आई-वडिलांची होणारी चुटपुटती गाठभेट आणि तेवढ्याच अवधीत त्यांनी मुलांकडून होमवर्क करून घ्यावं ही शाळांची अपेक्षा. शाळा ह्या संस्थेचं मुख्य प्रयोजनच नाहीसं झालेलं आहे. खरं तर सरकारने सगळ्या शाळा बंद करून ठिकठिकाणी कावळ्यांच्या छत्र्यांप्रमाणे क्लासेस काढावेत. ते मर्जीतल्या माणसांना चालवायला देता येतील. कारण खासगी क्लासेसप्रमाणे 'लोकसत्ता'सारख्या दैनिकात संपूर्ण पानभर जाहिरातीचं ५,८०,००० रुपये भरण्याचं सामर्थ्य एकाही शाळेकडे नाही.

२००१ सालातली परिस्थिती काय आहे हे 'लोकसत्ते'च्या २३ मे २००१ तारखेला आलेल्या बातमीतून स्पष्ट होते. प्रश्नपत्रिकेत अभ्यासक्रमाच्या बाहेरचे प्रश्न विचारल्यामुळे विद्यार्थ्यांनी जे आंदोलन केलं, त्यात प्रश्नपत्रिका तयार करणाऱ्या प्राध्यापकांना 'फासावर चढवा' अशी मागणी केली. 'तसं केलं नाही तर सगळ्या विद्यार्थ्यांना उत्तीर्ण करा' अशी मागणी केली. आणि ह्यावर विद्यापीठाचे कुलगुरू मुणगेकर 'विद्यापीठाचा परीक्षाविभागाचा पसारा मोठा असल्याने ह्या चुकांना आवर घालणं अवघड आहे' अशी कबुली देतात.

ही समस्या वाचल्यावर आपल्याला न पेलणारं काम आणि खातं ही थोर माणसं आपल्याकडे का घेतात, ह्याचा अर्थबोध होत नाही. जगातील परराष्ट्रांची ज्ञानाकडे चाललेली झेप पाहून असं वाटतं की, भविष्यकाळात हा देश रसातळालाच जाणार आहे. आज देशात जेवढे पक्ष आहेत, त्या सगळ्या राजकीय पक्षांना सत्तेवर येण्याची एकेकदा संधी मिळाली आहे. प्रत्येक पक्षाने आपली नालायकी सिद्ध केली आहे. हे चित्र पाहून सामान्य माणूस आणि बुद्धिवादी असहाय्य झालेले आहेत. विज्ञानाच्या युगात राहून प्रत्येक बाबतीत असमर्थ राहिलेला भारत देश टिकला तरी कसा?

ह्या संदर्भात एक जुनी आठवण आठवते. रशियाचे पंतप्रधान क्रुश्चेव्ह जेव्हा भारतभेटीसाठी आले, तेव्हा एका पत्रकाराने त्यांना प्रश्न विचारला,

'आपण परमेश्वर मानता का?'

त्यांनी तात्काळ 'नाही' म्हणून सांगितलं.

दौरा आटपून ते जेव्हा परत निघाले, तेव्हा एका पत्रकाराने त्यांना पुन्हा हाच प्रश्न विचाला. ते पटकन् म्हणाले,

'मी देव मानतो.'

पत्रकाराने विचारलं,

'आपण आपली भूमिका बदललीत का?'

त्यावर त्यांनी जे उत्तर दिलं, ते आजच्या काळालाही लागू आहे. ते म्हणाले होते,

'परमेश्वर असल्याशिवाय हा देश आतापर्यंत जगला कसा?'

एवढ्यासाठीच १९६७ सालातलं बापट मुख्याध्यापकांचं पत्र वाचलं, म्हणजे मोठ्या मनाच्या माणसाची ओळख पटते.

परीक्षा रद्द करायची असेल किंवा पुढे ढकलायची असेल तर सुविद्य आणि सुसंस्कारित मुख्याध्यापकांना तेवढा अधिकार असतो हे समजलं आणि तो अधिकार गाजवण्याचं सामर्थ्य चांगल्या गोष्टीची जाण असलेल्या माणसात असतं, हे बापटांच्या पत्रावरून समजलं. श्रीयुत बापटांनी तो आनंद दिला, आणि पहिल्या दहा क्रमांकात येऊन सुहासने आईकडून घड्याळ मिळवलं, हा आनंद सुहासने दिला.

मुलं कशी असतात ह्याचा नमुना म्हणून स्वातीचा किस्सासुद्धा सांगावासा वाटतो. स्वातीने (वय वर्ष ४) मला एक प्रश्न विचारला,

'बापू, मी सुहासएवढी झाले म्हणजे मला खरं घड्याळ घेऊन द्याल?'

तीन-चार वर्षांचा अवधी असल्यामुळे मी पटकन् 'हो' म्हणालो.

तिचा पुढचा प्रश्न तयार होता,

'मग आता खोटं घड्याळ घेता?'

काय बिशाद बाप नाही म्हणेल. मी त्या क्षणी 'हो' म्हणालो आणि तीन जिने उतरून फूटपाथवरचं तीन रुपयेवालं खोटं घड्याळ घेऊन वर आलो.

मला येणाऱ्या अनेक पत्रांमध्ये काही काही विधानं अगदी कॉमन आहेत. 'हस्ताक्षराला हसू नका', 'व्याकरणातील चुकांना क्षमा करा', ही दोन विधानं हमखास असतात. 'तुम्ही मला ओळखत नाही, पण आम्ही तुम्हाला ओळखतो' ह्यासारख्या स्वाभाविक विधानांकडे मी दुर्लक्ष करतो.

'हस्ताक्षराला हसू नका' ह्याबाबतीत मला हसायला येण्यापेक्षा एका गोष्टीचा खेद होतो. चांगलं हस्ताक्षर ही दैवी देणगी नव्हे. ही प्रयत्नसाध्य गोष्ट आहे. पूर्वीचं शिक्षण, पूर्वीच्या शाळा, अशी कोण्या एके काळची उदाहरणं देऊन 'आज काय चाललंय?' अशी तुलना करायला मला आवडत नाही. माझ्या वर्गातल्या सगळ्याच वर्गमित्रांनी पुस्ती गिरवली होती. ती वही आडव्या आकाराची असायची. वहीच्या डाव्या पानावर एका वाक्याचं सुभाषित असायचं. उजव्या पानावर तेच सुभाषित ठिपक्याठिपक्यांनी छापलेलं असायचं. त्याच्यावरून हातातलं पेन गिरवायचं आणि जास्तीत जास्त प्रमाणात ते डाव्या पानावरील छापलेल्या अक्षराप्रमाणे दिसेल, असा प्रयत्न करायचा. मराठी भाषेमध्ये 'पुस्ती जोडणं' हा वाक्प्रचारही आलाय, तो भाग वेगळा. त्या वेळी परीक्षेमध्ये हस्ताक्षरासाठी वेगळे पाच मार्क मिळत असत. आज चांगलं हस्ताक्षर असणं, ही बाब अत्यंत गौण मानली गेली आहे. इंग्रजी माध्यमातून शिकणाऱ्या मुलांचं मराठी हस्ताक्षर हा चिंतनाचा विषय आहे. आयुष्यातलं प्रत्येक क्षेत्र चिंतनीयच झालंय.

तरीही मला असं वाटतं, जाणीव असलेल्या कुठल्याही व्यक्तीने थोडे कष्ट घेतले तर चांगल्या हस्ताक्षरासाठी फार काही करावं लागत नाही, पण चांगल्या हस्ताक्षरामुळे फार काही साधता येतं. हस्ताक्षराच्या रूपाने तुम्ही तुमचं स्वत:चं चित्रच पाठवत असता. 'माझ्या हस्ताक्षराला हसू नका' किंवा 'शुद्धलेखनाकडे दुर्लक्ष करा' असं लिहितानाच पत्र पाठवणारा विचार का नाही करत? 'तीर्थरूप'मधला 'ती' हा शब्दसुद्धा ऱ्हस्व लिहिणारी माणसं आहेत. मला तर मायन्यालाच ठेच लागते.

हस्ताक्षराच्या बाबतीत आता फार काळ खेद करावा लागणार नाही. कॉम्प्युटर, प्रिंटर ह्यांसारख्या आधुनिक सोई विचारवंतांपेक्षा ऐपतवाल्यांच्या घरात दिसायला लागल्या आहेत आणि शुद्धलेखनाच्या बाबतीत काय म्हणावं! माझ्या एका मित्राने मला एकदा विचारलं होतं,

'तुला 'पानी' असं कुणी म्हटल्यावर, त्याला 'पाणी' हवंय, हे समजतं ना? मग 'पाणी' ह्यामध्ये 'णी' अक्षराकरिताच आग्रह का?'

त्याचा एके काळचा हा प्रश्न मला आज फार सूचक वाटतो. हाताच्या पाच बोटांपैकी अंगठा महत्त्वाचा. इतर चार बोटांत हिऱ्याच्या अंगठ्या असल्या तरीही समाजाची वाटचाल अंगठ्याच्या दिशेने चालली आहे. हस्ताक्षर आणि शुद्धलेखन याबद्दल मी एकाही वाचकाला त्याचा उल्लेख करून दुखावलं नाही, पण एका साध्या पोस्टकार्डाबद्दल मला न राहवून मी विचारलं–

ति. वपू यांस,
सा. न.,

पत्र लिहिण्यास कारण की, मला तुमची 'पार्टनर' कांदबरी, 'कर्मचारी', 'काही खरं–काही खोटं' इत्यादी तुमची पस्तुके खूपच आवडली. खरंच तुम्ही काय मस्त लिहिता हो! आमच्या युवाभाषते बोलायचं झालं तर simply great! माझी फक्त आता तुमची 'झोपळा', 'स्वर' ही दोनच पुस्तुके वाचून झालेली नाहीत. तुम्ही म्हणाल की मी फारच उशीरा ही पुस्तकं वाचली. पण मी आता T.Y.B.Com. लाच आहे. मला नोकरी लागल्यावर मी पहिल्यांदा काय करणार तर तुमची पुस्तके एक एक करून जमा करणार. मला तुमच 'मुलगी म्हणजे झाडावरच फुल' हे वाक्य खूप आवडल. मला ह्या पत्राच उत्तर यावे ही अपेक्षा.

आपली एक वाचक,
वीणा.

प्रिय वीणा,

थोडं स्पष्ट लिहिलं तर रागावणार नाही ना?

✓		✗
ती. वपु	:	*ति. वपू*
कादंबरी	:	*कांदबरी*
पुस्तके	:	*पस्तुके, पुस्तुके*
युवाभाषेत	:	*युवाभाषते*
झोपाळा	:	*झोपळा*
तुमचं	:	*तुमच*
झाडावरचं	:	*झाडावरच*
फूल	:	*फुल*
आवडलं	:	*आवडल*
पत्राचं	:	*पत्राच*

तुमच्या वीस ओळींच्या पोस्टकार्डात अकरा चुका.

इंग्रजीत स्पेलिंगच्या चुका झाला तर नापास करतात. मराठी मातृभाषेचे कुणीही धिंडवडे काढावेत. बी. कॉम. विद्यार्थिनीला हे क्षम्य नाही.

मी हे असं पत्र, रसिकतेने प्रतिसाद देणाऱ्या वाचकाला लिहीत नाही. 'भाव' महत्त्वाचा, मान्य. 'वेडावाकडा गाईन। परी तुझाच म्हणवीन॥' हेही मंजूर.

पण शिक्षण आणि मराठी भाषा ह्याची सर्वत्र उपेक्षा होत आहे. म्हणून माझ्यावर प्रेम करणाऱ्या वाचकांना हे असं थोडंसं सांगावं, ह्या आपलेपणाच्या भावनेने लिहिलं. राग आला असेल तर तोही कळवा. सर्वांना नमस्कार.

आपला,
व. पु. काळे.

माझ्या कथाकथनाच्या वाटचालीत एक संपन्न, जिंदादिल आणि प्रसन्न व्यक्तिमत्त्व भेटलं, ते बार्शीला. बार्शी म्हणजे दिनुकाका सुलाखे. आणि सुलाखे म्हणजे बार्शी असं समीकरणच आहे. त्यांच्या सुसंस्कारित वास्तूत मुक्काम करण्याचं भाग्य माझ्या 'लल्लाटी' होतं. ज्या व्यक्तीची आठवण झाल्यावर फक्त आनंदच व्हावा अशा व्यक्ती फार मोजक्या असतात. दिनुकाका अशा काही व्यक्तींपैकी एक. मुंबईसारख्या महानगरात पद, प्रतिष्ठा आणि पैसा ह्या दत्तमूर्तीत अनेक माणसं बसतात. अशा दत्तांची देवस्थानं किती आहेत, हे मोजताही येणार नाही. अशा देवस्थानांपासून परिचय असणाऱ्यांची कामं एका फोनवर होतात. पण बार्शीसारख्या गावी सुलाख्यांसारख्या व्यक्ती म्हणजे टेलिफोन एक्स्चेंजच असतात. साहजिकच बार्शीला जेव्हा साहित्य संमेलन झालं, तेव्हा सुलाख्यांचा सिंहाचा वाटा होता.

एके दिवशी ते मला अचानक मुंबईत 'टाइम्स ऑफ इंडिया'च्या पोर्चमध्ये

भेटले. साहित्य संमेलनातला त्यांचा वाटा नेमका किती, हे नेमकं त्या दिवशी समजलं. 'संमेलन कसं असावं?' असा त्यांनी मला प्रश्न विचारला. माझं ऑफिस 'टाइम्स ऑफ इंडिया'च्या मागेच होतं. 'मी काम संपवून येतोच' असं दिनुकाका म्हणाले. आणि त्यानंतर ते गायबच झाले. संमेलनाच्या स्वरूपाबद्दल त्यांनी प्रश्न विचारला होता, म्हणून मी त्यांना पत्र पाठवलं.

२०/६/१९७९

प्रिय दिनुकाका,

तुमच्यावर रागावण्याचा प्रयत्न केला. तो फसला. 'महाराष्ट्र टाइम्स'च्या दारात भेटलात. पाठोपाठ 'येतोच' म्हणालात आणि फॅण्टॅस्टिक हूल दिलीत. तेव्हाच समजलो की माणसाचं काही खरं नाही.

असं का व्हावं ह्यावर अनेक दिवस विचारात असताना साहित्य संमेलनासंबंधी तुमचं पत्र आलं आणि मग म्हणालो, आता ठीक आहे.

दिनुकाका, धोका वेळीच ध्यानात घ्या. 'महाराष्ट्र टाइम्स' आणि पत्रकार ह्यांचं नुसतं वारं लागताच तुम्ही तुमच्या मित्राला हूल दिलीत. अजून सावध व्हा.

खरं म्हणजे सावधानतेचा इशारा मी तुम्हाला द्यावा हे धारिष्ट्याचं आहे. अनेक लेखक, पत्रकारांचं, कलावंतांचं आदरातिथ्य करून तुम्ही नित्य सावध आहातच. पण तरीही संमेलन म्हटल्यावर काय वाटलं सांगू का?

आपल्या खिडकीच्या गजावर अचानक एखादा डौलदार पोपट बसावा, गोड बोलावा ह्यात फार मोठा आनंद आहे, कौतुक आहे. पण दिनुकाका, रोज सकाळी जर पोपटांचा कळपच्या कळप येऊन जर कलकलाट करायला लागला तर घर सोडून पळून जाण्याची वेळ येईल किंवा त्या कळपावर दगड भिरकावण्याची मानसिक तयारी ठेवावी लागेल. मी तर म्हणेन, कळपाची गोष्ट तर सोडाच, पण रोज एक पोपट जरी टाळकं उठवायला लागला तरी ते नकोसं होईल.

साहित्य संमेलन म्हणजे पोपटांचा जथाच असतो. कवी पाठ केलेल्या कविता म्हणतात. आम्ही कथांची पोपटपंची करतो. चार दिवस दाणे टिपायला आम्ही जमतो. गावोगावचे दिनुकाका साखरदाणे खायला लावतात नव्हे प्रेमाने भरवतात. सुगी संपली, पक्षी उडतात. तसं संमेलनाचं सूप वाजतं. तत्पूर्वी बोऱ्या वाजला नाही तर आणि मग वर्तमानपत्रांतून 'कवित्व' उरतं.

असं का व्हावं?

तर दिनुकाका, लेखक, नाटकातले कलावंत, नाटककार वगैरे वगैरे आम्ही सगळे आमच्यातले ते ते गुण सोडले तर एरवी चोवीस तासांपैकी वीस तास आम्ही सामान्य माणसंच असतो. राग, लोभ, द्वेषादी गोष्टींनी परिपूर्ण. किंवा कधीकधी

सामान्याहून सामान्य होतो. यशापयशाचं, लौकिकाचं, कीर्तीचं विष एकदा भिनलं की मग ते उतरतच नाही. मग ती यशाची, लोकप्रियतेची नशा टिकवण्यासाठी एक विलक्षण धडपड सुरू होते. नगारे जेव्हा आपोआप वाजेनासे होतात तेव्हा ते वाजवणारे जमवावे लागतात. पक्ष बनतात, टोळ्या तयार होतात. नवा जातीयवाद जन्माला येतो.

सामान्य माणसांपेक्षा विचारवंत माणूस जास्त कडवे शत्रू निर्माण करतो. कारण शत्रुत्व करणं हेही इथे विचारवंतांचं लक्षण समजलं जातं. निर्मितीक्षम मन लाभलेला कलावंत हा अजातशत्रू व्हायला हवा. पण तसं घडताना दिसत नाही. ह्या रिंगणात मग जसे 'पुल' उतरतात त्याप्रमाणे दुर्गाबाई पण उतरतात. दलितांचा वर्णद्वेष हा क्षम्य ठरतो. पण भावेअण्णांची निर्भीड हिंदुत्वनिष्ठा अमानुष ठरते. भाव्यांची कडवी हिंदुत्वनिष्ठा एके काळी वरदान असते, तीच शापवाणी ठरते. समारंभ, संमेलनं, मेळावे, माणसं ह्या सर्व उपक्रमांवर प्रेम असणारी माणसंच संमेलनं उधळतात. हे सर्व प्रकार मी लांबून बघतो आणि थरारून जातो.

ढोंग दिसलं की प्रहार करणारी मंडळी जी एकपात्री प्रयोगातून ढोंगी माणसांची टर उडवतात, ती माणसं तस्संच ढोंग बेमालूमपणे खाजगी आयुष्यात करत जगतात. हे दर्शन फार फार उदास करणारं आहे.

तरीसुद्धा संमेलनं व्हायला हवीत. कारण तिथे अनेक माणसं जमतात. जमतात ती वाङ्मयावर आणि वाङ्मय निर्माण करणाऱ्यांवर निहायत प्रेम करणारी असतात. साहित्यिक हा एरवी माणूसच असतो ह्या सत्याकडे दुर्लक्ष करून ती जमतात. साहित्यिकांची साहित्यनिर्मिती वाचून आम्हा वाचकांना बरं वाटलं हे दर्शविण्यासाठीच ती सगळी तिथे जमतात. सामूहिक स्वरूपात ती कृतज्ञता व्यक्त करायला जमतात.

कृतज्ञता व्यक्त करण्याचा क्षण, हा आयुष्यातला मोठा क्षण असतो. त्या क्षणापासून कुणालाही वंचित करू नये. अशा हजारो माणसांसाठी संमेलनं भरवायला हवीत. ही संमेलनं जेव्हा मूठभर 'टोपीफिरवू' गुंड उधळतात, तेव्हा त्यांना आपला वैयक्तिक राग व्यक्त करण्याचं स्थळ 'संमेलनाचा मंडप नव्हे' हे किमान तारतम्य हवं. तुमच्या साहित्यिक, सामाजिक, राजकीय भूमिका कंठरवाने मांडण्यासाठी तुमच्याजवळ संपूर्ण वर्ष पडलेलं आहे आणि उदंड मासिकं, साप्ताहिकं आहेत. त्यातून जो गदारोळ एकमेकांविरुद्ध उठवायचा तो जरूर उठवा. चार घटका करमणूक, ज्ञान, मनोरंजन ह्याच हेतूने जमलेल्या हजारो माणसांसमोर आपण रंगमंचाचे आखाडे का करावेत? ज्या संमेलनाची नागरिक मंडळी वाट पाहत असतात, रजा साठवून ठेवतात, हजारो रुपयांची योजना केली जाते, त्या संमेलनाचं भवितव्य फार थोडी माणसं आपल्या हुकूमशाहीत ठेवू इच्छितात. हे लांच्छनास्पद आहे. आपण सर्वजण संमेलनाला जमलेल्या हजारो लोकांचं देणं लागतो. स्वतःच्या

वैयक्तिक साहित्य व व्यक्तीविषयक रागद्वेषाचे फटके निरपराध प्रेक्षकांना बसणार आहेत एवढं तारतम्य विचारवंतांना नसतं. म्हणून वाटतं, एकेकटा लेखक वा साहित्यिक स्वत:च्या टेबलाजवळ बसून जे निर्माण करतो ते थोर असेल, मानवतावादी असेल, देवत्वाच्या तोडीचं असेल, पण असे शंभर लेखक एकत्र...

म्हणून म्हणतो दिनुकाका, संमेलनाचं स्वरूप कसं असावं हे कोणत्याही लेखकाला विचारू नका. साहित्य संमेलनाचे शिल्पकार साहित्यिक नव्हेत. हजारोंच्या संख्येने जमणारे प्रेक्षक, श्रोतेच त्याचे शिल्पकार आहेत. ह्या हजारो रसिकांना जे हवंय ते द्या. परिसंवादांतून, कविसंमेलनापर्यंत. तेच सगळं लक्षात ठेवा. त्यात काही गैर नाही. शास्त्रीय संगीत म्हटलं म्हणजे तबला आला, तंबोरा आला, तसंच संमेलनाचं. कोणताही ध्येयवाद नको. 'वाद'ही नको. एक निखळ गॅदरिंग. हा-हा-हू-हू करण्यासाठी या. राहा, खा, प्या. जिगर ठेवून गप्पागोष्टी करा. चाहत्यांना भेटा, सह्या घ्या आणि मजा करा.

एवढ्या ठणठणीत भूमिकेतून संमेलन बोलवा. निवेदनापासून, आमंत्रणापासून हाच सूर ठेवा. बाकी काय? जे बोचलं ते लिहिलं. संमेलन जसं व्हायचं तसं होईलच. भीती एकच आहे. इथून पुढे एकाही लेखकाचं तोंड पाहणं नको असं जर दिनुकाकांना वाटलं तर आम्हाला 'बार्शी' दुरावेल.

तुमचा,
व. पु. काळे.

हे आयुष्य मोठं मजेदार आहे. बालपण, शिक्षण, तारुण्याचं आगमन, त्याच वेळेला उदरनिर्वाहाचा प्रश्न सोडविण्याकरिता व्यवसाय किंवा नोकरी ह्यांचं लोढणं आणि मग अपरिहार्यपणे लग्न. साथीदाराच्या स्वभावाचा अंदाज यायच्या आत मुलांचं आगमन. त्यांचं संगोपन, त्यांच्या शिक्षणाचा घोर. मग मुलांची लग्नं. असे सगळे टप्पे पार करत करत पन्नासाव्या मैलावर मुक्काम. आयुष्याचा अंदाज आणि अन्वयार्थ लागेपर्यंत निम्मं आयुष्य संपलेलं. ही वाटचाल अगदी 'धनिक, वनिक बाळे' ह्यांच्यासारखी जरी झाली नाही, तरीही ती चारचौघांसारखीच झाली तर सामना बरोबरीत संपला. पन्नाशी ते साठी या कालखंडात थोड्याफार प्रमाणात आयुष्याचं रहस्य समजतं. आणि जगण्याबद्दल रस वाटू लागतो आणि ह्याच कालखंडात प्रकृतीच्या तक्रारीही सुरू होतात. रक्तदाब आणि मधुमेह ह्या व्याधी म्हणजे मिरच्या-कोथिंबिरीप्रमाणे. अस्थमा ही जास्त स्टेट्सची व्याधी. आणि बायपाससारख्या गोष्टी म्हणजे सम्राटच. त्यातही कॅन्सर म्हणजे लास्ट वर्ड. कविवर्य सोपानदेव चौधरी ह्यांना जेव्हा डॉक्टर म्हणाले,

'सोपानदेव, हा कॅन्सर आहे.'

ते पटकन् म्हणाले, 'मग नो आन्सर.'

ही व्याधी झाली की जगाचा निरोप घ्यायचा. कॅन्सरवर जिथे इलाज केले जातात, त्या पहिल्या संस्थेचं नाव उगीचच 'टाटा' ठेवलेलं नाही. ठिकठिकाणी लावलेल्या ह्या अदृश्य सापळ्यांतून तुम्ही सहिसलामत सुटलात, तर साठी मानवते. आयुष्याकडे थोड्या तटस्थपणे पाहता येतं. कोणत्याही प्रसंगी 'चालायचंच' हे म्हणण्याची क्षमता येते. म्हणजे आणावीच लागते. कारण ह्यापलीकडे काही म्हणण्यासारखं उरतच नाही. परामर्श घेण्याची ताकदच राहत नाही. हे शब्द फक्त अगतिकेपोटी म्हणायची वेळ येऊ नये. 'सहज स्वीकार' ही मनाची धारणा झाली, तर साठीतही आनंद मिळवता येतो. नाही तर हातपाय थकल्यानंतर उरलेल्या आयुष्यात माणूस काय करेल? जोडीदाराबरोबरचे संघर्ष पूर्ण परिचयामुळे कमी झालेले असतात. साथीदारात आता काही फरक पडणार नाही, ह्याची जाणीव झालेली असते. वैधव्य किंवा विधुरता ह्या अवस्थांचा शाप नसेल, तर एकमेकांना कसं सांभाळायचं हे समजलेलं असतं. प्रत्येक कुटुंबात ही सुखद अवस्था असतेच, असं नाही. शहरातल्या अरुंद रस्त्याच्या दोन्ही बाजूला गगनचुंबी इमारती असतील, तर हा रस्ता कधीही रुंद करता येणार नाही. हे पाहिल्यावर वाहनांची आणि पादचाऱ्यांची जी अवस्था असते, तशीच थोडीफार अवस्था साठीतल्या माणसांची होते. एखादेच 'वैद्य' वार्धक्यातही बालपण टिकवून ठेवतात. काहीतरी छंद जोपासतात. अशा माणसाला 'काय नसता व्याप?' असं न म्हणणारी पत्नी लाभली, हे वैद्यांचं भाग्य.

ह्या गृहस्थाला कोणतीही एखादी कविता आवडली की हाताशी येईल त्या कागदावर ती कविता ते लिहून ठेवत. हे असे कागद त्यांची बायको जपून ठेवत होती. वैद्यांच्या कालिंदीने नवऱ्याला दोन फुलस्केपच्या आकाराची बाडं आणून दिली. आता श्रीयुत वैद्य त्या एकत्र केलेल्या कवितांसाठी प्रकाशक शोधत आहेत. त्या कविता वाचून मी त्यांना लिहिलं–

३१/१०/१९८४

प्रिय वैद्य,

अलिबाबाच्या गुहेचा मंत्र कोण्या एका (बहुतेक) कासिमला सापडला. ज्याला सापडला त्याचं नाव स्मरणात नाही.

पण गुहेतली अवाढव्य संपत्ती दिसल्यावर त्याचं जे झालं तेच माझं, तुमची काव्यसंपत्ती पाहून झालं.

कृतान्तकटकामलध्वजजरा दिसायला लागलेली माणसं आयुष्यातल्या हुकलेल्या संधी आणि निसटलेल्या सुखांची आक्रोशगीतं गात, जीवनाची संध्याकाळ पण काळवंडून टाकतात. निरोपाचे क्षण दुःखद असले तरी नाना रंग उधळून, संधिप्रकाश

लोभसवाणा करून सूर्य अंधारात जातो.

सूर्याकडून तारुण्यात जशी शक्ती मिळवायची त्याचप्रमाणे जगाचा निरोप घेतानाही रंगांची उधळण करण्याची युक्ती मिळवायला हवी.

तुम्हाला हे रहस्य समजलं, म्हणूनच तुम्ही आयुष्यभर भेटलेल्या कवितांचं जतन केलंत.

सुखाचे क्षण असे कुठेही पेरलेले असतात त्याप्रमाणे तुम्ही गोळा केलेल्या कवितांचे कपटे जाईजुईंच्या सड्यासारखे पसरले होते.

त्यासाठी एक जाडजूड बाड तुम्हाला भेट देणाऱ्या तुमच्या कालिंदीचं कौतुक करायला हवं, म्हणूनच त्या फुलांचा एक भरघोस हार झाला.

नवऱ्याच्या प्रयत्नांना 'कपट्या' समान मानणाऱ्या कैक गृहिणी मी पाहिल्या.

तुमची पत्नी कपट्यातली कविता शोधणारी निघाली.

म्हणूनच,

जसं वेगवेगळं फूल सुकणार नाही त्याचप्रमाणे तुम्ही दोघांनी गुंफलेला हारही सुकणारा नाही. लग्नाच्या वेळी 'मम' म्हणताना तुमच्या पत्नीने तुम्हाला जो स्पर्श केला तो केवळ भटजीच्या समाधानापुरता केलेला नव्हता त्याचप्रमाणे केवळ तुम्हालाही केला नव्हता.

हाताला स्पर्श करणाऱ्या सगळ्याच,

आणि सगळ्या जीवनाला स्पर्श करणारी एखादीच कालिंदी.

तुमच्या ह्या संग्रहाला प्रकाशक भेटेल की नाही सांगता येत नाही. पण जो तो संग्रह वाचेल त्याला 'प्रकाश' नक्की भेटेल.

प्रकाशाचं नातं सूर्याशी,

प्रकाशकाशी नव्हे.

काव्य म्हणजे साक्षात प्रकाश.

तुम्ही आराधना केलीत ती प्रकाशाचीच.

ती फोल कशी जाईल?

तुमचा,
व. पु. काळे.

आतापर्यंतच्या एकूण एक पत्रात एका पत्राने मला जबरदस्त हादरा दिला. माझा कोल्हापूरला कार्यक्रम झाला. डॉ. अविनाश जोशी ह्या जिंदादिल माणसाचा परिचय–माझ्या चौदाशेव्या कथाकथनाच्या कार्यक्रमानिमित्त त्यांनी मला १८ मे १९८८ साली अभिनंदनपर एक पोस्टकार्ड पाठवलं. सहसा मी पत्रं फाडत नाही, पण कुठल्या तरी नादात मी ते पत्र फाडलं. आणि केराच्या टोपलीत टाकलं.

त्यानंतर दुसऱ्याच दिवशी एक छापील कार्ड आलं. त्याच्यावरचा मजकूर मी वाचला आणि टोपलीतले सगळे कागदपत्रं उलटसुलट करून अविनाशच्या पोस्टकार्डाचे तुकडे शोधून काढले. ते चार तुकडे सेलोटेपने परत चिकटवून कार्ड पूर्ववत् केलं. खालील दोन्ही पत्रं मी तेरा वर्षं सांभाळलेली आहेत.

॥श्री॥

१८/५/१९८८

प्रिय वपु,

१४००

अभिनंदन!

या वर्षी कोल्हापुरात नाविन्यपूर्ण प्रदर्शन करावयाचे.

कथाकथनाच्या स्पर्धा घेऊया का?

सवडीने पत्र लिहावे.

प्रदर्शन उत्तम प्रकारे आयोजित करू.

स्नेहांकित,

डॉ. अविनाश जोशी.

कळविण्यास अत्यंत खेद होतो, की माझे पती डॉ. अविनाश भालचंद्र जोशी यांचे कोल्हापूर मुक्कामी, बुधवार, दिनांक १८ मे १९८८ रोजी सायंकाळी ७.३० वाजता आकस्मिक निधन झाले.

–भारती अविनाश जोशी, कोल्हापूर.

२६/६/२००१.

'व. पु.? कसं शक्य आहे? परवाच तर त्यांना स्कूटरवरून जाताना बघितलं...'

'छे! काहीतरीच काय? काही तासांपूर्वीच फोनवर गप्पा झाल्या आमच्या!'

'त्यांच्यासाठी खास त्यांना पेनांची आवड आहे हे समजलं म्हणून, एक अगदी वेगळंच पेन आणलं होतं. चार दिवसांपूर्वीच त्यांना फोनवर तसं सांगितलंही होतं. आज मी येतो आहे घरी.'

'Sorry. तुमच्या भावना... पण उशीर झालाय...'

'माझा कार्यक्रम आहे. मी कॅनडाला आज रात्रीच्या फ्लाईटने जात आहे.

नमस्कार करायला आले...'

'वपुंना आज सकाळीच...'

'सृष्टीचे नियम, विधाता, लिखित हे घडणारचं!'

सांत्वन, आश्चर्य, दु:ख सर्व संमिश्र भावना व्यक्त केल्या जात होत्या. आमच्या सर्वांचीच मन:स्थिती बधिर! कोण काय म्हणतंय? कोण काय सांगतंय? समोर बापू! शांत झोपलेत असंच वाटत होतं. कुठल्याही क्षणी उठून बसतील! गप्पा सुरू होतील. पण हे फक्त वाटणंच होतं. त्या सर्व प्रतिक्रियांचा अर्थबोध व्हायला लागला होता. नियतीने तिचा नियम पाळला होता. आम्ही दोघं भावंडं पोरकी झालो आहोत, हे त्रिवार सत्य भेडसावत होतं.

डॉ. अविनाश जोशींचं बापूंना आलेलं पत्र आणि दुसऱ्याच दिवशी डॉ. जोशींच्या निधनाची बातमी घेऊन आलेलं दुसरं पत्र! बापूंना धक्का देणारं, अविश्वास ठेवता न येण्यासारखी घटना!

आपल्या सर्वांच्या बाबतीतही हेच झालं. बापूंनी चकवलं. अगदी शांत राहून.

पण त्यांचा संवाद. अनेकांशी झालेला आणि अनेकांनी त्यांच्याशी केलेला. तो केवळ त्यांनी जतन करून ठेवला म्हणून आज पुन्हा एकदा सर्वांसमोर मांडता येत आहे.

बापूंजवळ एक किमयाच होती. अपरिचित व्यक्तीसुद्धा त्यांच्याजवळ अगदी पर्सनल असं तिचं जे काही असेल ते बोलून जायची. सल्ला घेतला जायचा, चर्चा व्हायची. बापूंना आपण कुणासाठी तरी काहीतरी करू शकलो, ह्याचा आनंद व्हायचा. पण त्याचबरोबर त्यांना दु:खही असायचं. माणसं असं का करतात? का वागतात? ह्याचं उत्तर तर कुणाजवळच नाही. परिस्थिती माणसाला त्या त्या वेळी जे योग्य वाटेल तसं वागायला लावते. कालांतराने मग कदाचित ते वागणं अयोग्य होतं हे जाणवूनही काही इलाज राहत नाही. प्रत्येक वेळेस असंच होतं हे मात्र चुकीचं विधान ठरेल.

बापूंना आनंदाचे क्षण देणारा प्रचंड मित्रपरिवार मिळाला. त्यांपैकी असाच एक परिवार 'पार्टनर' नाटकाने दिला. ह्या नाटकात काम करणाऱ्या माधुरीमावशी.

सौ. माधुरी भागवत आणि भागवतकाका!

नाटकाचे शंभर प्रयोग झाल्यावर नाटक बंद झालं पण अगदी सगेसोयरे होऊन हे दोघं आमच्या कुटुंबाच्या सुखदु:खाशी समरस झालेत.

माझी आई गेल्याची बातमी भागवतकाकांना सोलापूरला कळली, तेव्हा भागवतकाकांनी केलेली कविता आणि बापूंनी त्या कवितेवर काही काळाने दिलेलं काव्यात्म उत्तर म्हणजे दोहोंमधील प्रेमळ जिव्हाळ्याची साक्षच.

या अनोळखी जगाबरोबर धावून धावून थकलो होतो.
सगळ्या तिऱ्हाईतांच्या मधोमध अगदी एकटा पडलो होतो.
अशाच एका सोनेरी संध्याकाळी तू मला अवचित दिसलीस.
स्मितातून केशर उधळीत, उधळवीत माझ्या हृदयात येऊन बसलीस॥१॥
तुझ्या हातांचा आधार घेऊन संकटे सारी पार करून गेलो
तुझ्याशी भांडता भांडता सर्व मोहांवर मात करून गेलो
प्रवास सगळा संपत आला तरी वाट अजून चढतेच आहे.
क्वचित यश मिळाले तरीही त्याची नशा अजून येतेच आहे.

वळून पाहतो तेव्हा माहीत असते ओळखीचे कुणी दिसणार नाही.
पुढे नजर टाकली की कळते आपल्यासाठी कुणी थांबणार नाही.
या मारेकऱ्यांच्या गर्दीत मला एकटे टाकून जाऊ नकोस.
त्यांनी कितीही आकांत केला, तरी तुझी मधाळ मिठी सोडू नकोस.

एकटाच कुणी पुढे जाण्यापूर्वी शेवटचे एक पाप करूया
त्या जगनियत्यांच्या नकळत आपण दोघांनी एकत्र मरूया.

बापू लिहितात–

अनंताच्या कवितेला मराठीत शब्द नाहीत
भाव आणि शब्द खऱ्या अर्थाने भेटत नाहीत.

भरलेल्या बाजारात सगळेच एकटे असतात
मनातल्या बाजारात गोंधळलेले असतात.

मनातल्या बाजारात समान व्यक्ती शोधत असतात
एखाद्याच अनंताला माधुरीसारख्या सावल्या भेटतात.

सावलीच्या अथक सोबतीनेच मोहाची फुलं सुकवता येतात
सखीच्या संगतीत सावलीत साऱ्या मोहाच्या बागा भेटतात.

भांडणाचं प्रेम नसून जिथं प्रेमाचं भांडण असतं
भांडण हेच प्रेमाचं बदललेलं रूप असतं.

प्रवासाच्या प्रारंभीच वाट इतक्यात संपेल कशी?
आता साक्षी भावानं निरपेक्ष प्रवास मूळ तत्त्व अविनाशी.

वळून तर पाहा, असंख्य हसरे चेहरे दिसतील
तुम्हीच लावलेली हिरवी रोपं दिसेनाशी कशी होतील?

तुमची मधाळ मिठी पाहून मुग्ध झाले मारेकरी
वरवरचं वैर टाकून देऊन तेही झाले वारकरी.
कोण पुढे जाणार, कोण मागे? ह्याचा हिशोब त्याच्या हाती
प्रतिक्षणी जागेपणी प्रेम करणं आपल्या हाती.

प्रेमच ठरवेल, प्रेमच मागेल सगळा हिशोब त्याच्यापाशी
प्रेमातून भक्ती, भक्तीतून समर्पण एवढाच मंत्र आपल्यापाशी.

दिलीप कोल्हटकर यांचा 'नाट्यांबरी', मराठी रंगभूमीवर वेगळा टप्पा ठरायला हरकत नव्हती, पण रंगदेवता कुणावर सावलीचा वर्षाव करील, हे सांगता येणं मुश्कील आहे. माझं 'पार्टनर' हे नाटक यशस्वी ठरलं नाही.

ती रात्र डोक्यातून जात नाही. पुण्याला बालगंधर्व नाट्यगृहात पस्तिसावा प्रयोग झाला. आम्ही सगळे थिएटरच्या मागच्या बाजूस जमलो. बसच्या टपावर सेटिंग बांधून झालं होतं. कलावंतांसाठी दरवाजा उघडा होता. आम्ही गाडीत चढणार तेवढ्यात नाटकाचे निर्माते सुरेंद्र दातार यांनी आम्हाला थांबवलं. अगदी शांत स्वरात त्यांनी सांगितलं,

'हे नाटक मी बंद करतोय. माझी आर्थिक ताकद संपली.'

आम्ही गप्प उभे होतो. मीही विचारात पडलो होतो. नाट्यव्यवसायात निष्ठावंत माणसं भेटणं फार मुश्कील. दातारांकडे काटेकोर शिस्त होती. हा माणूस इतरांशीच नव्हे, तर स्वत:शीही प्रामाणिक होता. स्वत:शी प्रामाणिक असलेला माणूस स्वत:च एक खणखणीत नाणं असतो. अशा माणसाला धोके खूप असतात. पण तो कुणाला धोका होत नाही. अविश्रांत कष्ट करण्याची वृत्ती आणि नाट्यनिर्माता होण्याची जिद्द, कष्ट करण्याची तयारी असलेला माणूस कोणतीही महत्त्वाकांक्षा बाळगू शकतो. मग कमी काय पडलं?

हा प्रश्न जेव्हा माझा मला अतर्क्य झाला, तेव्हा मी 'माटे पब्लिसिटीला' दातारांच्या नकळत एक पत्र पाठवलं—

स. न. वि. वि.,

सोबत तीन हजारांचा चेक.

श्री. सुरेंद्र दातारांसारख्या गुणी, प्रामाणिक, शिस्तप्रिय माणसाची आणि यश-कीर्तीची अद्यापि गाठ पडू नये, हे कुणाचं कमनशीब कळत नाही.

मन उद्विग्न होतं.

इतर चालणाऱ्या नाटकांबद्दल असूया नाही. आश्चर्य जरूर आहे.

माझ्या आयुष्यातला 'पार्टनर' जसा अर्ध्यावर गेला, त्याप्रमाणे रंगमंचावरचा 'पार्टनर'ही. प्रमोद, प्रकाश, शशी जोशी, क्षमा, ज्योत्स्ना आणि माधुरीसारखी प्रामाणिक माणसं लाभूनही तो स्वत:च्या पायावर उभा राहत नाही, आणि दातारांचे पायही कमजोर करीत आहे.

तुम्ही साथ देताहात, त्याबद्दल कृतज्ञता म्हणून ही अल्प रक्कम.

माटेबाईंनी माझं ते पत्र कौतुकाने 'नाट्यदर्पण'चे सुधीर दामले ह्यांना दाखवलं.

माझ्या आतापर्यंतच्या प्रवासात मला भेटलेली असामान्य व्यक्ती म्हणजे सुधीर दामले.

'नेमेचि येतो मग पावसाळा' ह्या वचनाप्रमाणे साहित्य संमेलनाप्रमाणेच नाट्यसंमेलनं भरतात. ह्या दोन्ही संमेलनांना लाजवील असे सोहळे नाट्यदर्पणच्या सुधीर दामल्यांनी घडवून आणले. नाट्यदर्पण सोहळा संपला म्हणजे दुसऱ्या दिवशी रात्री मी आणि वसुंधरा दामल्यांच्या घरी जाऊन त्यांना काही ना काही भेटवस्तू देत असू. 'पार्टनर' नाटकावर सुधीर दामले परीक्षण अनुकूल लिहितील की प्रतिकूल लिहितील याबद्दल सगळ्यांच्याच मनात शंका होती. पण माधव मनोहरांना हा नाट्यांबरीचा प्रकार जसा मनापासून आवडला, तसाच सुधीर दामल्यांनासुद्धा. तेव्हा मी सुधीरजींना लिहिलं–

हे अजब कसे हो घडले?
तुम्ही कौतुक अमुचे केले.

मी वार अपेक्षित होतो
तो 'हार' गळ्यातही पडतो.

तोंडात बोट झणी गेले
तुम्ही कौतुक अमुचे केले.

वाचली समीक्षा सारी
वाटली मौज मज भारी.

ठरवून मला मारियले
तुम्ही कौतुक अमुचे केले.

नाट्यविषय सोडून दिधला
साऱ्यांनी पिटले मजला.
एकास कसे आवडले
तुम्ही कौतुक अमुचे केले.

तरीही 'पार्टनर' नाट्यांबरीचा हा प्रवास खडतरच होता. जे ह्या नाटकाच्या प्रेमात होते, त्या सर्वांचीच इच्छा होती की निदान शंभर प्रयोग व्हावेतच व्हावेत. आईच्या बरं न होणाऱ्या ह्या आजारपणाच्या काळात ह्या नाटकाने बापूंना उमेद दिली. प्रसंगी मानधनही न घेता 'पार्टनर'च्या कुटुंबीयांनी शंभरी गाठली. श्री. धनंजय कुडाळकरांनी बापूंना पाठवलेलं हे अभिनंदनाचं कार्ड तंतोतंत योग्य आहे.

नाटकाला व्यावसायिक यश मिळालं नाही, पण पार्टनर कादंबरी म्हणून मात्र यशस्वी झाली.

असा पार्टनर प्रत्येक व्यक्तीला हवाहवासा वाटतो. जो उपदेश करणार नाही पण साथ देईल. जो उणिवा दाखवून देईल पण दोष देणार नाही. कौतुक करेल पण अहंकार फुलवणार नाही. भेटेल असा पार्टनर? पण असं का? भेटेल का म्हणून?

आपणच का नाही तसं व्हायचं? कुणासाठी तरी अशा स्वरूपाचा पार्टनर? किती कठीण आहे. आणि सोपंही. बापू सुहासला आणि सुहास बापूंना पार्टनर म्हणायचे. ही इच्छा अगदी वाजवी! काही काही क्षण दोघांनीही ह्या एकमेकांच्या इच्छा पूर्ण केल्यासुद्धा असतील. पण कायम स्वरूपात हे पार्टनर होणं दोघांनाही शक्य झालं नाही. ही कादंबरी खरं तर बापूंचीच! त्यातला श्री म्हणजे बापू! पार्टनर–ही त्यांची इमॅजिनेशन. आई–ही त्यांची स्वत:चीच खरी आई! आपल्याकडे आईचं महत्त्व फार! असं असूनही त्या प्रतिमेच्या विरुद्ध असं आईचं व्यक्तिमत्त्व मांडणं हे धाडस होतं. बापू तेव्हा जरा बावरले होते. पण आश्चर्य सांगू? ह्या आईला उत्तम प्रतिसाद मिळाला. बापूंना वाईट वाटलं की आपल्यासारखे श्री किती?

बापू असेच एकदा 'पार्टनर' कादंबरीचं वाचन करून घरी आले. मिळालेला प्रतिसाद त्यांना आनंद देत होता. आणि मधूनच ते म्हणाले,

'ही कादंबरी मी ताईच्या (त्यांची आई) थोडीशी विरोधात लिहिली. पण आता मला असं वाटतंय, ताईच्या दृष्टिकोनातून जर मी हीच कादंबरी मांडली तर तो दृष्टिकोनही सर्वांना पटेल. तोही तितकाच खरा आहे.'

पण तसं लिखाण मात्र राहून गेलं. 'पार्टनर' कादंबरी वाचून बापूंच्या वाचकांमध्ये, चाहत्यांमध्ये भर पडली. त्या काळी जितकी पत्रं रोज यायची त्यात निम्म्याहून जास्त पत्रं 'पार्टनर'संबंधीच असायची. श्री. विजय लोटके ह्यांनी तर संपूर्ण कादंबरी हस्तलिखित केली. हे हस्तलिखित अतिशय आखीव-रेखीव आणि सुंदर आहे. ह्यापेक्षा मोठं असं कुठलं पारितोषिक असू शकतं?

कादंबरीचा शेवट अनेकांना हुरहूर लावून गेला. कित्येकांनी शेवट बदला असं सांगितलं.

शेळकेकाकांचं हे पत्र म्हणजे बापूंनी खरोखरच अमितचा खून केला की काय, असं वाटायला लावणारं!

मुंबई
८/४/१९७८

प्रिय श्री. व. पु. काळे,

दुष्टा!

'पार्टनर'मधील त्या अमितला का मारलंस?

एवढा मोठा लेखक. दुसरा एन्ड सुचलाच नाही तुला?

एक वाचक,
महेश शेळके.

–पुस्तक आवडलं. अमितचा मृत्यू वाचून दहा मिनिटं रडलो.

–कु. शशिकांत महेश शेळके.

१/८/१९९१

आदरणीय श्री. व. पु. काळे,

सा. न. वि. वि.,

'ब्युटीफूल पीपल (सम कॉल देम ॲनिमल)' हा अप्रतिम चित्रपट आपण नक्कीच पाहिला असेल. सारा चित्रपट बहुतांशी चार पायांच्या जीवनावर आहे. या प्राण्यांतील प्रेम, वात्सल्य, प्रणयाराधन, सहजीवन, क्रोध, आनंद, सारं इतकं सुरेख रंगवलंय की असं वाटतं, या माणसाच्या जीवनापेक्षा आपण यातीलच कुणी असतो तर बरं झालं असतं.

क्षणोक्षणी मृत्यू समोर दिसत असतो. हरणीचं पाडस बागडतंय अन् सिंह त्याकडे पाहून गुरकावतोय हे पाहून क्षणभर काळजाचा ठोका चुकतो. पण ते दृश्य तिथेच संपतं.

साऱ्या चित्रपटात क्रूर, हिंस्त्र प्राणी आहेत. पण कुठेही क्रौर्याचं दर्शन घडवणारं एकही दृश्य नाही. ना हरणाने फोडलेला हंबरडा ना रक्ताचा सडा. पक्ष्यांची घरटी जळताना दिसतायत, पण तडफडणारे पक्षी कुठेच नाहीयेत. छोट्या कीटकांच्या भावनाही कौशल्याने टिपणाऱ्या छायाचित्रकाराला काय हे टिपता आलं नसतं?

आई, बाप, बंधू, प्रेयसी, पत्नी, पुत्र, स्नेही, शेजारी यांचं अप्रतिम चित्रण आपण आपल्या 'पार्टनर'मध्ये केलंय. यातील पात्रं प्रत्येकाच्या कुटुंबात आढळतील. फरक एवढाच असेल की प्रत्येक कुटुंबातील या पात्रांचा रंग कधी भडक असेल, तर कधी सौम्य असेल. त्यामुळे 'पार्टनर' वाचताना 'अरे हे तर माझंच चित्रण' असं पदोपदी मनात येतं. काय सुरेख लिहिलंय.

मात्र अमितचा मृत्यू (पाहा ह्या शब्दाकडेही माझं पेन अडखळलं.) अतिशय झोंबतो. खरं तर माझं वय पासष्ट, त्यात पुरुष, त्यातही वैद्यकीय व्यवसाय–यमराजसहोदर, डोळ्यांतून अश्रू वाहण्याचं काही कारण होतं का? आपण वाचतोय, ते वपुंचं एक पुस्तक आहे. सारी पात्रं काल्पनिक. तसा मृत्यूही काल्पनिक! आणखी एक गोष्ट म्हणजे माझं कुटुंब सर्वार्थाने प्रशस्त. मृत्यू... मृत्यू म्हणतात तो तसा भयानक पाहिलेलाही नाही. आईवडिलांचा मृत्यू पाहिला पण तो अजिबात अकाली नाही. वृद्धावस्थेत विकलांग झाल्यानंतर दीर्घ आजाराने येणारा मृत्यू दुःखद असला तरी तो अमितच्या मृत्यूसारखा नाही. मला सांगा, हा मृत्यू तुम्ही टाळू शकला नसता का?

दारिद्र्यरेषेखालच्या लोकांची संख्या काँग्रेसच्या जाहीरनाम्याखेरीज कुठेही कमी झालेली नाही. अतएव बालमृत्यूही कमी झालेले नाहीत. अशा एखाद्या कुटुंबातील बापाने 'पार्टनर' वाचली वा आईने वाचली तर काय वाटेल? सौ. काळेंना विचारा.

कै. चिं. वि. जोशी–ज्यांनी साऱ्या महाराष्ट्राला जन्मभर हसवलं–त्यांचा पुत्र (बहुधा एकुलता एक) मॅट्रिक परीक्षेत शाळेत पहिला आला. बाबांनी त्याला

नवीकोरी सायकल अन् कॅमेरा आणला होता. पण निकालापूर्वी काही दिवस त्याचं दु:खद निधन झालं. उद्या कुणी याच्या जीवनावर कादंबरी लिहिलीच तर त्याला हा प्रसंग टाळता येणार नाही. दैव!

तुम्हाला मात्र अमितचा मृत्यू टाळता आला असता. पु. लं.चा 'रावसाहेब' आठवला. 'प्रेक्षकांच्या डोळ्याला पाणी यायला ते पोरगंबिरगं मारू नका बघा. ते हिरॉइनचं बापबीप मारून सोडा हो!' ही भावना अगदी बरोबर आहे.

एवढं सुंदर पुस्तक, पण उगाच कशाला हो अखेर अखेर रडवलंत?

तुमच्या शब्दांत तुम्हाला विचारतो,

'कुणाचा तरी मुलगा होणं टाळता येत नाही. कुणाचा तरी बाप होणं टाळता येतं.'

हे जेवढं खरं तेवढंच,

संसारात प्रत्यक्षात भोगावं लागणारं दु:ख टाळता येत नाही. पण कथा-कादंबऱ्यांतलं तरी दु:ख टाळता येईल. हे खरं नाही का?

पांढरपेशा मध्यमवर्गाचा मी प्रतिनिधी. ना बंगला ना मारुती, तरीही 'सुखी' (शर्ट मापाला बसणार नाहीत!) रोजच्या झंझाटात-डोकेदुखीत (इतरांच्या) काहीतरी छान वाचायचा छंद. मात्र तुमच्या या सुरेख पुस्तकाने माझा एक दिवस वाईट वाटण्यात गेला.

'पार्टनर' टीव्हीवर लागली होती ना, तीही मालिका! आताच सूनबाईने माहिती पुरवली. पण ती तुटक तुटक पाहिली आणि 'मरावी'ची कृपा! साधारणत: आठवड्यातून चार-पाच दिवस आमच्याकडे संध्याकाळी सहापासून रात्री अकरा वाजेपर्यंत वीज नसते. असलीच तर स्टॅबिलायझर, टीव्ही, फ्रीज, ट्यूब्ज वगैरेंचा सत्यानाश होऊ नये म्हणून करंट ऑफ करावा लागतो. (तरीही अनेकांचा मृत्यू झालाच!)

आम्हा वाचकांना सुरेख 'पार्टनर' सादर केल्याबद्दल मन:पूर्वक अभिनंदन! धन्यवाद!

यथामान सर्वांना नमस्कार-आशीर्वाद. कळावे, लो. अ. ही वि.

आपला,
पु. श्री.

ता. क. यापुढील कोणत्या पुस्तकात-कथेत मृत्यू रंगवायचा असेल तर आधी सौं.ची परवानगी घ्यावी ही विनंती.

एखाद्या कलाकृतीवर नि:स्सीम प्रेम करणं म्हणजे नेमकं काय करणं?

आपल्याकडे व्यक्तिपूजेचं महत्त्व खूप आहे. एखाद्या व्यक्तीला मान्यता द्यायची म्हणजे लगेचच त्या व्यक्तीचा पुतळा करायचा आणि एक रस्ता त्या व्यक्तीच्या नावे करून ठेवायचा!

पु.लं.नीच त्यांच्या एका लेखात म्हटलंय,

'आपल्याकडे कुणी नामवंत मेलं रे मेलं की आणलं लगेच त्याला रस्त्यावर!'

परवाच्याच पेपरला बातमी होती–

'कोलकता येथे अमिताभ बच्चनचा बारा फूट उंच पुतळा उभारणार. मंदिर बनवणार!'

अमिताभ बच्चन फॅन क्लबतर्फे अमिताभजींचं मंदिर!

ही व्यक्तिपूजा पूर्वापार चालत आलेली. पण त्या व्यक्तीने कुठलं महान कार्य केलंय, हे अगदी बारकाईने कितीजणांना माहीत असतं?

बापूंची 'पार्टनर' कलाकृती मात्र नशीबवान ठरली! श्रीवर्धनचे श्री. वि. कृ. दाते लिहितात–

'पार्टनर', डोंगरपाखाडी,
श्रीवर्धन, जि. रायगड

प्रिय व. पु. यांना,
नमस्कार वि. वि.,

यापूर्वी २-४ पत्रं पाठवूनही आपणाकडून उत्तर नाही. याबद्दल थोडासा नाराज झालो. अर्थात तुमचे कथाकथनाचे जोरदार कार्यक्रम एकापाठोपाठ सुरू होते, हे दैनंदिन वृत्तपत्रावरून समजत होतं. त्यामुळेही तुम्हास उत्तर पाठवणं जमलं नसेल. या कार्यक्रमातून तुम्ही संकल्प सोडल्याप्रमाणे टाटा कॅन्सर इन्स्टिट्यूटला मोठी देणगी दिलीत अन् तो कार्यक्रम पुण्याच्या भरत नाट्यमंदिराला होता. बरीच खटपट करूनही माझा तो कार्यक्रम चुकला याचं अत्यंत वाईट वाटलं. आपला कथाकथनाचा कार्यक्रम प्रत्यक्ष ऐकण्याचा योग येईल तेव्हा येईल, पण तूर्त पत्रातून तरी भेटावं म्हणून हा पत्रप्रपंच.

आपण एकरकमी मोठी देणगी दिलीत. त्यासाठी अहोरात्र खपलात. एक चांगला आदर्श समाजापुढे ठेवलात. याबद्दल तुमचा सर्वांना निश्चित अभिमान वाटतो. वास्तविक यापूर्वीच मी तुम्हास याबद्दल लिहिणार होतो. पण भरत नाट्यमंदिरात भेट होईल तेव्हाच बोलावं असं योजलं होतं.

पुन्हा श्रीवर्धनच्या भगिनी मंडळातर्फे तुमचा एक कार्यक्रम इथे करावयाचा यासाठी त्यांचे प्रयत्न सुरू होते. पण तुमची तारीख मिळू शकली नाही असं कळलं.

मुख्य मुद्दा राहिलाच! वरती माझा पत्ता पाहून, विशेषत: 'पार्टनर' हा शब्द वाचून तुम्हास गोड धक्का बसेल. गतवर्षी माझ्या घराची वास्तुशांत (२/११/८४)

झाली तेव्हा तुम्हासही निमंत्रण पाठवलं होतं. तर आमच्या वास्तूस आम्ही 'पार्टनर' हे नाव दिलं आहे. या नावाबद्दल आपण मजवर रागावणार नाही ना? (तुमची पूर्वसंमती न घेतल्याबद्दल!)

तुमची प्रत्यक्ष भेट घ्यावी, कथाकथन ऐकावं, चार गप्पा टाकाव्या अशी फार इच्छा आहे. पण कोणत्याही गोष्टीस वेळ यावी लागते. ठरवूनही काही होत नाही हेच खरं! तूर्त तुमच्या कॅसेट्स ऐकण्यात समाधान मानून आहे. *By the way*, 'पार्टनर'ची कॅसेट निघाली का?

आपणा सर्वांना दीपावली व नूतन वर्षानिमित्त शुभेच्छा!

कळावे,

आपला,

वि. कृ. दाते.

दात्यांच्या पत्रावर बापूंची उत्कट प्रतिक्रिया–

'श्री'साठी स्वतः बेघर होणाऱ्या 'पार्टनर'ला श्रीवर्धनमध्ये नावाचंच घर मिळालं. तुम्ही तुमच्या कथांनी आमच्या मनात घर केलं, असं अनेक लेखकांना अनेक वाचकांनी कळवलं असेल.

पण कथांना घर देणारे तुम्ही एकमेव!

व. पु. काळे

कथाकथन ही कला! ह्या कलेला जोपासणारी पिढी तयार होणं आवश्यक आहे, असं बापूंना नेहमीच वाटायचं. मेहता इस्टेटमध्ये आमच्याशेजारी ज्योती कुलकर्णी राहायची. माझ्या आठवणीमध्ये बापूंची कथा कथन करून कॉलेजमध्ये पहिलं बक्षीस मिळवणारी ती पहिलीच विद्यार्थिनी असावी. बापूंनी तिला तेव्हा खूप मदत केल्याचंही स्मरतं. माननीय सुलभाताई देशपांडे ह्यांनी बापूंच्या द्विपात्री कथा सादर करण्याचा नवा प्रयोग केला. आशाताई काळे ह्यांनी व्यावसायिकरीत्या बापूंबरोबर कथाकथन केलं. मुग्धा चिटणीस आठवते ना? छोटीशी. छान, गोड पोरगी! तिचं कथाकथन फार प्रभावी होतं. बापूंबरोबर इतर लेखकांच्या स्त्रीप्रधान कथा ती छान कथन करायची. तिने स्वतंत्र कार्यक्रम केले. मंगला खाडिलकरांनीही कथाकथनाचे कार्यक्रम करण्याकरिता बापूंचं मार्गदर्शन घेतलं. सौ. रेखा मुंदडा ह्यांचे कार्यक्रमही छान यश मिळवत आहेत. ह्या सर्वजणी कथाकथनाच्या क्षेत्रात बापूंना गुरू मानणाऱ्या आहेत. बापूंनीही त्यांना मनापासून प्रोत्साहन दिलं. ही कला जोपासली जावी-तिची वृद्धी व्हावी अशी तळमळ त्यांना कायम होती.

सोलापूरला बापूंचा कथाकथनाचा कार्यक्रम होता. मी कथाकथन करू शकेन असा आपला त्यांचा एक गैरसमज होता. मी तेव्हा थोडी थोडी लेखिका होत होते.

म्हणजे उगीचच एक भीती निर्माण केली होती की, मी लेखिका होणार! बापू म्हणाले, 'तू तुझी नवीन गोष्ट तयार कर. गोष्ट, कल्पना छान आहे. तू ती ह्या कार्यक्रमात सांग. मग पुढे मी माझा कार्यक्रम सुरू करेन.' त्यांच्या प्रोत्साहाने मी माझीच गोष्ट तयार केली.

थिएटरवर पोचलो. कॉलेज–तेही मेडिकल कॉलेजने ॲरेंज केलेला कार्यक्रम! सर्व मुलंच मुलं! मी पहिल्यांदाच स्टेजवर उभी. स्टेजची भीती नव्हती कधीच, पण नाटकांत काम करणं वेगळं आणि कथाकथन वेगळं! तरी जोशात सुरुवात केली. आशीर्वाद, सहकार्य वगैरे मानून झालं. गोष्ट सांगत्ये सांगत्ये पण समोरचा ऑडियन्स एकदम स्थिर! कथा रंगत नाहीये हे कळत होतं आणि मध्येच थांबताही येत नव्हतं. ह्या वैचारिक गोंधळात एक वाक्य बोलून गेले–

'मी तिला म्हटलं, तू एक मिनिट थांब. मी दोन मिनिटांत येतेच!'

आणि एवढा मोठा लाफ्टर आला की तो तमाम ऑडियन्स खडबडून जागा झाल्यासारखं वाटलं. मी एकदम 'बिचारी बिचारी' होऊन गेले होते. आज आता ही घटना आठवली की त्या मोठ्ठ्या लाफ्टरपेक्षाही जास्त मोठ्ठ्यांदा हसू माझंच मला येतं. (ह्या घटनेवेळेस मी चौदा-पंधरा वर्षांची होते.)

पुढे जरा मोठी झाल्यावर माझे स्वत:चे चार-पाच कार्यक्रम झाले. त्या वेळेस मात्र मला योग्य ठिकाणी हशा असा प्रतिसाद मिळाला. पण ते तेवढ्यापुरतंच राहिलं. सातत्याने ह्या कलेची आराधना माझ्याकडून झाली नाही.

कणेकरी कार्यक्रम बघण्याचा योग आतापर्यंत आला नाही. कणेकरी वाचली मात्र नेहमी जाते. एकपात्री कार्यक्रम करणाऱ्या यशस्वी कलाकारांमध्ये श्री. शिरीष कणेकरांचं नाव अग्रस्थानी आहे. बापूंनी श्री. कणेकरांना लिहिलेलं हे पत्र मला खूप आवडलं होतं.

७/११/१९८७

मित्रा,

रंगभूमीला आज आणखी एक सुपुत्र लाभलेला मी पाहणार.

चाळीस बाय चाळीस एवढ्याच आकाराची ही जमीन. पण ह्या जमिनीत परिसाचंच पीक निघतं. ह्या जमिनीवर सर्वत्र कल्पवृक्षांचीच सावली आहे आणि त्या वृक्षांखाली कामधेनू बांधलेल्या आहेत.

'कसेल त्याची जमीन' हे ह्या मातीलाच तंतोतंत लागू पडतं.

भूमी आणि रंगभूमी म्हणजे कलावंताची आई आणि मावशी. 'माय मरो, मावशी उरो' हे प्रत्येक कलावंताचं मागणं.

ही मावशी जितकी भाग्यवान तितकी दिलदार. देताना कमळाचे द्रोण वापरणारी.

हिने 'हिमालयाची सावली' पांघरली त्याप्रमाणे 'सखाराम बाईंडर'लाही मांडीवर घेतलं. हिची भक्ती करणाऱ्याची वाट 'धुक्यात हरवली' नाही. हिने ज्याप्रमाणे 'उदंड लेकुरे' वाढवली, दुर्वांचे मळे लावले, त्याचप्रमाणे हिट अ‍ॅण्ड हॉट नाटकांच्या भट्टयांनाही आपली मांडी दिली. 'संशयकल्लोळ'तला फाल्गुनराव हिला हसवून गेला तर 'ऑथेल्लो'च्या डेस्डेमोनाचा अकारण झालेला अंतही सोसला. अधूनमधून तिलाही 'संध्याछाया' भेडसावतात. पण पुन्हा एखादा 'शिरीष' बाजी मारण्यासाठी सरसावतो.

प्रखर प्रकाशझोतांनी तिचे डोळे दिपत नाहीत किंवा विंगमधल्या अंधाराने ती काळवंडत नाही. ती स्वत:कडे कोणतंही श्रेय घेत नाही, म्हणून तिला आजवर 'अखेरचा सवाल' पडलेला नाही. 'मत्स्यगंधे'च्या माशांच्या वासांना तिने नाक मुरडलं नाही की 'फुलराणी'च्या गजऱ्याच्या सुगंधाने ती बेभानही झाली नाही. 'रजनीनाथ हा नभी उगवला' इथपासून थेट 'काचेच्या चंद्रा'पर्यंत तिने सगळ्यांवर 'मंडपी' धरली. 'एकच प्याला' नाटकातल्या खोट्या दारूपासून खरीखुरी दारू पिऊन धिंगाणा करणाऱ्या तिच्या सगळ्या भाचरांना तिने 'दुरितांचे तिमिर जावो' म्हणत 'वांछील ते ते लाहो'चाच आशीर्वाद दिला. तिने 'तुर्कांना'ही सांभाळलं आणि 'अर्कांना'ही. कलावंतांच्या अश्रूंची तिने फुलं करून त्यांना परत दिली. 'घाशीराम'मधल्या नानांची बदनामी तर तिने पचवलीच पण गरज संपल्यावर 'तो मी नव्हेच' म्हणणाऱ्या कलावंतांनाही तिने 'नटसम्राटा'प्रमाणे बेघर केलं नाही.

रंगभूमीइतकं दिलदार मन कुणाला तरी लाभेल का?

तुम्ही माझा आशीर्वाद मागितलात.

दिलदार मनांचे आशीर्वादच 'फुलाला मातीचा सुगंध' देऊ शकतात.

आज तुम्ही रंगमंचावर. आम्ही विंगमध्ये.

आपण दोघांनी आशीर्वाद मागायचा तो ह्या मावशीचा. तिने आपल्याला 'मोरू' करू नये म्हणून. तेव्हा तुम्ही प्रवेश करण्यापूर्वी आपण वारकऱ्यांप्रमाणे एकमेकांना उ(द)राउ(द)री भेटायचं. तुमच्या लेखणीवर मी फिदा आहेच. आता आजपासून तुमच्या एकपात्रीवरही.

तुमचा,
व. पु. काळे.

'कविता' हा साहित्यप्रकार बापूंना कायम भुरळ घालत आला. जे भाव व्यक्त करायला चाळीस-पन्नास पानं एक कथाकार घेतो, तेच भाव कवी पंधरा-वीस ओळींमधून सांगून जातो.

अशा कवींचं छोटंसं संमेलन घरी किंवा कविताप्रेमी मित्रांकडे बापू अनेक वेळा

भरवत असत. श्री. वा. वा. पाटणकर ह्यांचं मराठी शायरीगायन-वाचन, श्री. विंदा करंदीकर, श्री. वसंत बापट, श्री. मंगेश पाडगावकर ही त्रयी, श्री. सुधीर मोघे आणि म. भा. चव्हाण–सुहासची, माझी वाढ ह्या अशा प्रतिभावान मंडळींमध्ये झाली. श्री. शंकर वैद्य तर मला अगदी हक्काचे वाटायचे.

'कंटाळा' हा प्रकार काळे घराण्यात सर्वांनाच प्रिय!

'बापू, कंऽऽटाऽऽळा आला.'

बापूंचं लेखन चालू असायचं.

'बापूऽऽ!'

'बोऽऽला!'

'कं टा ळा.'

'आला का? अरे वा!'

'बापूऽऽ!'

'बरं, मग काय करायचं?'

'बाहेर घेऊन चला.'

'चला, कुठे जायचं?'

'वैद्यकाकांकडे.'

बापू पेनाला टोपण लावायचे. मग लिखाणातली ती ओळ अर्धवट राहिली असली तरी! मग स्कूटरवरून वैद्यकाकांचं घर. मग त्यांच्या कविता-कधी गप्पा!

'काका आणि काकू' ही वैद्यकाकांची कविता आज माझी मुलं मृण्मयी-मैत्रेय म्हणतात. त्या कवितेतली ती गंमत आजही तेवढीच ताजी आहे. दादाला मात्र वैद्यकाकांचा 'भटजी' आवडायचा. एका श्वासात म्हणायची पाण्याच्या एका थेंबाची कविता. ती तर काकाच म्हणू जाणोत!

असे एक-दोन तास मजेत जायचे. 'कंटाळा' जाऊन मी ताजीतवानी झालेली असायची. मग सायन ते वांद्रा परतीचा प्रवास. एखादं गाणं आणि त्या गाण्याच्या ठेक्यावर स्कूटरचा हॉर्न!

बापूंची स्मरणशक्ती उत्तम! ही देणगी त्यांना त्यांच्या आईकडून मिळाली. ज्या ज्या कलावंतांची जी जी चांगली कलाकृती आहे, ती बापू त्यांच्या कथाकथनांतून, त्या कलावंतांच्याच नावाने सांगत असत. अनेक आवडलेल्या कविता त्यांनी कथेच्या अनुषंगाने ऑडियन्सपर्यंत पोचवल्या.

श्री. वसंत बापटांची 'आम्ही जाणारच की केव्हा तरी पट्दिशी' ही कविता बापूंना खूप खूप भावली होती. ही कविता ऐकल्यानंतर बापू इतके भारावून गेले होते की, त्यानंतरच्या त्यांच्या प्रत्येक कार्यक्रमांत ही कविता ते म्हणून दाखवत असत, अगदी बापट ह्यांच्या स्टाईलमध्येच! बऱ्याच वेळा तर कार्यक्रमाची सांगताही त्यांनी

ह्या कवितेने केली आहे.

इतर लेखकांच्या, कवींच्या चांगल्या कलाकृतींना जसे बापू दाद द्यायचे, त्याचप्रमाणे बापूंनाही त्यांच्या लेखनाव्यतिरिक्तच्या कलांना दाद देणारे वसंत बापटांसारखे साहित्यिकही आहेत.

११ नोव्हेंबर ९१

प्रिय वपु काळे यांस,
प्रेमपूर्वक नमस्कार,

वरातीमागून घोडे या म्हणीऐवजी दिवाळीमागून दिवाळी अंक अशी नवी म्हण प्रचारात आणावी का, या विचारात माझ्याप्रमाणेच तुम्हीही असाल. तात्पर्य, आमचा दिवाळी अंक तुमच्याकडे उशिरा रवाना होत आहे याची मला शरम वाटते. परंतु चुकीची दुरुस्ती करून आज विशेषांक रवाना करीत आहे. आठवडाभर मी आजारी असल्यामुळे हा घोटाळा झाला. कार्यालयीन चटपटीतपणात येथील मंडळी कमी पडल्यामुळे अनवधानाने त्यांनी तुमचा अंक पोस्ट केला नाही. तुमची क्षमा मागणं एवढंच माझ्या हाती आहे आणि ते तुम्हाला रुचणार नाही. तेव्हा जाने दो, झालं!

तुम्ही दिलेलं करंदीकरांचं बहुरंगी चित्र जो जो पाहतो तो तो धन्योद्‌गार काढतो. तुमच्यातील कलावंताला अगणित मुजरे! कॅमेऱ्याला तुमच्याप्रमाणेच हयात असो. (या वाक्याचा अधिक अर्थ कधी भेटू तेव्हा आठवणीने विचारा.)

दिवाळी आली आणि गेली, अक्षरश: सालाबादप्रमाणे. तुम्ही कुशल असाल अशी आशा आहे.

स्नेहांकित,
वसंत बापट.

२९ जुलै ९१

प्रिय व. पु. काळे,

आज फार दिवसांनी एक राहून गेलेले काम करीत आहे. त्याला उशीर झाल्याबद्दल राग मानू नये.

तुम्ही काढलेले फोटो म्हणजे विरूपाला सुरूप करण्याची, निदान, सह्यरूप करण्याची किमयाच म्हटली पाहिजे. त्यांचा मी गेल्या आठवड्यात वाट्टेल तसा उपयोग केला. ज्यांनी मागितले त्यांना (म्हणजे पत्रकारांना) त्या रंगीत छब्या देत गेलो. त्यातल्या परत किती येणार, माहीत नाही. आणि हे सर्व तुमच्या परवानगीशिवाय! क्षमा असावी.

मी प्रत्येक फोटोतून निसटून गेलो आहे असे तुम्ही म्हणता आणि मी सहजी सापडणारा नव्हे असाही निर्वाळा देता. पण हे खरे नाही. भल्यामोठ्या तुळईला पोखरणारा भुंगा कमळाच्या कळीत मात्र अडकला की अडकला. कमळाची कोवळी पाकळी भेदून त्याला बाहेर पडता येत नाही. त्यांतलाच मी आहे. जोरजुलुमाने बंदिस्त करावा असा मी लेचापेचा नाही. पण तुम्हा सोयऱ्यांच्या प्रेमाच्या कोषात गुरफटलो की गुरफटलो, अगदी सहजी सापडलो म्हणून समजा. आता तर दुनियेची दाद मिळवण्यापेक्षा अशा कोषात निवांत पडावे यातच आनंद!

स्नेहांकित,
वसंत बापट.

५ ऑगस्ट १९९१

प्रिय वसंत बापट,

काही काही व्यक्तींची ओळख नाव आणि आडनावासहितच पटते.

बरोबरीच्या वयाचे असता तर बेधडक प्रिय वशा असं म्हणण्याचा अधिकार आणि त्यातून मिळणारा अनिर्वचनीय आनंद लुटता आला असता.

वसंतराव, ह्या 'मायन्या'त 'वसंत बापट' भेटले असं वाटतचं नाही, म्हणून वसंत बापट असं सगळं नाव लिहिणं आलं. अर्थात तुमची कविता वाचणं, तुमच्याबद्दल वाचणं, तुमच्याशी थोडं बोलायला मिळणं आणि तुम्हाला ऐकणं हे सगळेच आनंदाचे अविभाज्य घटक आहेत. तुम्ही अभिप्राय उशिरा कळवलात, तेव्हाच समजलो की नाही जमलं. साहेबांना काम आवडावं इतकी आपली साधना नाही. पण माझा अंदाज चुकला. सत्तरावा वाढदिवस नुकताच साजरा झाला तरी अजून भुंगा कोणत्या ना कोणत्या कमळात अडकतोय.

तुमचं पत्र येईपर्यंत मी सारस्वत जमातीत 'बापट' आडनाव असतं का हे शोधत होतो. कारण 'प्रतिसाद' देण्याच्या प्रांतात ती मंडळी फार चोखंदळ, रेशनकार्डवरच्या युनिट्सच्या प्रमाणात प्रतिसाद देणारी असतात. मी एकदा 'वि.पुं.'ना मजेने म्हणालो होतो, 'प्रकाशनाचं नाव 'मौज' आणि कुणी हसतही नाही ही 'सत्यकथा.' पण तुमचं पत्र आलं आणि मी अंतर्बाह्य हेलावलो. सुखावलो.

प्रकर्षाने जाणवलं की प्रतिक्रिया उशिराने समजली नाही. तत्काळ समजली. कारण हेच. तुमचं मोकळं पत्र. ते पत्र इतकं टवटवीत आहे की, फोटो हातात पडताक्षणी तुम्ही प्रतिसाद दिलात, असं वाटावं इतकं टवटवीत. भिडलेला सूर आणि रसिकांची टाळी ह्यात जितकं सूक्ष्म अंतर असतं, तितकंच अंतर पडलंय असं वाटलं. एखाद्या व्यक्तीच्या सांत्वनाला जायला उशीर व्हायला लागला की

त्या सांत्वनातला ओलेपणाही कमी व्हायला लागतो. असंच सगळ्या भावनांचं नॉर्मली होतं. त्याचा लवलेश तुमच्या प्रतिसादात नव्हता. हीच प्रतिभा.

तुम्ही पुन्हा तेवढा काळ मागे जाऊन टाळीचा क्षण गाठलात. तोपर्यंत मात्र म्हणजे तुमचं पत्र येईतो सोबतच्या तुमच्या फोटोप्रमाणे तुम्ही माझ्याकडे पाठ फिरवली आहेत, असंच हा वसंत समजत होता.

तुमचं पत्र मला मनापासून भावलं, ह्याची आणखी एक साक्ष. अर्थात ही साक्ष माझीच मला. माझ्यापुरतंच सांगायचं तर ही साक्ष नव्हे, तर प्रचिती.

वसुंधरा गेल्यापासून मी समरसतेने एकही क्षण जगलो नाही. लेखन, कथन, संगीत, मित्रसंपर्क ह्या वर्तुळात मी मग्न होत होतो. 'ध'चा 'मा' व्हावा, तसा माझ्या बाबतीत 'म'चा 'भ' झाला आहे. माझं सगळं जगणं आणि वावर हा अत्यंत वरवरचा व्हायला लागला आहे. *I am existing, not living.* कुटुंबातल्या एका व्यक्तीचा दीर्घ आजार तुमची सगळी नाती स्पष्ट करतो. आपल्याभोवती जमा झालेली पंचवीस-पंचवीस वर्षांची मैत्री आहे, असं म्हणणारी माणसं...

वसुंधरेच्या आजारपणात भोगलेलं एकटेपण...

आणि आता तर स्वतःच्या उरण्याचं प्रयोजन न सापडलेला...

आणि तरीही तुमचं पत्र वाचताक्षणी मी हे उत्तर लिहायला मजबूर झालो, ही एकमेव साक्ष.

जास्त काय लिहू? सगळ्याच व्यापातून हलके हलके मोकळा होत आहे.

माणूस 'रिता' झाला तरी परिसर आणि परिवार (जो उरला असेल तो/तर) ह्यातून मुक्त व्हायला वेळ हा लागतोच. तुमच्या पत्राने पुन्हा एकदा 'फुंकर' शब्दाचा अर्थ समजला.

तुमचा,
व. पु. काळे.

'ती फुलराणी'! माझ्या मनात अजूनही तिचा सुगंध दरवळत आहे. मराठी भाषेला सुगंधित करत, उच्च पदावर विराजमान केलं पुलंनी. ही सर्वच माणसं इतकी इतकी मोठी आहेत की मला स्वतःचा खुजेपणा पत्रापत्रागणिक जाणवत राहतोय. ह्या सर्व व्यक्तिमत्त्वांना मला खूप जवळून बघता आलं, त्यांना प्रत्यक्ष ऐकता आलं ते केवळ बापूंमुळेच! 'अपूर्वाई', 'पूर्वरंग'मधून मीसुद्धा संपूर्ण जग फिरून आले. 'व्यक्ती आणि वल्ली' तर हर ठिकाणी दिसतात-भेटतात. पण माझ्या मनावर विराजमान झाली आहे ती 'ती फुलराणी'च! पुलंबरोबरच त्याचं तितकंच श्रेय कै. भक्तीताईंचं आहे असं मला वाटतं. ती छोटीशी फुलराणी मनाला

चटका, वेदना देऊन गेली. बकुळीच्या फुलासारखी ती कायम न कोमेजता घमघमत राहील ह्याबद्दल शंकाच नाही.

पु. ल. आणि व. पु. ह्यांची कायमच तुलना होत राहिली. पुढेही होत राहील. तुलना करणं हा माणसाचा स्वभावधर्म आहे. आपण कोणीच, प्रत्येक व्यक्ती ही एक स्वतंत्र विचारांची, आचारांची असते असं मानत नाही. तुलना केली की एक वेगळं महत्त्व प्राप्त होतं असा समज असावा.

पण ज्या दोन व्यक्तींमध्ये ही तुलना होत असते त्या दोन व्यक्तींना मात्र तसं काहीच वाटत नसतं. ते आपापल्या ठिकाणी आनंदात असतात. तसं नसतं तर बापूंना स्वत: पुलंनी असं पत्र पाठवलं असतं का?

'सांगे वडिलांची कीर्ती तो एक मूर्ख' असं समर्थांनी म्हटलं आहे. आपल्या वडिलांविषयी बोलणाऱ्यांवर समर्थांचा एवढा राग का असावा हे मला कळत नव्हते. पण हळूहळू लक्षात यायला लागले की कीर्ती सांगण्याजोगे वडील एक तर क्वचित आढळतात आणि असलेच तर त्या वडिलांची कीर्ती सांगण्याची योग्यता प्राप्त करून घेणारा मुलगा त्याहूनही क्वचित आढळतो. त्यामुळे स्वत: काहीही न करता केवळ बापाची बढाई मारणारा किंवा बापाविषयी चार शब्द बरे बोलावे अशा लायकीचा बाप नसूनही केवळ आपल्या कथांतून आपल्या कल्पनेतल्या बापाला जन्म देणारा मुलगा हा समर्थांना मूर्ख वाटत होता. अण्णा काळ्यांचा वसंत भाग्यवान आहे आणि वसंताचे अण्णाही भाग्यवान आहेत. अण्णांनी ब्रश आणि लेखणी दोन्हीही सुरेख चालवली. वसंताची जवळीक लेखणीशी अधिक. नाटक आणि नाटकी लोक हे बापलेकाचे समान व्यसन. आता तर तिसऱ्या पिढीनेही वडिले आचरिलेला धर्म पाळायला सुरुवात केली आहे. अण्णांचा नातू बालपणातच उत्तम नट म्हणून नाव कमवून राहिला आहे. शिवाय चित्रकलेचा हात आहे आणि तिसऱ्या पिढीतल्या ह्या सुहासने एक पाऊल पुढे टाकून एखादवेळी आपण उत्तम गायकही होऊ अशी भीती काळे घराण्यात निर्माण केल्याचे ऐकतो.

अण्णा एक नोव्हेंबरपासून आठावर पूज्य ऐंशी वर्षांचे होताहेत. आम्हाला त्यांच्या वयाचे पाढे आठावर एक एक्क्याऐंशी, आठावर दोन ब्याऐंशी करीत धाव्वर पूज्य शंभरच्या पुढेही म्हणत राहायला हवे आहेत. ते वसंताचे वडील आहेत पण आम्हा सर्व नाटकवाल्यांना पितृतुल्य वाटणारे आमचे आप्त आहेत. अण्णांनी रंगवलेले पडदे नाटकात प्रसन्नपणे आपल्या मागे उभे असतात, तसेच आम्हा अनेकांच्या मागे अण्णाही शाबास म्हणायला उभे असतात. तशाच प्रसन्नपणाने. ही प्रसन्नता त्यांच्या कलाकृतीप्रमाणे त्यांच्या विनोदात दिसते. आपल्या समाजात वडिलांकडून आधार मिळतो, धाक असतोच, मार्गदर्शन वगैरे मिळते परंतु स्नेह

क्वचित लाभतो. सोळा वर्षांपुढच्या मुलाशी मित्रत्वाच्या नात्याने वागावे हे सुभाषितापुरतेच राहते. वसंताला त्याच्या अण्णांचा स्नेही लाभला. ते त्याचे 'रूमपार्टनर' होऊ शकले. आपल्या चिमुकल्या कुटुंबाला चारापाणी आणण्यासाठी पुण्यातल्या टुमदार बंगल्यातून सतत मुंबईच्या फेऱ्या करणारा हा कुटुंबप्रमुख घरातल्या सानथोरांचा मित्र आहे. मर्यादा सांभाळून त्यांची लेक आणि सून त्यांची थट्टा करू शकते. आपले वडील रागावूदेखील शकतात ह्याचे मुलांना आश्चर्य वाटावे असले हे दुर्मिळ वडील! बहुतेक कुटुंबांतून बाप मोकळेपणाने बोलला-हसला तर मुलाबाळांना 'बाबा आज असं काय करताहेत' म्हणून धास्ती वाटायला लागते.

अण्णा काळे कलावंत आहेत ते फक्त त्यांच्या कलाकृतीकडे पाहून कळते. इतर कुठल्याही चार सभ्य मराठी माणसासारखे ते दिसतात. हल्ली चित्रकलेचे शिक्षण घेणारी मुले आणि मुली त्यांच्या चित्रांपेक्षा रंगीबेरंगी पोषाखामुळेच अधिक डोळ्यांत भरतात. लेखनातली कलंदरी लेखकाच्या दाढीच्या लांबीरूंदीवरून किंवा वेषभूषेतल्या बेफिकिरीवरून ठरण्याच्या त्या काळात अण्णा पोषाखावरून भलतेच जुनाट ठरावेत. पण अण्णा ऐंशीव्या वर्षी ज्या उत्साहाने राबतात ते पाहिले तर तिशीतल्या वृद्धालाही आश्चर्य वाटेल. नाटकाचे पडदे रंगवणे हे मानसिक परिश्रमापेक्षाही कितीतरी पट शारीरिक परिश्रमाचे काम आहे. ऐंशीच्या घरात येताना अण्णांनी पुण्याच्या बालगंधर्व रंगमंदिरासाठी 'महाल', 'जंगल' वगैरे पडदे रंगवले आहेत. पडदे रंगवण्याची त्यांची स्वतःची शैली आहे. कलेमध्ये सतत नवे नवे विचार येत असतात. चित्रकलेत तर कितीतरी तऱ्हा आढळतात. प्रत्येक तऱ्हेला त्या त्या संदर्भात महत्त्व आहे. अण्णांची शैली ही आनंदरावजी पेंटरांच्या परंपरेतली आहे. रंगभूमीवर ज्याप्रमाणे नाटकांच्या विविध प्रकारांना स्थान आहे, त्याचप्रमाणे नेपथ्याच्याही प्रकारांना आहे. काळ्यांनी पडद्याला टाळी घेतली आहे. त्यांच्या रेखनाइतकाच मी त्यांच्या लेखनाचा चाहता आहे. त्यांनी लिहिलेला 'ललितकलादर्श नाटक मंडळींचा इतिहास' हे मराठी नाट्यवाङ्मयातले महत्त्वाचे पुस्तक आहे. नेपथ्यावरील त्यांचा ग्रंथ मोलाचा आहे.

काळ्यांचा हात हळुवारपणाने कॅनव्हासवर फिरतो, लेखणी घेऊन कागदावर फिरतो आणि तितक्याच हळुवारपणे स्नेह्यांच्या पाठीवरूनही फिरतो. वसंताने त्या भावनेने आजच्या त्या वाढदिवसानिमित्त हे चिमुकले पुस्तक प्रसिद्ध केले त्याच ह्या शुभदिनी मी हा माझा चार शब्दांचा आहेर ह्या ज्येष्ठ कलावंतस्नेह्याच्या चरणी अर्पण करतो.

–पु. ल. देशपांडे.

श्री. गजानन वाटवे ह्यांची गाणी म्हणताना, गुणगुणताना आई-बापूंना अनेक

वेळा ऐकलं आहे. माझी आई छान गायची. पंडित व्यास ह्यांच्याकडे ती त्या काळी गाणं शिकायची. पण नंतर मात्र तिने शिकणं सोडून दिलं. काळ्यांच्या घराला एका उत्तम गृहिणीची गरज होती. ती. अण्णा त्या वेळेला राजकमलचे नेपथ्यकार म्हणून काम करत असत. बापूंना त्यांचं लग्न झालं तेव्हा नोकरीही नव्हती. ताई (बापूंची आई) पुण्याला राहत असे. दादरला मेहता इस्टेटमध्ये एका खोलीत आई-बापू आणि अण्णा राहत असत. उत्तम गृहिणी, उत्तम सून आणि एक उत्तम सहचारिणी म्हणून आई यशस्वी झाली. तिने गाणं सोडलं तरी गाण्याची आवड काही कमी झाली नव्हती. बापू उत्तम व्हायोलिन आणि पेटी वाजवायचे. दादाही छान गायचा. घरातल्या घरात मैफल जमायची. श्री. सुधीर फडके, श्री. हृदयनाथ मंगेशकर, श्री. वसंत देसाई, श्री. यशवंत देव ह्यांसारख्या अनेक नामवंत आणि माननीय संगीतकारांबरोबरच श्री. वाटवे ह्यांची गाणीही म्हटली जायची. मला त्या वेळेला श्री. वाटवे ह्यांचं, 'पंचमीचा सण आला' हे गाणं अगदी मोहवून टाकायचं. प्रत्यक्षात त्यांचं गाणं कधी ऐकायला मिळालं नाही. पण आई-बापूंच्या संगीतप्रेमामुळे त्यांची गाणी आमच्या पिढीपर्यंत पोचली. आजकालच्या धूमधडाक्याच्या संगीता(?)मध्ये ही हळुवार फुंकर निश्चितच मला मंत्रमुग्ध करून टाकते.

श्री

व. पु.,
सप्रेम नमस्कार,

तुम्ही भेट दिलेल्या जपानी रमलाच्या वृक्षाच्या चांदण्यात, फुलांत रोज न्हाऊन निघतो आहे. सुखावतोही आहे. कासावीसही होतो आहे. आयुष्यात आनंद देऊन गेलेल्या प्रियजनांच्या आठवणी म्हणजे या चांदण्या, ही फुले. आयुष्यात वीस-पंचवीस वर्षांची भर घालणारा हा पारिजात खूपच आवडला. तो घरी आणून लावणाऱ्या या रसज्ञाची रसिकताही विद्ध करून गेली. यापुढील वाक्य फार महत्त्वाचे!

फक्त जरा उशीर झाला!

त्या चांदण्यांच्या वर्षावात मी गातो आहे बोरकरांची कविता–

मंदावता सगळी उन्हे
आलीस का उशिरा अशी
थंडावता जळुनी वने
झडलीस का सर गारशी।

तुमचा एक रसज्ञ,
गजानन वाटवे.

१७/४/१९९१

प्रिय लिहू की गुरुवर्य,

गुरुवर्य प्रिय नसतो असा त्याचा अर्थ नव्हे.

जर गाणं शिकलो असतो तर तुमच्याकडेच ह्यात वाद नाही.

तुम्ही खरोखरच अजून हिरवे-गार आहात.

तुमच्या व्यक्तिमत्त्वाप्रमाणे, तुम्ही कवितांना सौम्य, सात्त्विक, हळुवार चाली देता.

दुलईमध्ये तान्हं बालक गुंडाळून, अलगद पाळण्यात ठेवावं त्याप्रमाणे स्वरांच्या पाळण्यात कवीचं गीत विसावतं.

स्वर म्हटलं की पुढे हिंदोळा हाच शब्द येतो.

पण हिंदोळा उंच फांदीवर बांधतात.

त्याचा आवाका गगनाला भिडण्याचा.

हिंदोळ्याचं नातं अवखळ, तारुण्याशी.

त्याप्रमाणे तुम्ही स्वत: अद्यापि हिंदोळ्यावर असलात तरी तुमची संगीतरचना निर्व्याज बालकाप्रमाणे पाळण्यातली आहे.

तुमचं पत्र ही एक कविता आहे.

निव्वळ ऐंशी शब्दांत तुम्ही अनेक प्रतिभावंतांची ऐशी की तैशी केलीत.

वाटवेसाहेब,

ऊन अजून कोवळं आहे.

वाटचाल नागमोडी आहे.

वाटेवर फुलांचा सडा आहे.

आयुष्यातील फक्त कटू आठवणी न उगाळणारी माणसंच तुमच्यासारखी टवटवीत राहतात.

तुमचा,
व. पु. काळे.

विविध क्षेत्रांतली माणसं, माननीय, उच्चपदस्थ अशी असणारी बापूंची चाहती होती. इथे ही चाहत एक लेखक म्हणून नव्हे तर एक माणूस म्हणून होती. त्यांपैकी एक डॉ. पालेकर! त्यांच्याशी बापूंची ओळख नक्की कधी झाली हे मला माहीत नाही. ही मैत्री मात्र एकदम घट्ट होती. बापू लेखक पण पालेकरकाकांनी त्यांचं एकही पुस्तक-एकही गोष्ट कधीच वाचली नाही. ऐकलीही नाही. डॉ. शैलामावशी–मिसेस पालेकर मात्र बापूंची पुस्तकं वाचत. बापू गंमतीने म्हणायचे, 'डॉक्टर पुस्तकं वाचत नाहीत म्हणूनच आमची मैत्री टिकली!'

रानडे रोड. रात्रीचे साडेनऊ-दहा. रस्त्यावरची गजबज जरा थंडावलेली. वाहनांची वर्दळ मंदावलेली. मेहता इस्टेट, तिसरा मजला. खोली नं. १/१८. नुकतीच जेवणं झालीयेत. आईची आवराआवर. गाद्यांची तयारी. बापूंचं कधी लिखाण तर कधी ड्रॉईंग्ज काढणं! आणि अवचित हॉर्न वाजतो. मी-दादा धावत गॅलरीत जातो. अंदाज खरा ठरतो. लाल रंगाची स्टँडर्ड गाडी खाली उभी असते. डॉ. पालेकर, मिसेस पालेकर! काहीतरी विलक्षण घडलंय असं वाटावं, अशा तऱ्हेने आई-बापूंना खाली बोलावलं जातं. आम्हाला न भांडता झोपून जा वगैरे उपदेश होतात. आणि गडबडीने आहेत त्याच कपड्यांवर दोघं तीन मजले उतरून जातात.

आम्ही दोघं घरात येतो. कारण आई-बापूंना डॉक्टरांच्या गाडीत बसताना बघितलेलं असतं.

दुसऱ्या दिवशीची सकाळ!

आई चिडलेली. बापू गप्प बसलेले.

'आई, काय झालं?'

'विचार बापूंनाच!'

'बापू?'

'काही नाही. तुम्ही पळा शाळेत.'

'बापू, सांगा ना, आई का चिडली?' इति दादा.

'काल आम्ही डॉक्टरकाकांबरोबर गेलो होतो.'

'माहितीये. आम्ही नाही भांडलो.'

'तसं नव्हे रे! तर कुठे गेलो होतो सांगू?'

'सांगा त्यांना.'

'हो अग! तर आम्ही ताजमहाल हॉटेलमध्ये गेलो होतो.'

'अय्या? ताजमहाल?'

'बापू, कसं आहे हो हॉटेल?'

'एकदम मस्त! बेस्ट! काय तो झगमगाट, सगळी श्रीमंतीच श्रीमंती!'

'हो, म्हणे श्रीमंती! आणि आपण दोघं? तुम्ही ह्या चट्टेरी-पट्टेरी लेंगा आणि बनियनवर, आणि मी? दिवसभराची बोळा झालेली साडी नेसून. ना केस विंचरलेले ना काही. पायांत अंगठा तुटलेली चप्पल.'

'मग तुम्ही जायचं नव्हतं.'

'अरे राजा, त्यांनी सांगितलं कुठे तसं? आम्ही खाली गेलो तर म्हणाले, 'लवकर गाडीत बसा, काही सांगायचंय!' आम्ही बसलो. आणि गाडी जी सुसाट सोडली त्यांनी ती डायरेक्ट ताजमहाल हॉटेलाजवळ थांबलो. फक्त तीस-बत्तीस मिनिटांत आम्ही ताजमध्ये!'

‘आणि मग दोघं बोलतात कसे–’

‘पाहिलंस शैला, ताजमध्ये आलेत, तेही बनियनवर... हॅ... हॅ... हॅ...!’

डॉ. पालेकर हे एक अजब रसायन होतं.

नेहमीप्रमाणे रात्रीचा हॉर्न वाजला. आई-बापूंना खाली यायचं आमंत्रण दिलं गेलं. मागच्या वेळेचा अनुभव गाठीशी असल्याने दोघेहीजण ठेवणीतले कपडे घालून बाहेर पडले. डॉक्टरांनी त्या दोघांना त्या दिवशी शिवाजीपार्कला नेलं.

‘बघ रे वशा, ह्या वपुंचं काही कळतच नाही. ताजमध्ये लेंगा-बनियनवर येतो आणि शिवाजीपार्कला सूट-बूट घालून आलेत.’

दोघंही खिदीखिदी हसत राहिले.

पण हेच डॉक्टर जेव्हा डॉक्टर म्हणून सामोरे यायचे तेव्हा अतिशय हळुवार झालेले असायचे. पेशंटचं आणि त्यांचं एक नातं तयार झालेलं असायचं. उमदं व्यक्तिमत्त्व, मिस्कील आणि तितकेच गंभीरही. बापूंना जेव्हा पहिल्यांदा ब्लडप्रेशरचा त्रास झाला तेव्हा, हेच बापूंची खिल्ली उडवणारे डॉक्टर अगदी कासावीस झाले होते, हळवे झाले होते. त्यांनी बापूंना खूप जपलं. आईला ‘वपुंधरा’ अशी पदवी त्यांनी दिली होती. जी अगदी सार्थ होती.

लेखन ही एक कला आहे, हे जसं सत्य, तसंच पत्रलेखन हीही एक कला आहे. जी फार कमीजणांना अवगत असते.

पत्र देखणं कसं दिसेल, ह्याचे काही नमुने मी बघितले आहेत.

बापूंच्या पत्रातही देखणेपण असायचं. ही सजावट आशयाला धरून असायची. पण हे देखणेपण आलं कुठून? बऱ्याचजणांच्या बाबतीत ही ईश्वरी देणगी असते, काहीजणांच्या बाबतीत अनुवंशिकता असते. बापूंना दोन्ही कारणांमुळे ही देणगी मिळाली. ती. अण्णा उत्तम पत्रलेखन करायचे. आम्ही दर दिवाळीला पुण्याला जायचो. पण एखाद्या वर्षी जर काही कारणास्तव जायला मिळालं नाही तर अण्णांचं दिवाळी भेटकार्ड साध्या पोस्टकार्डावर यायचं. सर्वांना दिवाळीच्या शुभेच्छा असायच्या. आम्हा नातवंडांसाठी फराळाचं ताटं असायचं. कार्डाच्या शेवटी एक छानसं-छोटंसं ताट काढून त्यात करंजी, चकली, अनारसे, लाडू, गच्च भरभरून असायचे. आणि त्या चित्रात ताटाबाहेर सांडलेली शेव माझ्याकरता असायची! त्यांचं हरएक पत्र चित्रमय असायचं.

अण्णांनी मला चित्र कसं काढायचं हे शिकवलं. कागदावर चौकोन आखून त्या त्या चौकोनांत दुसऱ्या चित्राचा तो तो भाग काढत काढत प्रपोर्शनमध्ये चित्र कसं पूर्ण करायचं हे मी त्यांच्याकडून शिकले. पण प्रत्येक वेळेला असं चित्र काढण्याइतपत जो पेशन्स लागतो, तो त्या वयात मजजवळ नव्हता.

अण्णांनी मला ताटाबाहेर पडलेली शेव पाठवली म्हणून तेव्हा मी रुसले होते हे आजही आठवतं.

त्यांचं सचित्र पत्रलेखन आणि लेखनातली मिस्कीलता निर्मळ होती.

६/५/१९६६

प्रिय माणिक ह्यांस,

स. सा. न. वि. वि.,

मी येथे सुखरूप पोचल्याचे पाठवलेले पो. कार्ड आपणास मिळाले असेलच. त्यावरून रिझर्व्हेशनच्या बाबतीत काहीतरी घोटाळा झाल्याची जाणीव आपणास झाली असेल. त्या प्रकरणी चूक कुणाची झाली, रेल्वे कर्मचाऱ्यांची का मागणी करावयास गेलेल्यांची हे आता कळूनही उपयोग नाही. घटना घडून गेली आणि परिणामही घडून गेले!

आता त्याच्या तपशिलाबाबत मी लिहिण्याचे ठरविले आहे. आणि तोच तपशील माझ्या सचित्र पत्रास उपयोगी पडत आहे. कोईमतूर स्टेशनावर आपण माझ्या सचित्र पत्राची अपेक्षा व्यक्त केलीत, तेव्हा काळजी पडली होती की, सचित्र पत्र कसे लिहावे? विषय कोणता घ्यावा? पण लोकराज्यातील कर्मचाऱ्यांच्या कर्तृत्वाने माझा प्रश्न सुटला. मद्रास एक्स्प्रेसमधल्या आमच्या सीट्स राखून न ठेवता, त्या ठेवल्या गेल्याची तार करण्यात जी दक्षता त्यांनी दाखविली, आणि त्यामुळे जो घोटाळा झाला, जो आम्हास त्रास झाला त्या घटनेनेच आम्हास एका

सचित्र पत्रास पुरेल एवढा मजकूर दिला, ही गोष्ट नाकारता येत नाही. त्याबद्दल त्यांना धन्यवाद!

गाडी यावयाची त्या वेळी ती येतच असते. पण तिच्या वाटेकडे डोळे लावून उभे राहणे वा बसणे ही जी मनाची ठेवण ती कायम असल्यामुळे तिच्या वाटेकडे डोळे लावून आम्ही उभे होतो.

गाडी आली. हमालाने गार्डला भेटून आमच्या रिझर्व्हड सीट्सची चौकशी केली आणि हाय हाय! आमच्या सीट्स त्या गाडीत नसल्याची दुष्ट बातमी त्यानेच प्रथम

आम्हास दिली. बाळासाहेब कंडक्टरला जाऊन भेटले. पण काय उपयोग?

Done is done, that cannot be undone!

अर्कोण्म स्टेशनावर पोचताच बाळासाहेबांनी पुण्यास एक व मुंबईस एक अमुक वाजता तेथे येत असल्याच्या तारा ठोकल्या होत्या. त्याप्रमाणे आम्हास त्याच गाडीने पुढचा प्रवास करणे भाग होते. थर्ड क्लासकडे बघण्याची सोय नव्हती. सेकंड क्लासने जाणे भागच होते. स्त्रियांच्या डब्यात सर्व सामान कोंबून पुष्पाताईंनी त्यात जागा मिळविली. एक होल्डॉल आम्ही आमच्या डब्यात आणविला आणि एकमेकांस चिकटून कसेबसे बसलो. पण अगदी ऐटीत!

आम्ही गाडीत जागा मिळविली. कशी का असेना! मुंबई-पुण्यापर्यंत आम्ही बिनधोक जाऊ शकतो ह्याच खात्री वाटू लागली होती.

सेकंड क्लासच्या डब्यात नुसते शिरावयास मिळाले तरी स्वतःला धन्य मानणारे असे अनेक प्रवासी बाहेर उभे असत. आम्हास बसावयास जमीन का होईना पण मिळाली होती ही गोष्ट भाग्याची असे आम्ही समजत होतो. आणि म्हणून तास दोन तास आम्ही भरपूर आनंदात होतो.

राणीगुंटा स्टेशन आले. कंडक्टरकडून थर्ड क्लासची तिकिटे जादा पैसे भरून सेकंड क्लासची करवून घेण्याची जबाबदारी होतीच. त्याप्रीत्यर्थ पुष्पाताईंच्या मनीबॅगचा जडपणा अजमावयाचा होता. सुदैवाने त्यांची मनीबॅग पाहिजे तितकी जड आढळली. मग बाळासाहेबांनी कंडक्टरची गाठ घेऊन तिकिटांची मागणी केली. आणि त्याने ती मान्य केली. त्याच गडबडीत पुष्पाताईंनी माझ्यापुढे एक जेवणाचे ताट सादर केले. गाडीतल्या त्या तसल्या गडबडीत सर्वांकडे पाठ करून, खाली तोंड करून घाईघाईने जेवढे पोटात भरता येईल तेवढे भरत सुटलो. बाळासाहेब मला सारखे सावकाश होऊ द्या, घाई करू नका असे म्हणतच होते. पण सावकाश जेवणास लागणारे वातावरण कुठे होते? आणि दक्षिण प्रांतांतील जेवण पहिला, मधला आणि शेवटचा पदार्थ भात, भाऽत आणि भाऽतच!! तेव्हा त्याचे वर्णन ते काय करावयाचे?

बाळासाहेबांनी ताट न मागवता दहीभाताचा पुडा घेऊन त्यावरच आपली भूक भागवली. हे सर्व आटोपताच आम्ही पुन्हा आपल्या जागेवर बैठक मारून बसलो. अगदी हालचाल न करता एकाच पोझमध्ये हटयोग्याच्या आसनाप्रमाणे बसून राहणे ही गोष्ट सामान्य-सोपी अशी नसते हे मला हळूहळू जाणवू लागले. बाळासाहेब स्थितप्रज्ञाप्रमाणे एकाच पोझमध्ये बसून राहिले होते. पण मला मात्र तसे बसणे अशक्य होऊ लागले. इकडे तिकडे हालचाल करण्याची सोय नव्हती. हलावयाचे तर वर आणि खाली सरकणे एवढेच शक्य होते. कधी होल्डॉलवर ताठ बसणे किंवा खाली जमिनीपर्यंत घसरून बसणे एवढे जमले होते. एकसारखे एकाच भागावर टेकून जो पाठीचा भाग दुखावयाचा तो बदलून दुःखात सुख कसे निर्माण

करता येईल ह्याचा निरनिराळ्या बैठकीत अनुभव घेण्याचे कार्य मी सातत्याने करावयाचा निर्धार केला होता. त्यामुळे दु:खान्ती प्राप्त होणारे सुख किती मोलाचे असू शकते ह्याची प्रचिती शंभर टक्के पटत गेली. आणि काय सांगावं महाराज! बसून बसून पायांत गोळे आल्यानंतर जेव्हा मी उठून उभा राही, अगदी ताठ उभा राही तेव्हा सुखाच्या लहरी ज्या अंगभर विद्युत्वेगाने शिरत त्याचे वर्णन कोण करणार? त्याचा अनुभवच घेणे योग्य असते.

असा माझा उठाबशाचा कार्यक्रम सोमवार दिवसभर चालू होता. बाळासाहेब गाडी थांबली म्हणजे एकदा पाय मोकळे करण्याकरता बाहेर पडत. पुष्पाताईंची खबर घेऊन येत.

रात्र ही झोपेकरिता असते, हे अमोघ ज्ञान जातिवंत मनुष्याला असतेच असते. आणि म्हणून मनुष्यप्राणी त्या ज्ञानाचा आनंद प्रसंगविशेषी उशाला धोंडा घेऊनही उपभोगीत असतो. रेल्वेच्या प्रवासात-गाडीच्या डब्यात 'धोंडे' कुठून मिळणार? पण तत्सम शरीराची स्थिती बनली जाणे हा निद्रादेवीचा कृपाप्रसाद मानवजातीला मिळाला असल्यामुळे लहान लहान डुलक्या घेत मनुष्यप्राणी आजूबाजूस असलेल्या माणसांच्या मिळेल त्या भागास धोंडा समजून झोप घेत सुटतो! आणि मग मध्यरात्रीचे दृश्य जागे असणाऱ्यांना पुढील चित्राप्रमाणे दिसू लागते.

गाडी ज्या ज्या स्टेशनांवर थांबे त्या त्या ठिकाणी माणसे गाडीत शिरत. एक

पॅसेंजर खाली उतरला की त्याची जागा भरून काढण्यास चार माणसे शिरत आणि आश्चर्य हे की, त्या सर्वांचा समावेश गाडीत व्हावयाचा! गाडीचे डबे ताणावेत तितके ताणले जाणारे रबरी असावेत की काय न कळे! नुसती माणसे शिरत नसत

तर प्रथम त्यांच्या ट्रंका, पेट्या, वळकट्या दारात ठेवल्या जात आणि मग त्यांचा प्रवेश! एकदा तर चार-पाच मोठ्या पेट्या दाराशी ठेवल्या गेल्या. इतक्यात कंडक्टरही आला. त्याने डब्यात कसाबसा प्रवेश करून घेतला आणि त्या पेट्या त्याने संडासात ठेवावयास लावल्या. कारण सर्व जागा त्यापूर्वीच सामानाने भरून गेली होती. आणि आता तर संडासही सामानाने भरला गेला होता. सामान, सामान आणि सामान! मोठमोठ्या चहाच्या लाकडी पेट्या!

मी त्या कंडक्टरला विचारले, 'आता संडासात कसे जावयाचे?'

तो म्हणाला, 'थोडीशी जागा ठेवली आहे.'

मी त्याला म्हणालो, 'स्त्रियांनी संडास कसा वापरायचा? दार लावता येत नाही.'

त्यावर तो म्हणतो, 'थोड्या वेळाने गुंटकल स्टेशनावर हे सामान उतरवलं जाणार आहे.'

संडासाच्या मार्गावर जे सामान रचिले गेले होते ते पाहून मला गोलियारच्या

'T' plantation च्या टेकड्यांचीच आठवण झाली. उंच-सखल ठेवलेले ते सामान ट्रंका, पेट्या, बिछाने ओलांडून आडलेल्या प्रवाशास संडास गाठवा लागे. उघड्या दाराची लाज न धरता शरीरधर्म उरकून घ्यावा लागे.

काय ही लोकराज्यातील व्यवस्था! सेकंड क्लासची ही स्थिती तर थर्ड क्लासची काय स्थिती असेल? कल्पना करवत नाही. सेकंड क्लासचे भाडे थर्ड क्लासच्या दुप्पटी-अडीच पटीने भरावयाचे त्याचप्रमाणे त्रासही दुप्पटीने सोसायचा! हाय! हाय!!

माणिक, ह्या माझ्या लिखाणात अतिशयोक्ती मुळीच नाही. माझ्याजवळ माझा कॅमेरा सज्ज असता, तर मी त्या संडासमार्गाचा आणि एकंदर खेचाखेचीचा फोटो घेतला असता. आणि तो रेल्वेमंत्री S. K. Patil यांच्याकडे पाठविला असता. एकदा वाटले की, S. K. च्या अगोदर P. हे अक्षर आले असते तर P. S. K. असे झाले असते आणि माझ्यासारख्या P. S. K. लाही रेल्वेचा गाडा जनतेला सुखावह असा हाकता आला असता! वास्तविक कर्तबगार मंत्र्याने

गुप्तपणे वेष पालटून किंवा काही स्वत:चे हेर बाळगून आपल्या कर्मचाऱ्यांच्या हालचाली पाहावयास पाहिजेत. भारतातील सर्वच मंत्री माणसे सुशिक्षित, एकंदर परिस्थितीची जाणीव असणारे असताना हा आंधळा कारभार का चालावा? कारण सगळेच नरसू! ज्याला जितके आपल्या पोटात भरता येईल तेवढे खात सुटतो!

नरसू शब्दाचा उलगडा करतो. आम्ही पूर्वी हैदराबाद (दक्षिण) येथे होतो. तेथील बहुसंख्य लोक–न्हावी, धोबी, शिंपी वगैरे–नरसू, नरसय्या, नरसिमलू अशाच नावांचे आढळत. त्यावरून सर्वच नरसू असे आम्ही म्हणत असू. लोकराज्यात पैशाने न पाघळणारा असा कुणी–'असा सर्व भूमंडळी कोण आहे?' हा खडा सवाल करावा लागेल! असो!

रेल्वेच्या प्रवासातील थोड्याबहुत त्रासाने ह्या माझ्या पत्रास मजकूर मिळवून दिला, 'हेही नसे थोडके!'

आता मला चार हजार फूट उंचीच्या उच्च वातावरणाच्या आस्वादाची आठवण होत आहे. निरनिराळ्या रंगांच्या फुलांनी सर्वत्र भरलेले सुगंधमय वातावरण, डोळ्यांचे पारणे फेडणाऱ्या त्या नयनरम्य देखाव्याचे अप्रतिम सौंदर्य जे ठिकठिकाणी निरनिराळ्या आकारांत व्यक्त होताना दिसत असे त्याचा परिणाम इतका आनंदमयी असे की, अनेक दु:खे सहन करण्याची शक्ती त्या रम्य देखाव्यात असे! हे त्या स्वर्गीय सृष्टीसौंदर्याचे सामर्थ्य!

अशा त्या अनुपमेय वातावरणात क्षणकाल का होईना, जे वास्तव्य घडले ते खरोखरच अविस्मरणीय!

मी तेथे असताना चि. सौ. सिंधूस जे एक पत्र लिहिले त्यात 'डोळे तुम्ही घ्या रे सुख, पहा भगवंताचे मुख' ह्या तुकारामोक्तीचा उल्लेख शोलायारच्या त्या भव्यदिव्य सौंदर्यदर्शनाने मोहित होऊन केला होता. भगवंताचे प्रत्यक्ष दर्शन निसर्गाच्या निरनिराळ्या विस्मित करणाऱ्या, भारावून सोडणाऱ्या, बुद्धीला थक्क करून सोडणाऱ्या, विविधरंगी, विविध आकारांच्या यदृच्छेने घडलेल्या, पंचमहाभूतांच्या लीलेत घडत असते असे मला वाटते. ह्या विषयावर जेवढे लिहावे तेवढे थोडेच होणार आहे! आणि तेही अपुरेच!

माणिक, तुमच्याकडील छोट्यांपासून मोठ्यांपर्यंतच्या छोट्यांच्या मोठ्या आणि मोठ्यांच्या छोट्या गोष्टी मला काही दिवस आठवत राहणारच! छोट्या नमिताचे निरागस बालहास्य, आर्जवी बोलणे, दुसऱ्याविषयीचे अगत्य ह्या गोष्टी कौतुकास्पद वाटतात. 'राजीव'चे बेतास बात पण बुद्धीची चमक दाखविणारे बोल लक्षात ठेवण्यासारखे. 'कविते'चे डेक्कन क्वीनच्या गतीने होणारे बोलणे; आणि प्रत्येक विषयाचा अभ्यासपूर्ण ज्ञान मिळविण्याची लालसा धरणारी 'शुभदा' ह्यांच्या आठवणी

होत राहणारच!

चि. सौ. पद्माविषयी योग्य असे लिहिण्याचा विचार करताना विशेष काही न लिहिणेच सोपे वाटणार आहे! तरी पण तिची आठवण होताच डायनिंग टेबल निरनिराळ्या चवींच्या खाद्यपदार्थांनी भरलेले काही दिवस तरी दिसत राहणारच! बाहेरच्या बगीचातील विविध रंगांच्या फुलांनी बंगल्यांचे आवार जसे सुशोभित मला दिसावयाचे, तसेच डायनिंग टेबलावरील विविध पदार्थांच्या विविध रंगांनी जेवणाचे ताट भरलेले पाहून तिच्या पाकशास्त्रातील कौशल्याबद्दल अभिमान वाटल्याखेरीज राहत नाही.

'कविते'ला मी सांगितलेल्या रुसली ताई बुबु काका पुरर्, ह्या गोष्टीची आठवण होत राहणारच. वास्तविक एकाने आपल्या पत्रात रु, सलिता, लिंबू, बुक्का आणि कापूर ह्या वस्तू घेऊन येण्यास लिहिले होते. पण थोडेसे ज्ञान असणाऱ्या मनुष्याने रुसली-ताली-बुबु-काका-पुरर् असे वाचून दाखविल्यामुळे कुणासच काही कळेना.

नीट वाचावयास शिका. ह्या बाबतीत स्वामी विवेकानंदांविषयी वाचलेले आठवते. God is no where असे एके ठिकाणी लिहिले होते. त्यास अनुसरून God is now here असे स्वामी विवेकानंदांनी वाचून दाखविले.

कवितेला कविता करण्याचा नाद दिसतो. 'रे रे, नीलकंठा, शेंडी दिसते खाली बसा' ह्याचे विडंबन ती करीत होती. पूर्वीच्या कवींत मोरोपंत, वामन पंडित ह्यांच्या काव्यांतून अनुप्रासांचा विशेष भरणा दिसून येतो. कै. गडकरी ह्यांच्या गद्य लिखाणातसुद्धा अनुप्रासयुक्त (alliteration) वाक्ये आढळतात. त्यास अनुसरून मी एक वाक्य फार पूर्वी एका लेखात प्रसिद्ध केलेले मुद्दाम 'कविते'साठी पाठवीत आहे.

__अ__त्याबाई __आ__ता __इ__तक्यात __ई__श्वराच्या __उ__पासनेचा __ऊ__द __ए__कीकडे __ऐ__टीने __ओ__ढून __औ__दुंबराच्या __अं__धभक्तीस __अः__ करू लागल्या!

बस्स! झाले, संपले माझे पत्र–१९६६ चे!

मोठ्यांचा अण्णा & धाकट्यांचा आजोबा.

बापूंकडे हा वारसा आणि ईश्वरी देणगी ह्यांचं छान मिश्रण झालंय. सर्वसाधारण पत्रांव्यतिरिक्त काही वेगळेपण, थोडीशी गंमत पण त्यातही मार्मिकता अशा स्वरूपाचं पत्रलेखन त्यांनी भरपूर केलं.

चंद्रकांत खोत ही या ना त्या रीतीने गाजलेली व्यक्ती होती. हा माणूस नेमका कसा आहे, हे माझ्याप्रमाणेच अनेकांना समजलं नसेल. त्यांची-माझी शेवटची भेट झाली, ती वसुंधरेच्या आजारपणात. तेव्हा ते अध्यात्माकडे वळलेले दिसले.

त्यांच्या दिवाळी अंकाचं नावही त्यांच्या वेगळ्या व्यक्तिमत्त्वाप्रमाणे 'अ ब क ड इ' असं होतं. त्यांच्या काही अंकांना पारितोषिकंही मिळालीयेत. मला शेवटचे भेटले तेव्हा डोक्यावर तांबूस रंगाची फरकॅप आणि पांढरीशुभ्र वाढलेली दाढी अशा रूपात. त्यांच्या गौर वर्णाला दोन्ही गोष्टी शोभत होत्या. रजनीशांच्या असंख्य रंगीत फोटोंपैकी काही फोटोंशी साम्य वाटेल, असे ते दिसत होते. दिवाळी अंकासाठी मागणी करणारं एक पत्र जसंच्या तसं छापावं असं आहे.

पंचवीस जुलै

प्रिय श्री. व. पु.,
स. न. वि. वि.,

माझी एक इच्छा आपण पूर्ण कराल काय?

इच्छा अशी आहे की, आपण आपली एक झक्कास कथा यंदाच्या 'अबकडइ' दिवाळी अंकासाठी धाडावी. अर्थात रु. १०१/- मानधन धाडेन. तेही कथा हातात पडताच त्वरित.

मग...

यंदा दिवाळी लवकर आहे. लक्षात ठेवा, जर मला कथा पाठवली नाही तर तुमच्या दारासमोर आमरण उपोषण करीन.

तुमचाच (म्हणू काय?)
चंद्रकांत खोत.

आमरण उपोषणाची कल्पना एकदम थोर.

दरवर्षी असे पाच पाच संपादक गेले तर वाचकांची दिवाळी काय *fantastic* जाईल!

गड्या,

पत्र फार उशिरा पाठवलेस. तेव्हा उपोषणास प्रारंभ करावा. मी भजनी मंडळ पाठवून देतो.

आपला,
व. पु. काळे.

'आवाज' वार्षिकाचे मधुकर पाटकर ही एक वेगळीच व्यक्ती होती. वर्षातून त्यांची-माझी एकदाच भेट व्हायची. दिवाळी अंकासाठी कथा मागण्याकरिता ते बहुतेक लेखकांना स्वत: भेटत असत. गोरापान वर्ण, पोट माझ्यापेक्षाही सुटलेलं, क्रिम कलरचा झब्बा आणि पांढरास्वच्छ पायजमा, तोंडात पान. त्यांची ही मूर्ती

आजही डोळ्यांसमोर उभी राहते. दिवाळी अंकांच्या भाऊगर्दीत 'आवाज'चं स्थान वेगळं होतं. 'आवाज' दिवाळी अंकात फक्त विनोदी कथा प्रकाशित होत असत. मधुकर पाटकरांची आणि माझी भेट माझ्या लेखनकाळाच्या प्रारंभी झाली. डेक्कन जिमखान्याच्या चौथ्या गल्लीपाशी माझ्या वडिलांचा 'श्रमसाफल्य' बंगला होता. प्रभात रोड आणि चौथी गल्ली ह्यांच्या नाक्यावर मधुकर पाठक आणि गदिमा ह्यांच्याबरोबर मधुकर पाटकरांच्या गप्पा चालल्या होत्या. पाठकांनी माझी आणि पाटकरांची ओळख करून दिली. माझ्या लेखनाचा तो नुकताच प्रारंभ होता. आपली कथा 'आवाज'सारख्या दिवाळी अंकात यायला हवी, असं नवोदित लेखकाप्रमाणे त्या वेळेला मलाही वाटत होतं. त्यापूर्वी अनंत अंतरकर ह्यांच्या 'हंस' आणि 'मोहिनी' ह्या अंकांतून 'हंस'साठी गंभीर कथा 'मोहिनी'साठी विनोदी कथा असं माझं लेखन चालू झालं होतं. विनोदी विषयांची तेव्हा मला वाण नव्हती. मधुकर पाठकांनी ओळख करून दिल्यानंतरही पाटकरांनी माझ्याकडे फारसं लक्ष दिलं नाही. अशा प्रकारच्या घटना मनाला लावून घेण्याच्या काळात मी होतो. मी आपण होऊन त्यांना काहीच विचारलं नाही. कालांतराने विनोदी कथांपेक्षा माझा गंभीर कथांकडे लेखनाचा ओघ वळला. ह्या पुसट परिचयानंतर सुमारे सात-आठ वर्षांनी मधुकर पाटकरांची आणि माझी लेखक-संपादक म्हणून सोयरीक जमली. 'आवाज' वार्षिकात माझ्या कथा प्रकाशित होऊ लागल्या. खऱ्या अर्थाने विनोदी कथा लिहिणं हा अत्यंत अवघड वाङ्मयप्रकार आहे. गेल्या पाच वर्षांत तर मी एकही विनोदी कथा लिहिलेली नाही. 'आता विनोदी कथा लिहूया' असं ठरवून विनोदी साहित्य निर्माण होत नाही. ठरवून जन्माला घालण्याचा हा वाङ्मयप्रकारच नाही. कळीचं फुलामध्ये रूपांतर कसं होतं, हे जसं कळत नाही, त्याप्रमाणेच एखादी विनोदी 'थीम' कधी सुचेल, हे सांगता येत नाही. मधुकर पाटकरांनी मात्र 'आवाज' दिवाळी अंकाची परंपरा खूप वर्षं टिकवली. सगळ्या दिवाळी अंकात 'आवाज'चा खप जास्तीत जास्त होता, म्हणजे तीस-चाळीस हजारांच्या घरात होता असं ऐकून आहे. मधुकर पाटकरांच्या भेटीमध्ये एवढं आर्जव असायचं की, 'पाटकरांसाठी तरी विनोदी कथा सुचू दे' अशी देवाची प्रार्थना करावीशी वाटली. दिवाळी अंकासाठी कथेची मागणी करण्याकरिता पाटकरांचा दरवर्षी नवीन फॉर्म्युला असायचा. एका वर्षी त्यांनी कथेची मागणी ओवीबद्ध पत्रातून केली.

प. पू. स्वामीश्री वसंतमहाराज काळे यांसी–

ॐ नमो जी मयुरेशा । सकल विद्यांच्या आदि पुरुषा ।
विघ्नांतक श्रीगणेशा । नमन तुजला साष्टांगी ॥१॥

सद्‌गुरुंचे घेऊनि रूप । आपदा पासून सुखरूप ।
रक्षिलेस आपोआप । तुझी सेवा करण्यासी ॥२॥
आघात थोर झाला । वित्त, वृत्ति विच्छेद झाला ।
व्यवसाय अवघा बुडाला । परि रक्षिले, रक्षिले कृपाळा ॥३॥
चहुबाजूंनी आघात । कागद मिळेना छपाईस ।
शाई सुकली यंत्रांत । कैसा व्यवसाय करावा? ॥४॥
आता प्रार्थितो शारदासुत । साहाय्यार्थ यावे त्वरित ।
कळवळोनी 'मधुकर' पाचारित । लेखन साहाय्य करावे ॥५॥
द्वय दशक आणखी नऊ । वर्षे नांदली एकत्र ।
एकमेकांचा धरूनि हात । विनोदी निर्मिला भूमंडळी ॥६॥
टाकोटाक साहाय्य करावे । त्वरित साहित्य प्रसवावे ।
'आवाज' समृद्ध करावे । वार्षिक, गुणी जनांचे ॥७॥
स्वामी कृपे सुखावलो । यशवंत, जयवंत जाहलो ।
'विनोद' नगरीत स्थिरावलो । स्वामी आपुल्या कृपेने ॥८॥
आनंद वर्धिष्णु करावा । रसिकवृंद संतुष्टवावा ।
सुजलाम् सुफलाम् करावा । साहित्य प्रांत ॥९॥
कृपाप्रसाद केव्हा देता? । जाणीव त्याची द्यावी त्वरीता ।
टपालमुद्रांकित पोस्टकार्डा । स्वामी सालंकृत करावे ॥१०॥
अंति प्रार्थना एक । लेखन साहाय्य व्हावे त्वरित ।
चातका न करावे वंचित । वेळीच साहित्य पर्जन्य यावा ॥११॥

॥ इति श्रीस्वामी मधुकर कृष्णाजी विरचित ॥
॥ 'विनोद संहिता' ग्रंथी लेखकगण वंदन प्रथम अध्याय गोड हा ॥

–मधुकर पाटकर.
आषाढ शु॥ शके १९०२.

त्यांच्या या पत्राला मीही काव्यातूनच उत्तर पाठवलं.

संपादक पाटकर । पावले पत्र सुखकर ।
सुखावला हा पामर । पत्रवाचने ॥१॥
दिवाळीचे वेध । तत्क्षणी संपादक सावध ।
आता सुरू केली शोधाशोध । कथानकांची ॥२॥
मराठीत उदंड मासिके । प्रसवती कौतुके ।
गल्लोगल्ली जणू पत्रके । पिकविती ॥३॥

प्रत्येकाचा एकच दावा । अंक आमुचाच पाहावा ।
मराठीचा उद्धार व्हावा । आमुच्या हस्ते ॥४॥
मार्मिक, विनोदी, चोखंदळ । नामवंत लेखकांचे दळ ।
सात्त्विक, विविध, निर्मळ । अपूर्व अंक ॥५॥
शेवटी सारे मारिती थापा । सर्वोत्कृष्ट अंक ह्या गप्पा ।
लागती क्षणात झोपा । अंक चाळता ॥६॥
असो, ऐसे आहे परी । कथा पाडतो सत्वरी ।
इकडून तिकडून करतो चोरी । कल्पनेची ॥७॥
योग्य वेळी कथा । येईल तुमच्या हाता ।
मानधनाचा चेक आता । तयार असावा ॥८॥

ओवीबद्ध पत्राप्रमाणेच काही वाचकांनी काव्यबद्ध पत्रं लिहिली. त्यांपैकी 'पत्र' म्हणजे फक्त पत्रच नसतं' ह्या पत्रलेखकाचं नाव आता उपलब्ध नाही. त्याबरोबरच कमलाकर पाटील (नाशिक), अभय वीरकर (मुंबई) आणि प्रदीप रोटीथोर (किर्लोस्करवाडी) ह्या मंडळींनी कवितेत पत्रं लिहिली. आश्चर्याची गोष्ट म्हणजे ह्या मंडळींची पत्रं वाचताक्षणी मी कागद पुढे ओढला आहे आणि कवितेतच उत्तरं दिली आहेत.

पत्र म्हणजे फक्त पत्रच नसतं!
आपल्या त्या वेळच्या मनाचं ते चित्र असतं.
पत्र म्हणजे नसतो फक्त वाद किंवा संवाद
आपल्याच मनाचा तो असतो अंतर्नाद
आभाळात आधी भरून येतं
मेघांनी झाकलेले आभाळ आणि नंतर
नंतर कोसळणारा पाऊस
ह्याची मधली अवस्था असते पत्र!
असं ढगांचं पत्र लिहिलं जातंच असं नाही
कधी मनातच राहतं ते ढगाळ पत्र!
तो असतो लिहिणाऱ्यावर टाकलेला
अपार आणि अपरंपार विश्वास
पत्रात लिहिलेल्या आणि न लिहिलेल्या
गोष्टी समजून घ्यायला वचनबद्ध असलेला
पत्र लिहिताना आणि वाचतानाही

रोखलेला श्वास!
म्हणजे पुन्हा आणखी एक पत्र!

पत्रोत्तर म्हणजे असते केवळ एक टाळी
आपल्याच मनाच्या गाभाऱ्यात ताटकळलेली
दोन तळव्यातल्या अंतरात पकडलेलं अवकाश
टाळीसाठी आवरून धरलेला एक श्वास
आभाळासारखंच भरून आलेलं मन
तसंच ओथंबलेलं लुटवण्यासाठी धन
पाऊस कोसळतो, जमीन त्याला शोषून घेणार म्हणून
उत्तर पाठवलं जातं, वाचक तळहाती झेलणार म्हणून.

२५/११/१९८८

प्रिय वपु,
सप्रेम नमस्कार,

तसं पत्र कधीचंच लिहायचा विचार होता, पण पुस्तकाच्या एका पानाचं वजन आणि संपूर्ण पुस्तकाचं वजन ह्यात बरीच तफावत असते ना? कुठे एक मान्यवर साहित्यिक आणि कुठे एक सामान्य रसिक!

पत्रासाठी प्रयोजन असं की, काही दिवसांपासून 'दै. लोकमत'च्या विविधा पुरवणीत मी 'कॅलिडोस्कोप' ह्या शीर्षकाचं एक सदर लिहितोय. समाजातील विविध घटना वेगळ्या तऱ्हेने, दृष्टीने मांडण्याचा छोटासा प्रयत्न मी करतोय.

काही ठिकाणी ह्या लेखात 'वपु लिहितात' किंवा 'वपु म्हणतात' असं लिहून आपल्या 'वपुर्झा'तील काही वाक्यं त्यात लिहावीशी वाटतात.

आपणास ह्याबाबत हरकत नसावी. कारण 'वपुर्झा' वाचल्यापासूनच मी माणसांचं निरीक्षण करायला शिकलो. आठ वर्षांपासून 'वपुर्झा' माझ्यासोबत आहे. शिवाय आपल्या सुप्रसिद्ध नावाचा वापर करून माझा स्वत:चा पुढे येण्याचा हेतू नाहीये.

शेवटी मला स्वत:बाबत एवढंच सांगता येईल–
रस्त्यांनीच रस्त्यांना
विचारावा प्रश्न की,
'हा रस्ता कुठे जातो?'
आणि उत्तराच्या प्रयत्नात
रस्ता संभ्रमात पडावा

असाची मीही एक रस्ता
माणुसकीचे गाव गाठणाऱ्या
वळणाच्या शोधार्थ भरकटलेला...
भरकटत जाणारा...
बस्स एवढंच!
पत्रोत्तर द्याल ही अपेक्षा!
नववर्षानिमित्त हार्दिक शुभेच्छा!
कळावे,

आपला,
कमलाकर पाटील.

कमलाकर,
रस्त्यांनाच रस्ते कुठे जातात
हा संभ्रम पडतच नाही
माणसंच रस्ता सोडून का जातात
हा प्रश्न त्यांना सुटत नाही.
चालणाऱ्यांसाठी पायघड्या व्हायचं
एवढंच त्यांना माहीत असतं
मलमुत्राचे पाट उदरात
त्याचा डंख ते सहजी पचवतात
पायघड्यांवरच थुंकणाऱ्यांच्या वेदनांनी
रस्ते क्षितिजापर्यंत नि:शब्द वाहतात.
तरीही ते कुणाचीही वाट रोखीत नाहीत
जमिनीचीच मुलं ती
सोसण्याचा वारसा विसरत नाहीत.

–वपु काळे.
१७/१२/१९८८
पहाटे साडेतीन.

२६/१०/८७

वसंत
वसंत हा कथेकथेतून बहरून आला
संमोहिनी अनामिक पडली माझ्या मनाला

तव लेखणीत आहे साठलेला विरोधाभास जनातला
पूर नसे शब्दांचा, नेमका भाव मनातला
रुचण्यास जड, जरी कधी अफाट हे विचार
शोधुनि सापडेना, सुंदर हा आविष्कार
त्तह मैत्रीचा तुझ्यासवे मज करावयाचा
मध्ये पार्टनर, अडसर नको बुवा वयाचा
का रे भुललासी, रचनेत या नाव अपुले शोधून पहा
'ळे' जरी शेवटले, त्यावरील अक्षरे जोडून पहा.

–अभय वीरकर

१६/११/१९८७

असाच हा लोभ।
भक्ती नको, स्नेही शुभ।
यथावकाश भेटही सुलभ। व्हावी तैशी।।
वीट येता दैनंदिनीचा।
रमावया जीव हा साचा।
करावा आहेर पत्राचा।
रसोत्कट, आविष्काराचा। ऐसाची।।

–वपु काळे.

१४/९/१९९५

जरी सारं जग सुखानं भरलंय
तरी जगात जगणं खरंच जीर्ण झालंय
अंधारात दिसावा कवडसा, तसा कुठेतरी आदर दिसतोय
पण हळूहळू कवडशातलाही प्रकाशसुद्धा क्षीण झालाय
कष्ट करून जगताना सामान्य माणूस सुटकेचा श्वास
सोडतोय, पण उद्याची परिस्थिती पाहून सोडलेल्या श्वासाला मागे ओढतोय
दिवस येईल तसा वापरतोय वेगवेगळा साचा
काबाडकष्ट करूनही नाहीत होत पूर्ण आशा!

श्री. व. पु. काळे यांना,
शि. सा. न.,

माझ्या छंदासाठी आपण पाठवलेलं पत्र माझ्या ताफ्यात सामील झालं. असो!

सोबतच्या पत्रावर मी प्रथम लिहिलेली कविता पाठवत आहे. वाचून आपली प्रतिक्रिया पाठवाल अशी आशा आहे. घरी सर्वांना मानाप्रमाणे नमस्कार.

आ. स्नेहांकित,
–प्रदीप रोटीथोर.

अपूर्णतेचंच दुसरं नाव आकांक्षा
क्षितिजाच्या स्पर्शाची कशाला अपेक्षा?

जगणं जीर्ण कसं काय होतं?
वारा जीर्ण झाला नाही
झुळूक शिळी झाली नाही
आकाश अजून नासलं नाही
पक्ष्यांना गाण्यांचा कंटाळा नाही

समर्पण करावं,
करावं तुटून प्रेम.
दशदिशांतून एकच साद
सारं काही क्षेम.

तसं झालं की काय होतं?
सांगतो ते ऐकू येतं?
दिवसांचे तास अपुरे पडतात
रात्रीतले काही चोरावे लागतात.

–वपु.

कविता ह्या वाङ्मयप्रकाराने मला कायम भुरळ घातली आहे आणि हूलही दिली आहे. छंदबद्ध रचना करण्याचा मी जितक्या वेळा प्रयत्न केला, ते सगळे प्रयत्न फसले. देठाला ज्याप्रमाणे कळी येते, त्याप्रमाणे कवीला फुटलेली कविता ही कळी आटापिटा करून कविता रचता येत नाही, हे समजल्यावर मी कवितेचा छंद सोडून दिला. अनेक प्रतिभावंत कवींच्या कविता मी साठवून ठेवल्या. त्यांच्यावरच प्रेम करायला लागलो. कविता आपल्यालाच सुचली पाहिजे, हा अट्टहास कशाकरिता? सृजन हा निसर्गाचा चमत्कार मानला—म्हणजे आहेच—तर ज्यांच्या कविता बहरून

आल्या आहेत, तिथेच माथा झुकवावा.

थोडंफार समाधान झालं ते कुसुमाग्रजांच्या उद्गारांनी. माझा नाशिकला कार्यक्रम होता. मी तात्यासाहेबांना विनंती केली की, 'आपण एक तरी कथा ऐकावीत अशी माझी इच्छा आहे.'

ते म्हणाले,

'मला एका जागी फार वेळ बसता येत नाही. आणि साध्या खुर्चीवर तर नाहीच नाही.'

मी त्यांना सांगितलं,

'माझ्या अनेक कथांपैकी जी कथा तुम्ही ऐकावीत अशी माझी इच्छा आहे ती कथा सांगायला चाळीस ते पंचेचाळीस मिनिटं लागतात. तुम्ही थकलात की मला थांबण्याचा इशारा करा. तुमची विश्रांती होईपर्यंत मी श्रोत्यांना फक्त जोक्स ऐकवीन. तुम्ही पुन्हा हॉलमध्ये आलात, म्हणजे कथेचा उत्तरार्ध ऐकवीन.'

ते म्हणाले,

'मला दहा-पंधरा मिनिटांची विश्रांती मिळाली की खूप झालं.'

मी त्याप्रमाणे कथा दोन भागांत सांगितली. मधल्या पंधरा मिनिटांत (तात्यासाहेबांनी हाताने थांबा अशी खूण केल्यावर) मी प्रेक्षकांना फक्त विनोद ऐकवले. तो हॉल, ते श्रोते आणि तात्यासाहेब ज्या दरवाजाजवळ बसले होते तो दरवाजा, हे चित्र आजही माझ्या डोळ्यांसमोरून हलत नाही. त्या दिवशी जो ऑडियन्स मिळाला, तसा ऑडियन्स नवस केल्यावरच मिळतो. कार्यक्रम संपल्यानंतर मी आणि तात्यासाहेब एकाच गाडीत होतो. तात्यासाहेबांच्या निवासस्थानापर्यंत आलो. कथा ऐकल्यानंतर तात्यासाहेब गप्प होते. 'मला कधी कविता करता आल्या नाहीत' ह्याबद्दलची खंत मी त्या साहित्यसम्राटासमोर व्यक्त केली.

तात्यासाहेब म्हणाले,

'कोणतीही यशस्वी वाङ्मयकृती ही कविताच असते. तुमची आताची कथासुद्धा कविताच होती. फार तर त्या कथेला दीर्घकाव्य म्हणावं. तुमचे जे विचार आहेत, जी संस्कृती आहे, त्यासाठी कवितेचं माध्यम तुम्हाला अपुरं पडणार आहे. दोन तास श्रोत्यांना खिळवून ठेवलं, ते तुमच्या कथेत काव्य होतं म्हणून!'

तात्यांनी समजूत घातली खरी, पण कविता ती कविताच हे माझं मत अजूनही बदललेलं नाही. कराडला झालेल्या साहित्य संमेलनात इंदिरा संतांनी 'जनरेशन गॅप'वरची व्यथा केवळ ९५ शब्दांत कवितेतून मांडली. ह्याच विषयावरची माझी 'झिंटू' ही कथा दोन तपांच्या वर श्रोते ऐकत आहेत आणि अजूनही त्याच कथेची फर्माईश होते. पण ही व्यथा सांगण्याकरिता मला कार्यक्रमात पंचेचाळीस मिनिटं लागतात. पंचेचाळीस मिनिटं म्हणजे पाच हजार आठशे पन्नास शब्द होतात. हाही

हिशोब एकदा करून ठेवला होता.

अशी पार्श्वभूमी असतानासुद्धा जेव्हा वसुंधरा गेली, तेव्हा मनातले विचार कवितेच्या रूपानेच उमटले. 'वाट पाहणारे दार' हे त्या लघुकाव्यसंग्रहाचं नाव. ह्या काव्यसंग्रहाच्या विक्रीतून पन्नास हजार रुपये जमा झाले, ते मी के. ई. एम. हॉस्पिटलच्या न्यूरो सर्जरी डिपार्टमेंटच्या स्वाधीन केले. ह्या उपक्रमात आयडियल बुक डेपोचा म्हणजेच वामनराव नेरूरकरांचा सिंहाचा वाटा आहे. ह्या काव्यसंग्रहाला मी किंमत आकारली नव्हती. मी स्वतःला कवी मानत नसल्यामुळे माझं कवितेचं पुस्तक वाचकांनी विकत घ्यावं हे मला पटत नाही. मूल्य ऐच्छिक होतं. वामनराव नेरूरकरांनी दोनशे पानांच्या दोन वह्या घेऊन प्रत्येक ग्राहकाने किती रक्कम दिली ह्याची एक हजार प्रतींची नोंद ठेवली. काव्यसंग्रहाचं मूल्य दान करण्यात येणार आहे, हे मलपृष्ठावर छापलं होतं. एक रुपयादेखील न देता प्रत फुकट नेणारे महाभाग जसे भेटले, तसेच काव्यसंग्रहामागची भावना लक्षात घेऊन एका प्रतीला एक हजार रुपये देणारी झारापकरांसारखी मोठ्या माणसांची मनंही भेटली. आयडियलच्या ह्या अनमोल सहकार्यामुळेच माझा पन्नास हजारांचा संकल्प पार पडला.

एवढा सगळा इतिहास लिहिण्याचं कारण श्रीकांत गोंधळेकरांचं पत्र.

कुणाकडून कुणास ठाऊक, पण वसुंधरा गेल्यावर मी लगेच दुसरं लग्न केलं अशी बातमी गोंधळेकरांच्या कानावर गेली. 'वाट पाहणारे दार' ह्या लघुकाव्यात मनाची संपूर्ण तडफड व्यक्त करणारे वपु लगेच दुसरं लग्न करतील, ही कल्पनाच त्यांना असह्य वाटली. 'वाट पाहणारे दार' हा संग्रह मी ज्या आकारात छापला होता (६''×७'') त्याच आकारात त्यांनी मला पत्र पाठवलं आणि पुढे दिलेल्या पत्रानंतर त्यांनी काव्यातच आपली हुरहूर व्यक्त केली.

ती. श्री. रा. रा. वपु,
सादर प्रणाम!

खरं पाहता आपल्यासारख्या ज्येष्ठ, श्रेष्ठ, ओघवत्या प्रतिभेचा धनी असल्यामुळे आता राजमान्य राजश्री झालेल्या व्यक्तीने लिहिलेल्या 'वाट पाहणारे दार'सारख्या कलाकृतीवर माझ्यासारख्या शब्दकफल्लकाने लिहिणं योग्य की अयोग्य हे माझं मलाच कळलं नाही.

परंतु 'वाट पाहणारे दार' लिहिल्यावाचून आपल्याला मन:शांती मिळाली नसेल, तसंच काहीसं 'वाट पाहणारे दार' वाचल्यानंतर माझंही झालं. 'बंद ठेवू कसे' हे लिहून पूर्ण होईपर्यंत माझी अस्वस्थता शब्दातीतच आहे.

तसंच सगळं लिहून झाल्यानंतर मनात शंकेची पाल चुकचुकली की, खरंच

वपु पुन्हा विवाहबद्ध झालेत का? पण पुन्हा विचार केला की, त्यांचे चाहतेही अशा गोष्टींनी किती विचलित होऊ शकतील ह्याचा मासला म्हणून तर ते 'बंद कसे ठेवू'कडे निश्चितच पाहतील.

शेवटी काही अधिक-उणे झाले असल्यास मोठ्या मनाने क्षमा करालच ही आशा ठेवून, इथेच थांबतो.

कळावे/कळवावे.

किती दूर गेले
आठवांचे पक्षी
जेव्हा समीप आली
नवीन गुलबक्षी

वाट पाहणारे दार
बंद कसे ठेवू?
कोणत्या गळ्याने
माझे गीत गाऊ

होऊ नकोस दारा
आता पुन्हा बंद
तेवू दे दीप असा
वारा आहे मंद

झपुर्झा पुन्हा एकदा
असा बहरू दे
घे दान जिंदगीचे
पण, शब्द लहरू दे

लाभली वसुंधरेची
गती जीवनाला
कोंडू कुठे किती कसे?
ह्या एकलेपणाला

हुंदक्यांचे आसवांनी
किती करावे सांत्वन
अर्ध्याच कथेसाठी का?
होते तुझे माझे जीवन

आधीच शब्द होते
उसळले तिच्या कुशीतून

आता अर्थगर्भ
उपजेल ह्या मुशीतून
नवा सूर्य नवी पहाट
नगर जुनंच आटपाट
आयुष्याचा मात्र आता
मांडला नवा सारीपाट

जुनीच 'माणसं'
नवा घाट
मावळतीच्या सूर्याला
नवी, प्रत्येक पहाट

तुझ्या त्या आठवांचे
केलेय 'बोन्साय' सुंदर
हे घर आहे जणू
त्याच्याभोवतीचे मखर

तुझी छायाचित्रे
हिचे जिवंत-क्षण
प्रश्नोत्तराची मालिका
इथला क्षण क्षण

कंटाळवाणे न होवो
जगणे उतारावर
म्हणुनी केला हा
नि:संग व्याप आहे

अशा कातर संध्याकाळी
कुठे शोधू मी विसावा
आताच तर खरी
आधाराची गरज आहे.

—श्रीकांत गोंधळेकर.

गोंधळेकरांचं पत्र आणि कविता मी जेव्हा श्वेताला दाखवली (माझी लेखनिक) तेव्हा ती म्हणाली,

'ह्या माणसाला राग व्यक्त करायचा आहे की तुमच्याबद्दल सहानुभूती दाखवायची आहे हेच कळत नाही.'

मी गोंधळेकरांना जेव्हा कवितेतच उत्तर दिलं, तेव्हा 'वाट पाहणरे दार' हे

काव्य परिपूर्ण झाल्यासारखं मला वाटलं.

प्रिय गोंधळेकर,

जाती कैसे दूरवरी
सोनपक्षी आठवांचे
अंतरात खोलवरी
थवे झेपावती त्यांचे.

वाट पाहणारे दार
आहे उघडे तसेच
खोलवरी झाला वार
आहे खंजीर तिथेच.

दार उघडेच राही
बंद राहणार नाही
येणार झोत वाऱ्याचा
दीप कैसा तेवायचा?

झपुर्झा सुकून गेला
पुन्हा कसा बहरेल?
दिले दान जिंदगीचे
तरीही पुन्हा विझेल.

दिली होती जिने गती
तिथे झाली आहे माती
चाक गिळता भूमीने
रथ मोडला दु:खाने.

हुंदक्यांच्या आसवांनी
ज्वाळा पेटून उठती
जुन्या सर्व आठवांनी
प्राण कासावीस होती.

नवा खेळ, नवा डाव
कसा मांडावा जीवनी
आठवांचे खोल घाव
येती वर तरंगोनी.

शब्द तिचे-भाव तिचे
श्वास तिचे-स्पर्श तिचे
तीच माती-नवे रोप?
सुकणार आपोआप.
नवी रोपे कुणासाठी?
मातीनेही वाढवावी?
माझ्यापरी तिच्या देही (पोटी)
आहे लागली वाळवी.
     नवा सूर्य ना पहाट
     काळोखाची एक वाट
     सारीपाट एकटाच
     अंतर्पाट एकदाच.
जुनी नाती नको झाली
नवा सूर्य अनोळखी
जुने तेच खरे सोने
नको नवख्या ओळखी.
     ऊबदार आठवांचे
     कसे होणार बॉन्साय?
     नव्या साऱ्या स्पंदनांचे
     आता प्रयोजनच काय?
सान्निध्यात क्षणोक्षणी
सदा अवतीभवती
वाहे आकांत जीवनी
मीच राहतो एकांती.
     उधळला रंगमंच
     नवी कुठली नायिका?
     गेला सारा जुना संच
     साऱ्या संपल्या भूमिका.

छायाचित्रात चैतन्य
तेच वाटे मला धन्य
प्रश्नोत्तरांची मालिका
आता सांगा उरेल का?

आता कंटाळाच साथी
हो वार्धक्याचा सारथी
फक्त राहिला उतार
नाही ताबा रथावर

संध्याकाळचा अंधार
क्षणाक्षणांनी घेरतो
भाग ठरतो आधार
वारंवार फसवतो.

नव्हे नव्हे संध्याकाळ
आता झेपावतो काळ
तोच संपवेल खेळ
उभी कोन्यावर वेळ.

–वपु काळे.

राजदत्त काका म्हणजे अगदी टापटिपीतले गृहस्थ! मध्यम शरीरयष्टी, नॉर्मल उंची, बूट, पँट, शर्ट आणि टाय हा पेहराव! अगदी दिवसाच्या कुठल्याही वेळी पाहा–काका असेच अप टू डेट दिसणार!

बापूंच्या लेखनावर, त्यांच्या संपूर्ण कुटुंबावरच निखालस प्रेम करणारे फोटोग्राफर राजदत्त काका! अनेक नाटकांच्या पहिल्या, शंभराव्या प्रयोगांना हातात कॅमेरा घेऊन लगबग करणारे काका माझ्या डोळ्यांसमोर आजही येतात. प्रकृती कशी उत्तम ठेवली पाहिजे, योगासनं कशी केली पाहिजेत ह्यांची प्रात्यक्षिकं सूटाबुटात असूनही देत असत. बापूंचं वेळी-अवेळी जेवणं, जागरणं, अंगमेहनत त्यांनी जवळून बघितलं आहे हे सारं. व्यायामप्रकार बापूंना कधीच जमला नाही. त्यांची प्रात्यक्षिकं वाया गेली. बापूंनी स्वत: कधी हे केलं नाही, पण काकांच्या शेड्यूलचा, डाएटिंगचा बापूंना नेहमीच आदर वाटला. बापू खूप अधीर वृत्तीचे होते. फोटोग्राफी हा बापूंचाही अगदी वीकपॉईंट! ते उत्तम फोटोग्राफर होते. फोटो काढून झाले रे झाले की लगेचच स्कूटरला किक् मारून ते शिवाजी फोटो स्टुडिओ गाठायचे. फोटो डेव्हलप होऊन येईपर्यंत त्यांना धीर नसायचा. राजदत्त काकांनी जर कुठल्या आपल्या कार्यक्रमांचे फोटो काढले असतील तर बापू दहा वेळा त्यांच्या स्टुडिओत खेपा घालत. राजदत्त काकाही ग्रेट! रात्री उशीर झाला असला तरीसुद्धा ते डेव्हलप् केलेले फोटो घेऊन ऑल द वे दादरच्या घरी आणि नंतर वांद्र्याला आम्ही राहायला गेल्यानंतर वांद्र्याच्या घरी यायचे. तसेच टापटिप–शूज, पँट, व्हाईट शर्ट, टाय! बापूंना लहर आली. एकदा त्यांनी काकांना एक गंमत म्हणून पत्र लिहिलं.

मजकूर मला आठवत नाही. पत्र वाचल्याबरोबर काकांना धक्का बसला. काय लिहिलंय ह्याचा त्यांना थांगपत्ता लागेना. बापूंची तब्येत बिघडली आहे असं वाटून लगेचच ते घरी आले. बापू मस्त मजेत होते. काकांना असं अचानक घरी आलेलं बघून त्यांना आश्चर्य वाटलं.

'वसंत, प्रकृती चांगली आहे ना?'

'हो.'

'मग हे तुझं पत्र?'

'का? काय झालं?'

'अरे, एका तरी वाक्याचा अर्थ लागतोय का?'

आम्ही हसायला लागलो. बापूंनी ते पत्र उलटीकडून लिहिलं होतं. ते पत्र तर नाही माझ्याजवळ, पण त्याच स्वरूपाचं पत्र त्यांनी श्री. प्रभाकर ह्यांना पाठवलं होतं. त्याचा हा एक नमुना! श्री. प्रभाकर ह्यांनी हे पत्र योग्य दिशेने वाचलं की नाही हे मला कळायला मार्ग नाही.

२५/५/१९८२

प्रिय प्रभाकर,

ह्या क्षणी काय करू शकतो? फक्त स्मृती.

मानीत असेल. फिरत असेल. त्याच्यासाठी चांदण्यात वावरणारा वपु

दहा माणसांना दिलेला शब्द पुरी करीत उन्हाला चांदणं

आपला मित्र नागपूरच्या जीवघेण्या उकाड्यात वणावणा

आता ह्या सुखाने वाहणाऱ्या पेल्यात एकच शक्य.

जोडीला नागपूरहून इम्पोर्ट केलेल्या कुरडया, नव्हे चिकवड्या.

काय लागतं? घरात थोडी जिन् असते. आणि

गृहदेवता प्रसन्न. आणखीन आयुष्यात

तर अशी एक निवांत दुपार असते. त्यात

जीव आहोत.

अशी इच्छा बाळगणारा आपण एक छोटा

प्रत्येक परिचयाचा माणूस सुखात असावा

नव्हेत, लेखकही नव्हेत. परिचयाचा,

चिंतेचं सावट नाही. आपण कथाकथनकार

मनावर कोणतंही

एक निवांत दुपार पुष्कळ दिवसांनी सापडलेली

–वपु काळे.

जिवाभावाच्या मैत्रिणी दुरावल्या म्हणून ज्योती नावाच्या एका मुलीचं पत्र आलं. आयुष्याचा कंटाळा आला इथपर्यंत तिने लिहिलं होतं. मी लिहिलं–

प्रिय ज्योती!

असं आयुष्याला घाबरून चालतं काय?
मित्रमैत्रिणी भेटतात, दुरावतात. पुन:
कोणीतरी भेटतं, दूर जातं.
समुद्राकडे पहावं.
तीच लाट दुसऱ्यांदा येत नाही.
पण,
प्रत्येक लाट किती उत्कटतेनं फुटते!

कंटाळ्यावर उपाय नाही.
माझा शब्द न् शब्द प्रेमानं ऐकणारा
मित्रही मला लाभला आहे
आणि मैत्रीणही. आणि तरीही मी
कंटाळत नाही, असं थोडंच आहे?
म्हणूनच,
जगण्याच्या रहाटगाडग्यातले, प्रवासातले ते एक अटळ वळण समजायचं. वळण आलं की गाडीचे डबे दिसतात. कंटाळा आला की मित्रांकडे पहावं.

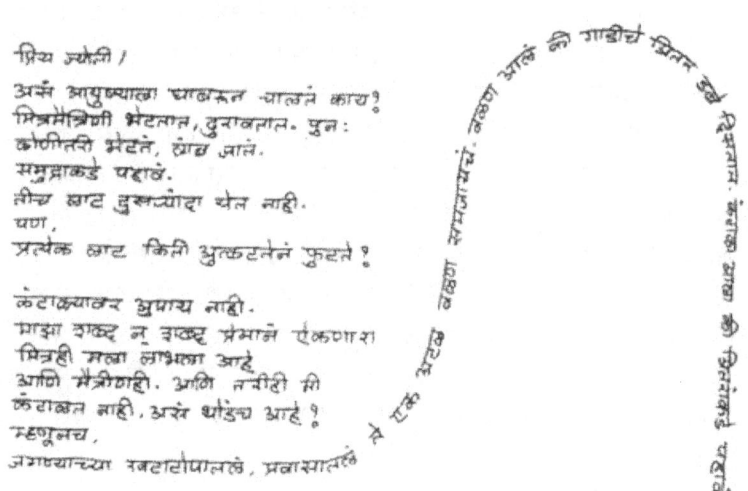

समसमासंयोग, दुग्धशर्करायुक्त योग, मेड फॉर इच अदर ह्या सगळ्या कविकल्पना आहेत असं मी समजत होतो. पण सुषमा पटवर्धन आणि जयंत पटवर्धन ह्यांनी ह्या कल्पना प्रत्यक्षात उतरू शकतात, हे दाखवून मला सुखद धक्का दिला. दोघेही डेन्टिस्ट आहेत. सुषमा तर ऑर्थोडेन्टिस्ट आहे. नीलम हॉटेलमध्ये आमची ओळख झाली. त्यांची ओळख झाली ती, त्यांच्या तीन-चार वर्षांच्या मानसी नावाच्या मुलीमुळे. हॉटेलमध्ये ते आमच्या मागच्या सीटवरच बसले होते. काही लहान मुलं परक्या माणसांपासून लांब राहतात, तर काही मुलांना ओळख लागत नाही. त्याप्रमाणे मी 'ये' असं म्हणताच, मानसी माझ्याकडे झेपावली. पुढे अस्मादिकांच्या लौकिकाची मदत झाली. दोघांच्या मिठ्ठास स्वभावामुळे ते आता कुटुंबीयांपैकी एक आहेत. एकदा माझा एक दात विलक्षण ठणकत होता. दादरपर्यंत जाण्याचीसुद्धा ताकद नव्हती. मी जयंतला फोन केला. जयंत स्वत: घरी आला. माझ्याकडे रिव्हॉल्हिंग चेअर होती. म्हणून दात काढणं जरा सोपं झालं. पण डेन्टिस्टच्या दृष्टिकोनातून ज्या गोष्टी जरूरीच्या होत्या, त्यापैकी मोजक्याच वस्तूंनी जयंतने ते काम केलं. आपल्या आयुष्यात काही नि:स्वार्थी डॉक्टर परिचयाचे असणं, हा फार मोठा आधार आहे आणि ह्या बाबतीत मी पराकोटीचा भाग्यवान आहे. मंगेश पाडगावकरांची एक कविता ह्या संदर्भात आठवते–

सांगा कसं जगायचं?
कण्हत कण्हत की गाणं म्हणत?

तुम्हीच ठरवा!

डोळे भरून तुमची आठवण कुणीतरी काढतंच ना
उन उन दोन घास तुमच्यासाठी वाढतंच ना?
शाप देत बसायचं की दुवा देत हसायचं?
तुम्हीच ठरवा!

काळ्याकुट्ट काळोखात जेव्हा काही दिसत नाही
तुमच्यासाठी दिवा घेऊन कुणीतरी उभं असतं
काळोखात कुढायचं की प्रकाशात उडायचं?
तुम्हीच ठरवा!

पायात काटे रुतून बसतात, हे अगदी खरं असतं
आणि फुलं फुलून येतात, हे काय खरं नसतं?
काट्यासारखं सलायचं की फुलासारखं फुलायचं?
तुम्हीच ठरवा!

एकदा सुषमा पटवर्धनची दूरदर्शनवर मुलाखत होती. नेहमीप्रमाणेच ज्या व्यक्तीची मुलाखत आहे, त्या व्यक्तीला जास्त बोलू द्यायचं नाही, हा दंडक इथेही पाळला गेला. त्या मुलाखतीवर प्रतिक्रिया म्हणून मी जयंत आणि सुषमा ह्यांना वर्तमानपत्राच्या फॉर्ममध्ये माझा अभिप्राय कळवला. माधुरी प्रधान हे नाव काल्पनिक आहे. सुषमा आणि जयंत दोघांचंही व्यक्तिमत्त्व पहिल्याच भेटीत छाप पडेल असं आहे. त्या व्यक्तिमत्त्वाला मित्रत्वाची मधुर झालर आहे. मला प्रश्न पडतो, तो एकच. इतकी लाघवी पत्नी मिळाल्यावर आमच्या मित्राला एवढ्या लवकर टक्कल का पडावं? डोक्यावरची कौलं इतक्या लवकर पडायला हवीच होती का? दोघंही नेकीने व्यवसाय करतात. असं ते सांगतात, पण त्यांच्या व्यवसायाचं खरं श्रेय श्री. पार्सेकरांना आहे. आता हे पार्सेकर कोण? तर जयंतच्या क्लिनिकला लागून पार्सेकरांचं 'कडक बुंदीच्या लाडवांचं' दुकान आहे. पेशंट जेव्हा डेन्टल चेअरवर बसतो, तेव्हा त्या खुर्चीच्या हाताला पार्सेकरांच्या कडक बुंदीच्या लाडवाची पिशवी असते. पटवर्धनांकडे सहज गप्पागोष्टी करायला गेलं, तर त्यांच्या आदरातिथ्यात कडक बुंदीचे दोन-तीन लाडू असतात. पार्सेकर आणि पटवर्धन ह्यांचा जोडधंदा आहे.

शिरीष रायरीकर हा एक माझा दखलपात्र मित्र आहे. शांत चेहरा आणि हळू

कोलगेट वापरा. त्याअगोदर क्लोजअप वापरा. त्याच्या आधी विको वापरा. त्यानंतर कोप्रान वापरा. हिरड्या दात घासून घासून सुजल्या तर पटवर्धनांना भेटा!

दै. कवळी

खास अंक

कोणतीही पेस्ट वापरू नका. पक्षी कुठे दात घासतात? दात आपोआप येतात. आपोआप पडतात.

शिवाजी पार्कच्या सुषमा पटवर्धन ह्यांचे होनोलुलूस प्रयाण

दादर : शिवाजी पार्क येथील रहिवाशी सौ. सुषमा पटवर्धन ह्यांनी काल होनोलुलूस प्रयाण केले. होनोलुलूस जाताना त्या तिंबक्तू, हरियाणा, न्यू कॅसल, वडगाव, नैर्ऋत्य आफ्रिका, लोणंद, अंदमान, सातारा, युगांडा आणि रामेश्वर ह्या मार्गाने जातील. जाताना ह्या सर्व देशांना दातांची निगा कशी राखावी ह्याबद्दल सूचना देत देत जातील. काल जाण्यापूर्वी त्यांचा चिंचपोकळी आणि नालासोपारा इथे भव्य सत्कार करण्यात आला. तो सत्कार त्यांनी नाईलाजाने मौन पाळून स्वीकारला. सुषमा पटवर्धन ह्यांनी मौन स्वीकारल्यामुळे त्यांचे यजमान श्री. जयंतराव ह्यांना बोलण्याची संधी मिळाली. सुषमा पटवर्धन ह्यांची दाढ ठणकत असल्यामुळे त्यांच्या सत्काराला मी उत्तर देत आहे, असे ते म्हणाले.

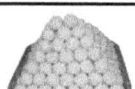

लाडू सम्राट

कडक बुंदी लाडू काय कोणीही करतात. मग आमचे वैशिष्ट्य काय? वरच्याच मजल्यावर डेन्टिस्टची सोय. लग्नमुंज कार्यासाठी पाचशे लाडवाची एकदम ऑर्डर नोंदवल्यास कवळीचा खर्च आम्ही करू.

संपर्क साधा : दूरध्वनी (मिळाल्यावर कळवू. अर्ज

वांद्रा : काल रोजी दैनिक कवळीचा वार्ताहर वपुंच्या घरी दूरदर्शनवरील कार्यक्रम ह्या विषयावर वार्तालाप करायला गेला होता. ह्यावेळी वपुंनी सुषमा पटवर्धन ह्यांच्या मुलाखतीचा उल्लेख केला. तो उल्लेख करताना वपु अतिशय सद्‌गदित झाले होते. क्षणभर ते दातांच्या फटीत टूथपिक घालायलाही विसरले. 'आपणास दातामध्ये फिलिंग करायचे आहे काय?' असं आमच्या वार्ताहराने विचारताच, वपु हसून 'होय' म्हणाले. आणि त्याच वेळेला सुषमा पटवर्धन ह्यांना माझे काम करायला वेळ नसल्याची खंत वपुंनी व्यक्त केली. दूरदर्शनवरील मुलाखत आटोपताच श्री. पटवर्धन ह्यांच्या दाराशी पेशंट्‌सनी इतकी गर्दी केली होती की, मी त्यांच्यापर्यंत पोचू शकलो नाही, असे सांगून ते पुढे म्हणाले, 'सुषमा पटवर्धन ह्यांना उज्ज्वल भवितव्य आहे, हे मुलाखतीतच स्पष्ट झाले आहे. त्यांचे यजमान जरी मामुली नोकरी करीत असले तरी सुषमाच्या दंतगुणाने त्यांनाही चांगले दिवस दिसतील. सुषमा पटवर्धन उत्तमपैकी दंतचिकित्सक तर आहेतच पण त्यांना अभिनयाचीही किती जाडी आहे हे काल दूरदर्शनवर प्रकट झाले आहे. त्या जर डेन्टिस्ट झाल्या नसत्या तर उत्तम अभिनेत्री झाल्या असत्या. महाराष्ट्र एका फार चांगल्या अभिनेत्रीस मुकला आहे. उरलेले आयुष्य सुषमा पटवर्धनांनी रंगभूमीच्या सेवेत घालवले तर तिथेही या मी मी म्हणणाऱ्या अभिनेत्रींचे दात घशात घालू शकतील' असेही पुढे वपु वार्ताहरांजवळ म्हणाले.

● चुकीची दुरुस्ती :
'जाडी'ऐवजी 'जाण' असे वाचावे.

माधुरी प्रधान ह्यांना दूरदर्शनवर मज्जाव. बिनशर्त दिलगिरी मागा!

वरळी : माधुरी प्रधान ह्यांनी जर बिनशर्त दिलगिरी प्रदर्शित केली नाही तर दूरदर्शनवर त्यांना कधीही कार्यक्रमात भाग घेऊन द्यायचा नाही असा निर्णय नभोवाणीमंत्र्यांनी घेतल्याचे समजते. ह्या संदर्भात असे समजते की सुषमा पटवर्धन ह्या मुलाखतीत आपले मत मांडीत असताना प्रधान मधेच वचावचा बोलून मुलाखतीचा पचका करीत होत्या. त्यांनी पटवर्धन ह्यांना व्यवस्थित बोलू दिले नाही. प्रधान दूरदर्शनवर दिसल्याही भयानक. पटवर्धन ह्यांनी तरीही स्वत:चा तोल जाऊ न देता, आपल्या परीने कार्यक्रम देखणा करायचा प्रयत्न केला.

श्रीमती पटवर्धन ह्यांनी 'प्रधान' आडनाव लावणाऱ्या कोणत्याही व्यक्तीसाठी कवळी बसवण्याचे वा दाताचे कोणतेही काम करायचे नाही असे ठरवल्याचे समजते.

कवळी

सम्राट

आमच्याकडे कवळी बसवा आणि कुठेही, काहीही खा. आजच खात्री पटवून घ्या. कोणत्याही स्त्रीस अथवा मुलास वा पुरुषास (जातीची अट नाही) कवळी वापरा आणि कुणावरही दात धरा. आपलेच दात-आपलेच ओठ. नव्हे, नव्हे, ओठ तुमचे. दात आमचे. तीन कवळ्या एकदम घेणारास पाचशे लाडू फुकट.

दाखवायचे असोत वा...
आम्ही सर्व प्रकारचे दात बसवून देतो.

संपर्क : मारुती रोड, दादर. तोंडावर हात
धरत ज्या इमारतीतून माणसांचे लोंढे बाहेर
पडताना दिसतील तिथे या.

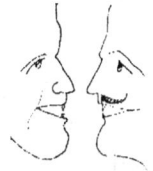

''हसतोय काय? दातावर मारायला
खिशात पैसा नाही. काय करू?''
''कवळीवर पैसा मार! उसमे क्या?''

पावभाजी आणि बिस्किटे
घरीच बनवा.
संपर्क ● बेबी बिस्किट मार्ट

''मी कवळी बसवून घेतली. तू पण घे. म्हणजे
आपण जर कुणाला चावलो तर त्यांना चौदा
इंजक्शन्स घ्यावी लागत नाहीत!''

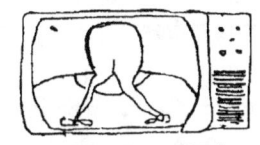

माधुरी प्रधान ह्यांच्यापलीकडे (मागे)
सुषमा पटवर्धन दिसत आहेत.

नाट्यहिरडी
ठणक्यासहित
सहर्ष सादर
करीत आहे...

एक जबडा
बत्तीस दात

● लेखक : प्राध्यापक सुळे
● कलावंत -

प्रमुख भूमिका : अभिनयसम्राज्ञी होनोलुलू रिटर्नड सुषमा

दुय्यम भूमिका : जयंत ● बालकलाकार : मानसी

पाहुणे कलावंत : बाबा जोशी, नीता जोशी,

सुहास काळे, वपु काळे,

रवि हुदलीकर, विवेक जोशी

आवाजातलं बोलणं. ह्या माणसाचं मराठी भाषेवर अतोनात प्रेम असावं. आपण ज्या व्यक्तीवर अतोनात प्रेम करतो, त्या व्यक्तीच्या अंतरंगापर्यंत आपण पोचतो. शिरीषने मराठी शब्दांचं अंतरंग ओळखलं आहे. शब्दाशब्दागणिक तो कोटी करू शकतो. एकदा मी त्याला सात्त्विक वैतागाने म्हणालो,

'आता एक जरी कोटी केलीस, तरी तुझी बकोटी धरीन.'

तो लगेच म्हणाला,

'आणि शेकोटीत फेकाल का?'

मी त्याला 'रग्गडकरी' म्हणतो. राम गणेश गडकरींनंतर नाटककार बाळ कोल्हटकरांचा नंबर लागत असेल, तर तिसरा रायरीकरच.

त्याचं लग्न ठरल्याची बातमी त्याने मला कळवली. त्याचबरोबर वेगळ्या पद्धतीची आमंत्रणपत्रिका करून द्या असाही आग्रह धरला. सीमा-रमेश देवपासून मी अनेकांसाठी वेगवेगळ्या आमंत्रणपत्रिका करत आलो आहे. शिरीष तर घरातलाच. एका आमंत्रणपत्रिकेतला मजकूर दुसऱ्यांदा येणार नाही, ह्यासाठी वेगवेगळ्या युक्त्या आणि प्रयोग मी करीत राहिलो. अशा लष्कराच्या भाकऱ्या खूप थापल्या. एक धोरण मात्र कायम सांभाळत आलो. मनापासून असो अथवा लादलेलं काम असो, आत्मीयतेचा सूर सोडायचा नाही. रमेश देवबद्दलचे अपवाद कानावर आले होते. ऐकीव बातम्यांवर मी माझं मत बनवत नाही. कारण अपवाद निर्माण करण्यात आरोपी आणि फिर्यादी दोघांचाही सहभाग असतो. मला स्वत:ला प्रचिती आल्यावरसुद्धा मी रमेश-सीमा देवसाठी त्यांचा मुलगा अजिंक्य ह्याच्या लग्नाची आमंत्रणपत्रिका तयार करून दिली. कारण सीमा आणि रमेश माझ्या लेखनाचे रसिक वाचक आहेत, हे मला पूर्वीपासून माहीत होतं. त्यांची तीच रूपं डोळ्यांसमोर ठेवून मी त्यांचं काम केलं.

अजिंक्यसाठी केलेली पत्रिका अशी होती–

झगझगीत स्पॉटलाईट झेपावले की अंधाराचं विस्मरण होतं.

तुमच्या जीवनातले असे अंधारून टाकणारे क्षण विसरण्यासाठी तुम्हीही आमचं स्पॉटलाईटमधलं आयुष्य पाहत आलात.

ह्या औट घटकेच्या राज्यात आम्ही कधीकधी तुम्हाला आमचा हेवा करायला लावला.

कधी राग,

कधी तुलना.

तुमच्या-आमच्या आयुष्यातली साम्यस्थळं आणि विरोध ह्या दोन्हींची तुलना करीत तुम्ही नित्य आमच्या समीप राहिलात.

आणि ह्या खेळात आम्ही चक्क हरवलो.
सगळ्या भूमिका वठवल्या.
आता सासू-सासऱ्याच्या भूमिकेचा प्रारंभ २४ डिसेंबर १९८६ पासून.
Yes.
आमचा 'अजिंक्य' ह्या दिवशी विवाहबद्ध होत आहे.
भावी सुनेचं नाव 'आरती जोशी.'
त्या दिवशी संध्याकाळी आपण सर्वांनी यावं.
अजिंक्यला आशीर्वाद द्यायला
आणि
ह्या नवीन भूमिकेसाठी आम्हा उभयतांना
दिग्दर्शन करायला.
रमेश देव, सौ. सीमा देव.

आयडियलचे कांताशेठ नेरूरकर आणि मी आमचे लागेबांधे पाहिले, तर ह्या जन्माचाही अर्थ उलगडलेला नसताना मागील जन्मावर विश्वास बसतो. एखाद्या देवालयात माणूस किती वेळा जातो, ह्याला महत्त्व नाही. तो आपल्या आराध्यदैवताचं देवत्व श्वासात गुंफून आणतो की नाही, हे पाहणं महत्त्वाचं. आमचे वामनराव दर मंगळवारी सिद्धिविनायकाला जाऊन लायसन्स रीन्यू करून आणतात आणि ग्राहकांच्या मागणीसाठी हा 'विनायक' सिद्ध असतो. 'वामन'च विनायकाचा अवतार घेतो. आणि पुस्तकांचंच दुकान असल्यामुळे दिवसभर सरस्वतीच्या सेवेत असतो. मैत्रीचंच दुसरं नाव आधार. वामनराव हा माझा एक आधारवड आहे. आधारवडातली ही गुणवत्ता त्यांच्या एका पारंबीमध्ये उतरलीय, याची साक्ष म्हणजे मंदार.

मंदारच्या मौंजीबंधनासाठी मी जेव्हा आमंत्रणपत्रिका तयार केली, तेव्हा ती स्वतःच्याच मुलाच्या व्रतबंधनासाठी करत आहे, ह्या भावनेने केली.

सीताराम गणेश नेरूरकर। जोडोनिया दोन्ही कर।
आमंत्रिती सत्वर। शुभकार्या।।१।।
नातू आमुचा मंदार। खोडकर परि हुशार।
मौंजीबंधनासाठी तयार। ह्याच वर्षी।।२।।
नानांच्या इच्छेनुसार। नेरूरकर वाडा, नेरूर।
कार्यस्थळ केले मुक्रर। कार्यासाठी।।३।।
तारीख सतरा पक्की केली। अकरा तीस मुहूर्त वेळ साधली।
सर्वमते योग्य ठरली। एप्रिल मासी।।४।।

शेवटी एक विनवणी। सांगू नका अडचणी।
कार्यासी यावे आवर्जुनी। नेरूर गावी॥५॥
शिरीषचा प्रश्नच नव्हता.

त्याची आमंत्रणपत्रिका एकटाकी लिहिताना आमंत्रणपत्रिकेत जितक्या ओळी आहेत, तेवढी मिनिटं मला पुरली. कारण जो मजकूर लिहिला, तो मी लिहिलाच नाही. रंगदेवतेने लिहिला–

॥ओम् गं गणपतेय नम:॥
नमस्कार मंडळी
खास आमंत्रण करायचं कारण म्हणजे
आमच्या शिरीषचं लग्न ठरवलंय.
मुलगी पुण्यातलीच आहे.
ज्योती जोशी.
मधुकर जोश्यांची मुलगी.
तारीख आहे २० मे.
आपण सर्वांनी सकाळी ७.५३ च्या आत यायचं.
आणि हो! सायंकाळी ६ ते ९ स्वागत समारंभ
आहे, त्यालासुद्धा यायचं
आणि आणखीन एक गंमत... २१ मेला
त्याच कार्यालयात
'गप्पांगण'चा कार्यक्रम.
अर्थात त्यालाही यायचंच.

आपले,
स. दि. तथा नाना रायरीकर
आणि
सौ. मधुमालती रायरीकर.

मी रंगदेवता तुम्हाला आमंत्रण करत आहे.
एका कलावंताच्या विवाहासाठी.
तुमच्यापैकी कितीजणांनी त्याला पाहिलं आहे,
ओळखलं आहे, हे मला माहीत नाही.
मी त्याला ओळखते.
मुखवट्यांवर प्रेम करीत तुम्ही इथे येत राहिलात.

अनेक नाटकं पाहत आलात.
वेगवेगळे मुखवटे चढणारे कलावंत तर मी
शतकानुशतकं सांभाळले.
पण तुम्ही आणि ते मुखवटे आपापल्या घरी गेले
की मागे उरते मी.
अंधारात न्हायलेली.
तेव्हा माझ्या सोबतीला असतो हा कलावंत.
मुखवटा न घातलेला. कधी 'हाऊसफुल्ल'ची ऊब
स्पर्शून घेत, तर कधी रिकाम्या खुर्चीचा
उकाडा सोसत.
हा मुक्त, स्थितप्रज्ञ आहे का?... नाही.
राग, लोभ इत्यादी मानवी भावनांचे पदर ह्याला
आहेत, म्हणूनच मला तो आवडतो.
आज मला आता हलकं वाटतंय.
मी ह्याला सांभाळलं, पण ते फक्त तो इथे असेतो.
पण घरी गेल्यावर?
आता त्याला गृहदेवता लाभत आहे. ती आता
त्याला सांभाळेल. त्याच्या आई-वडिलांचा वसा
आता ती घेणार आहे.
आपल्या सर्वांच्या वतीने मी शिरीषला सांगणार आहे
की, 'यशाचा देदीप्यमान प्रकाश असो वा
अपयशाचा गिळायला उठणारा अंधार असो.
रंगदेवतेप्रमाणेच तुला आता गृहदेवतेलाही
साथ-सोबत करायची आहे.
मुखवटे न वापरता.
मी सर्वांना आमंत्रण करते आहे.
वेळेवर यायचं
'प्रभुपदास नमित दास' सुरू होण्यापूर्वी.

मी आतापर्यंत वेगवेगळ्या प्रकारची खूप लेटरहेड्स तयार करून वापरली. त्यांच्या छपाईच्या कामासाठी शरद म्हेत्रेची अनमोल मदत झाली. एका लेटरहेडवर मी अग्रभागी माझा एक विचार छापला होता–

'आयुष्यातल्या ज्या ज्या क्षणांनी, स्थळांनी, व्यक्तींनी आनंद दिला, त्या सर्वांबद्दल कृतज्ञता बाळगणं म्हणजेच माणुसकी.'

ह्या तत्त्वाला अनुसरून १९७८ साली मी अरुण दाते ह्यांना हार्मोनियमची साथ करण्याकरिता लंडन, अमेरिकेला जाऊन आलो. कार्यक्रमाच्या प्रारंभी एक कथा, मग अरुणची गाणी, त्यानंतर मध्यंतर. मग पुन्हा एक कथा, नंतर गाणी असे कार्यक्रम आम्ही केले. भारतात परत आल्यानंतर परदेशातल्या सगळ्या यजमानांना मी पुढील पत्र दोन रंगात स्क्रीन प्रिंटिंग करून पाठवलं.

मित्रांनो,

आज ९ ऑगस्ट एकोणऐंशी.

हाच तो दिवस. बरोब्बर एक वर्षापूर्वी आम्ही एक मोठी उडी घेतली.

काहीशी न झेपणारी, पण सतत खुणावणारी.

आम्ही तुमच्या देशात आलो.

एक अनामिक हुरहूर घेऊन आणि अपार कुतूहलानेही.

तुमची सावली भेटली, आम्ही विसावलो.

तुम्ही तुमच्या घरकुलाची आम्हाला ऊब दिलीत.

अपार स्नेह दिलात.

तुमच्या आठवणींची न सुकणारी फुलं आम्ही ओंजळ भरून इथे आणली.

ती ओंजळ उघडली की मन सैरभैर होतं किंवा मन सैरभैर झालं की ती ओंजळ उघडायची. तसं केलं की मधले हजारो मैल विरघळतात. आम्ही तिथे असतो किंवा तुम्ही इथे असता.

वपु-वसुंधरा.

ही सगळी धडपड माणसामाणसांत संवाद राहावा म्हणून. हितसंबंध सुधारावेत म्हणून. आपल्याकडे 'डिनर पार्टी'चं आमंत्रण असलं, तर 'R.S.V.P.'लासुद्धा उत्तर न पाठवणारे असे काही महाभाग आहेत. सध्याच्या 'डिनर पार्टीज'ना ऐपतीनुसार शंभर ते तीनशे रुपये खर्च येत असावा हा माझा अंदाज. आमंत्रण पाठवणाऱ्याचे तेवढे पैसे फुकट जातात. माणसामाणसांतले हितसंबंध शाबूत ठेवण्याकरिता फार काही करावं लागत नाही. आयुष्यावरच मनसोक्त प्रेम असावं लागतं. आणि जगण्याची संधी दिल्याबद्दलही नियतीपुढे नतमस्तक होणारा, निरहंकारी भाव लागतो. हे ज्याला साधलं, त्याच्या जीवनाची फुलबाग होते.

शिरीषच्या लग्नाची आमंत्रणपत्रिका लिहिण्यापूर्वी एक मजेदार किस्सा घडला.

वाईला गणपती आळीच्या घाटावर श्रीकृष्णामाईच्या उत्सवात माझं कथाकथन होतं. स्पेशल गाडी करून मी, स्मिता शेवडे, भालचंद्र खरे आणि शिरीष रायरीकर वाईला गेलो. वाईचा गणपती आळीचा घाट हे एक निसर्गाचं लेणं आहे. आता वाईसुद्धा आधुनिक व्हायला लागलीय. मुंबईसारखे तिथेही फ्लॅट्स यायला लागलेत. संपूर्ण वाई डी. एस. कुलकर्ण्यांसारख्या बिल्डर्सने आमूलाग्र पद्धतीने मॉडर्न केली तरी चालेल. डी. एस. कुलकर्णी हाही एक चमत्कार आहे. प्रत्येक नवीन स्कीमचं आमंत्रण मला न चुकता येतं. ती आमंत्रणपत्रिका काढायच्या आत त्यांचं दुसरं आमंत्रण दुसऱ्या नव्या स्कीमचं येतं. मनातले इमले पूर्ण व्हायला वेळ लागत असेल, पण 'डीएसकें'च्या वेगवेगळ्या आकर्षक गृहयोजना त्यापूर्वी तयार होतात. त्यांनी आपली नजर वाईकडे वळवली, तर गणपती आळीचा घाट अबाधित ठेवावा, ही वाईच्या ढोल्या गणपतीजवळ प्रार्थना. ह्याच घाटावर बारा फूट रुंद असलेली गणपतीची अवाढव्य मूर्ती आहे. ढोल्या गणपती हे नाव तिच्या आकारावरूनच पडलं.

त्याच घाटावर आम्ही चौघं संध्याकाळचा फेरफटका मारत होतो. आमच्यामागून कॉलेजमधल्या चार-पाच देखण्या युवती गप्पागोष्टी करत येत होत्या. त्यांचे संवाद आमच्या कानांवर सहजी पडत होते. आमचं बोलणंही त्यांना ऐकू जात असावं. मी त्यांच्याकडे निरखून पाहून काहीच पाहिलं नाही असं सराईतपणे दर्शवलं. ह्या बाबतीत माझा अभ्यास दांडगा आहे आणि एवढ्यात कानांवर शब्द आहे,

'ए, वपु बोलतायेत असं वाटतंय.'

हे ऐकताच खऱ्यांनी आम्हाला थांबायची खूण केली. ते त्या मुलींच्या घोळक्यासमोर जाऊन उभे राहिले आणि माझ्याकडे बोट करत ते त्यांना म्हणाले,

'हे स्वतः वपु.'

त्यापाठोपाठ 'अय्या!' ह्यांसारखे शब्द. त्यापाठोपाठ साहजिकच एकत्र बसून गप्पागोष्टी, नंतरचं फिरणं बरोबरच आणि मग एकमेकांच्या कॅमेऱ्यावर फोटो काढणं वगैरे वगैरे.

त्या मुली पुण्याच्या होत्या. त्यांच्यापैकी एकीने विचारलं, 'आम्हाला आमचे फोटो कसे मिळतील?'

मी सांगितलं, 'शिरीषबरोबर पाठवून देईन.'

शिरीषला मी फोटो पाठवले आणि त्याबरोबर शिरीषच्या भाषेत एक पत्र.

प्रिय शिरीष

खरं तर अर्चनाचे फोटोसाठी तू
याचना करशील आणि निराशेनं
प्रवचना,
भजनाच्या मागे लागशील व
वचना
वल्कलाच्या नादू सोडशील, निष्कारण
वंचना करून घेशील ही मला
विवंचना.
म्हणून तिचं छायाचित्र
तिला पाठवलं तर तुला विचित्र
वाटेल,
तेवढ्यासाठी तुझ्या पत्त्यावर
हे पत्र.
मित्र म्हटल्यावर मी असं
छत्र तुझ्यावर धरायला हवं,
मात्र अर्चनाच्या मागे लागण्याचं
सत्र ठेवू नये. त्यासाठी वेगळं
तंत्र वापरावं.
मंत्र शोधावा आणि
यंत्र असं अथक काम करतं, तेच
सूत्र सांभाळावं, नाहीतर
कुत्रं विचारणार नाही.

शिरीषचं जेव्हा लग्न ठरलं तेव्हा केवळ त्याची जिरवण्याकरिता मी राम गणेश गडकरी आणि बाळ कोल्हटकर यांचं कॉकटेल करून एक दीर्घ पत्र पाठवलं.

प्रिय शिरीष,

वीस मे जवळ आली.

अजून विचार कर.

आचार नंतर.

प्रचार तर नकोच. प्रचार करायचा म्हणजे संचार आला.

ह्यापैकी काहीही करायचं ठरवलं तरी 'चार' हवेतच.

एक ते नऊ आकड्यात 'चार' महत्त्वाचा. मागचं अक्षरं बदललं की वेगवेगळे शब्द तयार होतात.

म्हणून तू दोनाचे चार करायला निघालास.

चाराचे नंतर किती, ते अज्ञात.

आपल्या हातात असं म्हणायचं.

पण म्हणजे कायम 'हा-तात'च.

'तात' जात-पात पाहत नाही. 'कात' टाकूनही पान
रंगत नाही.

रंगत नाही म्हणजे संगत नाही.

सगळंच विसंगत.

पारंगत माणसाचाही पाड लागत नाही.

पाड नाही लागत तर माणसाला त्याची चाड हवी.

नाहीतर 'भ्याड' हे लेबल आलंच.

कोणतंही 'लेबल' स्टेबल नसतं.

मूळचा माणूस मात्र 'नोबल' हवा.

'दुर्बल' माणसाला कोण विचारतो?

त्या माणसाला जो तो 'चारतो' कधी 'धूळ' तर कधी खडे.

आपण बोललो तर 'चिमखडे' बोल म्हणून सगळे
दुर्लक्ष करतात.

तसं झालं की आपण कधी 'भक्ष्य' होऊ सांगणं कठीण.

नुसतं 'रक्ष रक्ष' टाहो फोडून उपयोग नाही.

कुणी लक्ष देत नाही.

मग प्रत्येक क्षणी दक्ष राहावं लागतं.

संसार म्हणजे 'दक्ष.'

'आराम' नव्हे.

म्हणून म्हणालो विचार कर. अजून मोकळा आहेस.

संसार तुझा 'ठोकळा' करील.

अंगी नाना 'कळा' आहेत. त्यांना 'अवकळा' येईल

नंतर 'गळा' काढून काय उपयोग? सगळा जोर लावलास तरी 'वेगळा' फरक पडणार नाही. कुणी 'आगळा' प्रकार समजणार नाही.

फक्त 'बगळा'च पाण्यात एक पाय वर करून ध्यान करू शकतो.

बाकीच्यांचं भान हनीमूनपासूनच सुटतं.

भान संपलं की 'शान' संपली. 'शान' गेली की 'मान' गेला. 'जान' कुर्बान करायची ठरवून 'रान' उठवलंस तरी कुणी 'कान' देऊन ऐकणार नाही. बघ्ये लोक फक्त 'छान' म्हणायला टपलेले.

तेव्हा,

तुझ्यासारखा माणूस 'बेसावध' नसावा. 'सावध' हवा. पण तुझीही 'पारध' झाली. आता तू 'फ्री' नाहीस.

फ्री माणूस कुठंही पथारी टाकू शकतो. 'ट्री' चालते किंवा 'कंट्री'ही.

हांऽ, हां, कंट्री म्हणजे 'गाव.'

'गाव' कसं असावं?

त्याला 'हाव' नसावी.

कलेला, कलावंताला 'वाव' असावा.

एक 'घाव' दोन तुकडे करणारा नसावा.

'काव, काव' करणारे टीकाकार नसावेत.

नावाचेच 'राव' नसावेत.

उगीचच 'भाव' खाणारेही नसावेत.

त्या गावात अगदीच 'पाव' खाऊन दिवस ढकलावे लागू नयेत.

तुझ्यासारख्या शब्दांची उठाठेव करणाऱ्याला तिथे भरपूर 'ताव' मिळावेत.

अंत:करणाचा 'ठाव' सुटेल असं काहीतरी तिथे लिहायला गवसावं.

असं गाव मिळतं काय?

नाय.

मग काय म्हणावं?—पुअर 'गाय.'

रिसेप्शनला लावा 'टाय.'

आशीर्वाद देईल 'माय.'

हातावर ठेविल दह्याची 'साय.'

जाता-येता नको 'चाय.'

डोण्ट शाय.

हाय हाय.

लग्नाला 'होय' म्हटलं की नंतर 'हाय हाय.'

हा एकच उद्गार.

गार-गार.

आता 'अंगार' फुलवायचा नाही. आता 'शृंगार.'

रात्रभर.

किंवा भर-रात्री.

गात्रं थकवते ती रात्र.

ह्या रात्रीसाठी 'योग'च यावा लागतो. 'प्रयोग' नाही, हे सप्रयोग सिद्ध झालं. पण त्यासाठी 'आयोग' नेमावा लागला.

पण आता 'वियोग' संपला.

हा 'सुयोग.'

ह्या सुयोगात किती पात्रं?

हा द्विपात्री प्रयोग. त्याहीपेक्षा 'सत्पात्री' प्रयोग.

तेव्हा, बकअप.

एकदम क्लोजअप. सगळ्यांना म्हणायचं शटअप.

मग खप-खप खपायचं.

मात्र 'गप' राहून.

त्यासाठी तर 'तप' केलं.

सकाळीच चहाचा कप.

ही थट्टा नव्हे. पत्र्यावरून पडलास तरी मूळचा तू धट्टाकट्टा.

ह्याला कारण थिएटरचा 'कट्टा.' तरीही 'नाटक्या' हा लागला नाही बट्टा. नाहीतर बोलणाऱ्याला बसला असता 'रट्टा.'

कट्टा संपला की पावभाजीचा चट्टामट्टा.

प्रयोग लावणं हा एक 'सट्टा'च. पण तुझ्या 'हट्टा'साठी नानांनी तुला हीच दीक्षा दिली.

तू तुझी 'कक्षा' मानलीस आणि नोकरीसाठी कधी 'भिक्षा' मागितली नाहीस. नाहीतर अर्ज करता-करता 'रक्षा' झाली असती; आणि 'नक्षा' उतरला असता. ह्या व्यवसायात 'सुरक्षा' नाही. 'रामरक्षा' धावून येत नाही.

म्हणूनच नोकरीचा 'किनारा' हवा, हा सगळ्यांचा 'नारा.'

तो खात्रीचा 'चारा'. अढळ 'तारा'. तिथे साहेबांचा 'पारा'

सांभाळावा लागतो, ते विसरा. त्यासाठी फ्री पासेसचा 'मारा' केला की नोकरीत 'बारा' वाजत नाहीत आणि सस्पेंडचा 'वारा' साहेबाला शिवत नाही. मध्यंतरात 'हारा'चा नजराणा केला की साहेबाच्या प्रेमाच्या संतत 'धारा' कायम.

पण गड्या, ही 'रेस' तू जिंकलीस.

ह्या अवघड 'केस' मध्ये तोंडाला 'फेस' येऊन एकूणच मेस झाला असता. लग्नाला योग्य वेळी 'येस्' म्हणालास आणि गृहस्थधर्माची, गृहस्थाश्रमाची 'वेस' पार केलीस.

विवाहाचं 'चंग' वातावरण आणखी 'तंग' होण्यापूर्वी बांधलास हे छान. आता 'ढंग' संपले. 'जंग-जंग' पछाडण्याची गरज नाही. आता 'रंग' भरण्यात 'दंग' व्हायचं. यू आर 'यंग.'

तेव्हा 'भंग' व्हायची भीती नाही.

तरीसुद्धा तुला संसारात अडकवण्याचा 'कट' कुणाचा रे?

कारण तू 'नट' नसलास तरी पक्का 'खट.' लग्नाला 'चट' कसा तयार झालास?

'तट' कच्चा राहिला आणि ब्रह्मचाऱ्याचा स्वातंत्र्याचा 'पट' उधळला गेला. वधूपक्षाचा 'गट' बाकी तुझ्या मागावर होताच. अशाच एकीची 'वट' लागली. तिने केवळ केसांची एक 'बट' दाखवली. आणि तू 'भट' चकलास.

'बट्' नॅचरल.

आता चेहरा आणखी 'उभट' करण्यात काय पॉईंट?

आता 'जॉईंट' अकाऊंट.

नाऊ डोण्ट काऊंट.

मी मात्र थांबतो.

निरुपाय म्हणून नव्हे, तर हा एकच उपाय म्हणून.

all the best

—*वपु काळे.*

For
Someone Speical

प्रिय आणि माननीय वसंतराव,

आज तुमच्याशी फोनवर बोललो.

कोण हाक मारतो, ह्याला महत्त्व नाही. *व्यक्ती महत्त्वाची, म्हणजे प्रतिसाद देणारी महत्त्वाची.*

महत्त्वाच्या व्यक्तीने प्रतिसाद दिला तर हाक मारणारी व्यक्ती काहीशी महत्त्वाची ठरते.

म्हणूनच,

ह्या चार ओळी

From My House

to Yours.

मी आपल्याला कल्पना दिलीच आहे. आपल्या सांगण्यावरून, आपल्या सोईप्रमाणे मे १९८८ मध्ये शिवाजी मंदिरची तारीख मिळवतो.

थिएटरच्या तारखांचं मुंबईत तीन तीन महिन्यांचं वाटप होतं. त्यात 'ऑन मनी' वगैरेसारखे 'राष्ट्रीय' पातळीवरचे प्रकारही आहेत.

२२ मे १९८८, रविवार रात्र, कथाकथनासाठीच राखीव आहे. आपल्याला मिळाली आहे. हा दिवस आपल्याला सोईचा आहे का?

कळवा.

निमंत्रितांना पत्रं, जाहिरात इत्यादी गोष्टींना अवधी हवा.

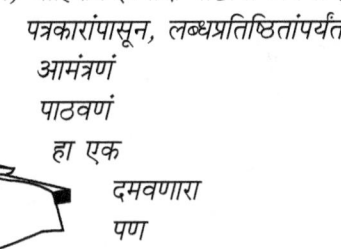

पत्रकारांपासून, लब्धप्रतिष्ठितांपर्यंत,

आमंत्रणं

पाठवणं

हा एक

दमवणारा

पण

सुखद व्याप.

वरील तारीख (२२ मे १९८८) ही तारीख जर आपल्याकडून पक्की झाली

तर

मी हा असा

एका

पायावर

दिल्लीला

येऊन

आमंत्रण

देईन.

वसंतराव,

सगळ्या पृथ्वीची निर्मिती करून झाल्यावर परमेश्वराने स्वतंत्र बुद्धीचं वरदान देऊन 'माणूस' घडवला. कारण त्या प्रज्ञावंत कलावंताला प्रतिसाद देणारा रसिकही प्रज्ञावंतच हवा होता.

माझ्यासारख्या छोट्या कलावंताला आपल्यासारखा जिंदादिल पाहुणा हवा आहे. दिल्लीत मी आपलं कार्यालय पाहिलं.

माझ्यातल्या
आर्किटेक्टने 
आपल्या   कलात्मकतेला
आणि अभिरुचीला   त्याच क्षणी
मनातल्या मनात
'हॅट्स ऑफ   टू यू. असं म्हटलं आणि ज्या

अगत्यशील,
मार्दवपूर्ण वृत्तीने आपण दिलखुलास
स्वागत केलंत
तेव्हा मनात
म्हणालो,

I'M ALL
YOURS

कपाळाला आठ्या न घालणारा,
अभिरुचीसंपन्न, संस्कारक्षम,
हसतमुख चेहऱ्याचा एक तरी
मंत्री दिसावा,
ही माझी इच्छा
महाराष्ट्रात सुशीलकुमारजींनी
आणि 'सेंट्रल'मध्ये आपण
पूर्ण केलीत.
मग
मी

असं का म्हणू नये?
आपला,
वपु काळे.

टेलिफोन हा एक मोठा विषय होता त्या काळात!

बापू म्हणायचे, आकाशात नुसते ढग जरी जमायला लागले तरी फोनला घरात ऊर्ध्व लागतो. आता परिस्थिती तितकीशी बिकट राहिली नाहीये. इलेक्ट्रॉनिक एक्स्चेंजेस झाली आहेत. मोबाईल्समुळे तर MTNL ला जास्तच सतर्क राहावं लागतंय. स्पर्धा निर्माण झाली आहे. घरात फोन असणारी माणसं सर्वात श्रीमंत असा माझा मी लहान असतानाचा समज होता. तेव्हा फोन ही चैनीची वस्तू होती. त्या चैनीचं रूपांतर आता गरजेत झालं आहे.

टेलिफोन सर्व्हिसच्या बाबतीत ठणाणा करणारे आपण सर्वचजण आहोत. पण योग्य वेळी, अत्यावशकता असताना टेलिफोन ऑपरेटरने साथ दिली तर त्या ऑपरेटरचे आभार मानणारे आपल्यापैकी कितीजण आहेत?

२/१०/१९८८

प्रति,
सुपरवायझर,
ऑन डिमांड सर्व्हिस,
प्रभादेवी एक्स्चेंज.
स. न. वि. वि.,

पूर्वी इंद्रपद, अजिंक्यपद, अमरपद मिळवण्यासाठी यज्ञ वगैरे करावा लागत असे. हल्ली टेलिफोन मिळवण्यासाठी तेच करावं लागतं.

त्याप्रमाणे एके काळी टेलिफोन मिळाल्यावर, जणू काही अख्ख्या मुंबईत ऐंशी लाख माणसांत केवळ आम्हीच टेलिफोनधारक असं मानून आम्हाला मिरवणूक काढावीशी वाटली.

आणि त्यानंतर आजतागायत
अनेकदा
ह्या
यंत्राची
खांडोळी
करावीत
इतका
त्याने अंत पाहिला आहे.

साधा लोकल
कॉल
मिळाला
तर
स्वत:वर
खूष होऊन टेलिफोन-भक्तीगीत गावं.
तशा वेळा कमी येतात.
पण ट्रंक कॉल...?
आपली
ही
अशी   अवस्था होईल, पण

ट्रंक कॉल लागायचा नाही.
बिलाच्या बाबतीत तर
टेलिफोन कंपनी
कात्री घेऊनच
बसली
आहे.

स्टेथॅस्कोप
छातीला
लावूनच बिलाचं
पाकीट
उघडायचं.

एकूण यंत्रणेबाबत तक्रार करावी तर कागदपत्रं
कासव आणि
गोगलगाय,
दोघांनी लाजून
आपापल्या मानी
पाठीवरच्या
ढालीत आणि शंखात
घालाव्यात इतक्या
संथ गतीने फिरतात.

ह्या
दिरंगाईबद्दल
आकाशपाताळ
एक
करा.
उपयोग
नाही.
सगळी
यंत्रणा
अशी
Thick
skinned.

डिमांड कॉलसाठी प्रचंड आर्थिक झळ सोसूनसुद्धा,
We will call you back इतकंच ऐकायचं
आणि नंतर काही नाही.

तेवढ्या काळात असा
कुत्र्यासारखा
धावत गेलो तरी
हव्या गावी
जाऊन येईन.

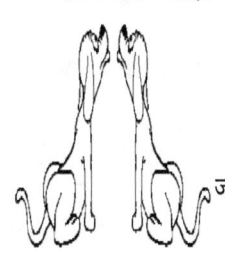

पण अशा अंधःकार, अनागोंदी कारभार,
उर्मट, उद्धट, शोषण करणाऱ्या यंत्रणेत
मन टवटवीत व्हावं, असा चमत्कार

२ ऑक्टोबर १९८८
रोजी, संध्याकाळी
सव्वासहा ते
साडेसहाच्या सुमारास घडला.
ब्रेनट्युमर ऑपरेशनपायी माझ्या

घरात पॅरॅलिसिसचा चौथा अ‍ॅटॅक आलेली माझी पत्नी. आमच्या फॅमिली डॉक्टर पुण्यात त्यांच्या वडिलांना टिटॅनस झाल्यामुळे. 'पार्टनर' कादंबरीची टीव्ही सिरीयल आणि त्याचं शूटिंग-लेखन ह्यात मी पिंजून गेलेलो. अशा कुतरओढीत 'डिमांड सर्व्हिस'च्या काऊंटरवरच्या ऑपरेटरने जर माणुसकी-सहृदयता, सहकार्य आणि न ओरडण्याचं सौजन्य दाखवलं तर काय वाटेल?

पोझिशन नंबर वन
वरची ऑपरेटर
⇦ अशी होती
की
अशी ⇨
काकूटाईप
आहे, हे माहीत नाही.

आणि मला त्यात गम्य नाही.
मदतीचा हात देणारी आणि हाकेला धावून येणारी व्यक्ती आदरणीय असते.
पोझिशन वनला हे धन्यवाद कळवाल का?

तुमचा,
वपु काळे.

लिहिता-लिहिता हाताला शाई लागली, तर ताबडतोब तो डाग साबणाने काढता येतो. निवडणुकीच्या वेळेला 'इण्डेलिबल इंक' वापरली जाते. तो डाग जाण्याकरिता सात-आठ दिवस लागतात, पण एखाद्या नव्या माणसाची ओळख ही अंगावर गोंदवलेल्या एखाद्या टिंबासारखी असते. राजाभाऊ नामक एका संयोजकाच्या संदर्भात त्यांची जी ओळख झाली, ती कातडीवर गोंदण केल्याप्रमाणेच झाली. राजाभाऊ ताम्हणकरांना भेटून तेरा वर्षं झाली, पण अजून मी त्यांना विसरू शकलो नाही. ते स्टेशनवर माझ्या स्वागताकरिता आले होते. राजाभाऊंच्या गाडीत बसून

आमचा पुढचा प्रवास सुरू झाला. पहिल्या दहा मिनिटांत कौटुंबिक आयुष्याबद्दल बोलावं इतके आम्ही निकट आलो. कौटुंबिक आयुष्याचा पुढचा टप्पा म्हणजे वैयक्तिक आयुष्य. खऱ्या अर्थाने हे स्वत:चं आयुष्य. उपेक्षित माणूस इथेच प्रकट होतो. आयुष्याची कठोर परीक्षा घेणारे, सर्वार्थांनी एकाकी करणारे क्षण कोणते? तर प्रपंचात पडलेल्या माणसाच्या संदर्भात प्रेयसीचा प्रवेश होणं. हा त्यातला एक क्षण. आतापर्यंतच्या संकेतानुसार राजाभाऊ ताम्हणकर हे नावही काल्पनिकच आहे. कोणत्याही वाचकाने त्याच्या परिचयाच्या माणसांमध्ये नामसाधर्म्य आढळलं तरीही 'हेच का ते राजाभाऊ' असा विचार करू नये.

हे आवर्जून सांगण्यामागे एकच उद्देश. पुरुष, पत्नी आणि प्रेयसी, त्याचप्रमाणे गृहिणी, तिचा नवरा आणि तिचा प्रियकर असे त्रिकोण आजच्या समाजात साठ ते सत्तर टक्के अस्तित्वामध्ये असतील.

राजाभाऊंची तळमळ आणि तडफड मला त्यांनी त्या विषयाला सुरुवात करतानाच समजली. त्यांचं ज्ञानेश्वरीवरचं प्रभुत्व पाहून मी अवाक झालो होतो. प्रत्येक दहा-पंधरा वाक्यांनंतर राजाभाऊ ज्ञानेश्वरीतला एखादा चरण जाता-जाता सांगत होते. ते स्वत: ज्ञानेश्वरी जगत होते आणि केवळ ह्याच कारणाकरिता आपल्यासारख्या विचारवंताच्या आयुष्यात प्रेयसीचं आगमन व्हावं, ह्या विचाराने ते बेचैन झाले होते. 'मी तिच्यासाठी काही करू शकत नाही' असं ते दोन-तीन वेळा म्हणाले. त्यांचा हा मानसिक तणाव मला पूर्णांशाने समजत होता.

वैद्यकीय शास्त्र कितीही पुढे गेलेलं असलं, अँजियोग्राफी, बायपास सर्जरी, अँजियोप्लास्टीपासून एम्. आर. आय. लेसरपर्यंत, तरीसुद्धा नाडीपरीक्षा हा तितक्याच तोलामोलाचा भाग आहे. आजही करंदीकरांसारखे काही तज्ज्ञ आहेत. मी स्वत: एका वैद्याकडे गेलो. पेशंटने तोंड उघडून व्याधी सांगायची नाही, ही त्यांची पहिली अट होती. माझ्या हाताची नाडी त्यांनी दहा मिनिटं दाबून धरली. मला काय काय होतंय, हे त्यांनीच सांगितलं. त्यांचं निदान किती अचूक असावं? त्यांनी शेवटी मला एक प्रश्न विचारला,

'तुम्हाला पाय चेपून घ्यायला आवडत नाही, पण पायावर वजन घेऊन झोपायला आवडतं ना?'

मी मनातल्या मनात त्यांच्या पायांना हात लावला. मी आजही कधीकधी आडवा होऊन सुहासला माझ्या पायांवर बसायला सांगतो.

हे सगळं मध्येच सांगायचं कारण राजाभाऊंची नाडी मी अचूक पकडली होती. प्रकट शब्दांमागची अप्रकट उत्कटताही माझ्यापर्यंत पोचली होती. राजाभाऊ अतिशय केविलवाणे दिसत होते. तत्त्वज्ञानाची बैठक आणि ज्ञानेश्वरीचा व्यासंग अशा अभेद्य किल्ल्याला असलेली एक हिरकणीची वाट ह्या प्रेयसीला कशी

सापडली आणि आपणही त्या वाटेकडे डोळे लावून कसे बसलो, ह्याचं कोडं त्यांना सुटत नव्हतं. निसर्गाचा अर्थ इथेच कळतो.

मुंबईला आल्या-आल्या मी त्यांच्या बडोद्याच्या पत्त्यावर पत्र लिहिलं–

प्रिय राजाभाऊ,

येणारा पाहुणा कसा असेल ह्याची संयोजकांना काळजी, तर संयोजक कसे असतील, असा विचार करीत मी प्रस्थान ठेवतो. परक्या गावात जाऊन पडल्यावर, कार्यक्रमाचे मोजके तास वगळले तर उरलेल्या अख्ख्या दिवसात संयोजक स्नेहाची फुलवात लावणारे आहेत की 'वात' आणणारे *FOOLS* भेटणार आहेत, ह्याचं काहूर असतं.

काही संयोजक असे. वाजवीपेक्षा जास्त उत्सुकता दाखवणारे.

काही असे स्वत:चीच पिपाणी जाता-येता वाजवणारे.

काही THICK SKINNED.

काही लांबून गंमत पाहणारे.

काही पत्रकार.
उणं काय
ते शोधून
वर्तमानपत्रातून
शंख करून
कंडू शमवणारे.

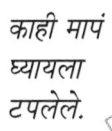

काही मापं
घ्यायला
टपलेले.

तर
काही
कात्रीत
पकडायला
संधी
शोधणारे...

काही
कार्यक्रम
संपताक्षणी
पळ
काढणारे.

काही
नको
त्या
तपशिलात
डोकावणारे.

काही
कमालीचे
संथ,
कंटाळवाणे.

काही
कुणासाठीही
न थांबणारे.

काही
तोंडदेखलं
हॅ: हॅ:
करणारे.

म्हणूनच घर सोडताना
ह्या ट्रिपमध्ये
ह्यापैकी
कोण, ह्या विचाराने
मी असा असतो.

घर सोडून धावून धावून सर्वत्र कार्यक्रम करावेत असं खरं तर वाटत नाही. मन, आजारी असलेल्या सौभाग्यवतीपाशी ठेवून नाईलाजाने बाहेर पडतो. ह्या अशा विव्हल मन:स्थितीत चांगली माणसं भेटणं ही एक नितांत आवश्यक बाब झाली आहे. नाहीतर पोरकेपणाची भावना आणि एकाकीपणाचं काहूर जीव नकोसा करतं. मन इतकं हळवं ठेवून कसं चालेल?–हा प्रश्न स्वत:ला विचारता-विचारता वयाची पंचावन्न वर्षं झाली. ज्ञानेश्वरी आधार देईल असं वाटतं. पण ती उमगत नाही. कोलाहल थांबत नाही, मार्ग दिसत नाही. ही यात्रा संपावी, संपवावी इथपर्यंत विचार धावतात.

मला आवडणारं आयुष्य आता माझ्या वाट्याला येईल, ह्याची अपेक्षा न ठेवता पत्नीच्या संगोपनाची जबाबदारी मी आनंदाने पार पाडीन.

इथे पुन्हा तुम्ही म्हणाल 'मी करीन' ह्यात अहंकार आला.

हे असं होतं. ह्यासाठी ज्ञानेश्वरी हवी.

माननीय वि. स. पागे, कविराज शंकर वैद्य, वसंत बापट, शांता शेळके ह्या मंडळींनी संतवाङ्मयाचा अभ्यास केला. त्याशिवाय काही व्यासंगी परिचित आहेत. ही माणसं किती स्थिर असतील नाही?

अशाच एका वळणावर तुम्ही भेटलात. बोललो कमी, पण जाणून खूप घेतलं, ही गोष्ट खरी. 'घायल की गति घायल जाने' ह्या एका फ्रिक्वेन्सीवर आपण

आलो. जेव्हा आपल्याला सावरणारी एखादी जबरदस्त व्यक्ती भेटते तेव्हा आणखी वेगळा परमेश्वरी साक्षात्कार कशाला हवा?

हा प्रश्नही मी स्वत:ला विचारतो.

मग यातना कशाच्या?

तर आपल्याला सावरणारी, हाक मारण्यापूर्वीच धावणारी व्यक्ती स्वत:ही अनिवार्य ताण-तणाव सोसत असते, खपत असते, चंदनासारखी झिजत असते, खचून जात असते तेव्हा जिवाची उलघाल होते. मग स्वत:साठी जरी नाही तरी त्या व्यक्तीसाठी तरी जी वरची शक्ती आहे, ती भेटावी, तिच्या अस्तित्वाचं ज्ञान व्हावं असं वाटत असतं. आपल्यासाठी सर्व पातळ्यांवर जीव पणाला लावणारी व्यक्ती अशाच मानवनिर्मित समस्यांशी सामना देत असते. एका मानवाने निर्माण केलेल्या समस्या, दुसरा मर्त्य जीव कशा निवारणार? तुमच्या चेहऱ्यावर हा भाव मला सतत दिसत होता. कोणत्याही शस्त्राने जेव्हा समस्येचा नि:पात होत नाही, तेव्हा अस्त्रच वापरावं लागतं. म्हणजे यंत्र, तंत्राला मंत्राची जोड देणं आलं.

मंत्र म्हणताक्षणी ज्ञान, उपासना, सातत्य, गुरू सगळं आलं. मला ज्ञानेश्वरी मुद्दाम वाचायची गरज नाही, असं तुम्ही म्हणालात. मीच केलेली शब्दनिर्मिती जेव्हा मला सावरू शकत नाही, तेव्हा 'शब्द बापुडे केवळ वारा' ह्यातला तथ्यांश जाणवतो, नव्हे भेडसावतो.

भीती वाटते ती अंतराची, उंचीची.

वयाची पंचावन्न वर्षं यंत्रतंत्रात घालवली. आता नंतरच्या तुटपुंज्या आयुष्यात 'मंत्राची' आराधना करायला काळ सवड देईल का?–ह्या सगळ्या पसाऱ्यात आपण नकळत अडकतो. काठावरची माती प्रथम भिजते. मग प्रवाहाबरोबर सैल होऊन वाहत जाते. मग तिला प्रवाहापासून वेगळं असं काढता येत नाही. 'गाळ' म्हणून प्रवाहच तिला पुन्हा काठावर आणून टाकतो. ह्या जीवनप्रवाहाची सवय अंगी मुरलेला गाळ 'निरुपयोगी' म्हणून काठावर फेकला जातो. जिथून निघतो तिथलं जवळ काही उरत नाही. मात्र प्रवाहातले अनुभव जवळ असतात. पण ते सगळे मागच्या प्रवाहातले असतात. आपल्यानंतरच्या माणसांचे प्रवाह आपण जिथे गाळ होऊन पडतो तिथून पुढे सुरू होतात. तेव्हा त्या गाळाचं कोण ऐकणार? सूर्याच्या चटक्यांनी गाळ कोरडा, शुष्क होतो.

सगळं आयुष्य असंच.

जिथून निघतो अशांची साथ संपते. आई, बाप मागे राहतात. जे जवळचे मानतो त्यांचे प्रवाहच बदलतात. मुलं तर पाटच काढतात. आणि एखादा वेगळा समानधर्मी प्रवाह समजा आपल्याला येऊन मिळालाच तर प्रवाहाचं प्रवाहपण संपतं.

प्रवाहाचा 'प्रवाद' होतो. मग उरतात केवळ वाद, वितंडवाद.

एखादीच व्यक्ती अपवाद म्हणून पाठीशी उभी राहते. पण तोपर्यंत कधीकधी सगळा अट्टहासच संपलेला असतो. अशा काळात तुमची भेट झाली.

कोरड्या पडलेल्या काठावरच्या मातीवर पुन्हा एक सर पडली. मन ओलं झालं. पण आता सगळंच वारंवार पारखून घ्यावंसं वाटतं. कारण वारंवार अशा नव्या सरी येऊन त्याला पुन्हा प्रवाहाचं रूप येईल का ह्याची भीती वाटते. पूर्वी ह्या प्रवाहाची ओढ वाटायची.

आता खळाळणारे प्रवाह काठ न सोडता पाहावेसे वाटतात. कोसळणाऱ्या धारा वरच्यावर धरून सोडून दिल्या जातात. आता ह्या बाहेरून बरसणाऱ्या धारांची भीती वाटत नाही. 'आपण इतके निर्लेप होतो का?' ह्या विचारांनी जेव्हा डोळ्यांचे काठ ओले होतात तेव्हा ही राजापूरची गंगा पुन्हा प्रवाहात, ही काठ पकडून बसलेली माती लोटेल का–ह्याची भीती वाटते.

कारण,
तुमच्यासारखा
एखादा
म्हणायला
लावतो.

जरा पुन्हा ओलावा आढळला
की स्थिर किनारा सोडून आम्ही शरणागती पत्करतो
आणि नव्या प्रवाहाला म्हणतो,

शेवटी हा आमच्या मातीचा गुण आणि गुणदोष.

–वपु काळे.
१ फेब्रुवारी १९८८.
पहाटे ४॥.

८/५/८६

प्रिय वपु,
सा. न.,

खूप दिवसांपासून तुम्हाला पत्र लिहायची इच्छा होती, पण धीर होत नव्हता.

शेवटी आज 'Mistakes are friends of improvement' असं म्हणून पत्र लिहीत आहे.

मला 'पार्टनर' एकदम पसंत पडला. तसेच 'चिअर्स'मधले, T. T., डॉ. श्रीखंडे, सुधीर मोघे ह्यांच्याबद्दल एक वेगळाच आदर वाटला.

नानांना सर्व 'कर्मचारी' जवळपास वावरताना जाणवत होते. नाना 'कर्मचारी' पुस्तकावर एकदम खूष आहेत.

तुम्हाला भेटायची खूप इच्छा आहे, पण इतक्यात तरी परीक्षेमुळे येऊ शकत नाही.

वपु, एक विनंती आहे. please उत्तर पाठवा. उत्तर न आल्यामुळे, वजनाच्या काट्यावर २५ पैसे टाकावे व उत्तराचे (वजनाचे) तिकीट न आल्यावर जशी गोची होते तसं होतं. बाकी सर्व ठीक. मोठ्यांना नमस्कार.

तुमचा,
मोहन.

गेल्या सोळा वर्षांत काळ अत्यंत झपाट्याने बदलला. माणसं बदलली. माणसांच्या मूळ वृत्ती कुठल्या? स्वभाव कोणता? हे शोधणं अत्यंत जिकिरीचं झालं. मारुती गाड्या आल्या. कॉलेजमधले विद्यार्थी सुझुकी, हिरो होंडा, कायनेटिक अशा दुचाकीवरून कॉलेजमध्ये जाऊ लागले. अनेकांच्या खिशात मोबाईल फोन दिसतात. त्याचं त्यांना प्रदर्शन मांडावंसं वाटतं. मी हे विधान केलं. त्याला तसंच

एक कारण आहे. मी पुण्याहून मुंबईला येत होतो. डेक्कन क्वीन राईट टाईम होती तरीसुद्धा जीनची पँट घातलेल्या एका युवकाने खिशातून मोबाईल काढला. कानाला लावत तो एकच वाक्य बोलला,

'आई, गाडी राईट टाईम आहे. आता कुर्ल्याला आलीय. येतोच घरी.'

गाडी लेट असेल तर हा फोन मला समजू शकतो. चार-पाच प्रवाशांचं, माझ्यासहित त्याच्याकडे लक्ष गेल्यावर मोबाईलची खरेदी सार्थकी लागल्यासारखं त्याला वाटलं. जीनची पँट हा माझ्या बाबतीत एक चिंतनाचा विषय आहे. मी आणि माझे मित्र त्याला ताडपत्रीची पँट म्हणतो. असं म्हणतात की, जितक्या ठिकाणी तिचा रंग उडालेला असेल, तेवढी ती पँट भारी. सिगरेट, बिअरबार, फास्ट फूड ह्या तर जीवनावश्यक गरजा झालेल्या आहेत. नवल वाटतं ते ह्याचं की, ह्याचं वयोगटातल्या मुलांच्या सिद्धिविनायकासमोरच्या रांगाही रोज वाढत आहेत. कॅसेट्सच्या जमान्यात आता गायत्रीमंत्रापासून रामरक्षा, अथर्वशीर्ष, गणपतीच्या आरत्या ह्यांचाही समावेश झाला आहे. हे संमिश्र चित्र नेमकं कशाचं समजायचं? आजच्या नामवंत गायकांच्या भक्तिगीतांच्या कॅसेट्स दर महिन्याला प्रकाशित होतात. ही सगळी पिढी मनातून धास्तावलेली आहे का? गणेशोत्सवात गुरुजी मिळत नाहीत, म्हणून गजाननाची प्राणप्रतिष्ठा 'गणेश चतुर्थी'ला करण्यासाठी संपूर्ण पूजाविधी सांगणाऱ्या कॅसेट्सुद्धा मिळतात. पूजा सांगून झाल्यानंतर गुरुजींना देण्यात येणारी दक्षिणा टेपरेकॉर्डरपुढे ठेवायची.

हे झालं आजचं चित्र, पण ह्याचा पायोनियर माझ्या माहितीप्रमाणे अनंत कुळकर्णी आहे. १९८४ साली त्यांनी 'अष्टविनायक' आणि 'शुभंकरोती' ह्या दोन कॅसेट्स काढून माझा अभिप्राय मागितला.

मी कळवलं–

६/१/१९८४

प्रिय अनंत,

'अष्टविनायक' आणि 'शुभंकरोती' ह्या कॅसेट्स ऐकल्या.

काव्यरचना, संगीतरचना आणि निरनिराळ्या कलावंतांचा आविष्कार ह्या सगळ्याला महाराष्ट्रातला रसिकवर्ग आणि जनताजनार्दन योग्य न्याय जरूर देईल. ह्या सर्व निर्मितीत डावं काय उजवं काय, ह्यात मतभेद वा वेगवेगळी मतं मांडली जाणारच.

ते अपरिहार्य आहे.

आवश्यकही आहे.

कौतुक आहे ते तुमच्या धाडसाचं.

परमेश्वर आहे की नाही ह्याचा शोध मानवी प्रयत्नापल्याड आहे.

भक्त मात्र जरूर आहेत.

जोवर भक्त आहेत तोवर भक्तिस्थानांना मरण नाही.

भक्तिस्थानापाठोपाठ स्थानमाहात्म्य आलं.

अष्टविनायक ही त्यातली महत्त्वाची नाडी. तुमची त्या बाबतीतली नाडीपरीक्षा अचूक ठरावी.

स्थानमाहात्म्य म्हटलं की आख्यायिका आल्याच.

चमत्काराशिवाय माणूस नमस्कार करीत नाही, म्हणून 'चमत्कार' हा आख्यायिकांचा स्थायिभाव ठरला. अष्टविनायकाच्या यात्रेत अशा आख्यायिका आहेतच.

प्रश्न तो नाही.

शक्तीचं दर्शन झालं की माणसाने नतमस्तक व्हावं हे महत्त्वाचं.

देवातल्या माणुसकीला माणूस सलाम करतो.

माणसातलं देवत्व तो कधी ओळखायला शिकेल का?

मी त्या दिवसाची वाट पाहत आहे.

आज समाधान इतकंच की, 'अष्टविनायक' म्हटलं की क्षणभर त्याला विघ्नहर्ता आठवतो आणि 'शुभंकरोति' म्हटलं की त्याचे पाय थबकतात.

पूर्वी हा संस्कार घरातली वृद्ध, वयस्कर मंडळी करीत होती. ट्रॅन्झिस्टर्सच ते चालते-बोलते. त्यांना आपण 'हम दो, हमारे दो' सप्ताक्षरी मंत्राने घालवलं. 'गरिबी हटाव' ह्या षडाक्षरी मंत्राने गरिबी मुळीच हटली नाही. पण 'हम दो...' ह्या मंत्राने गरीब, वयस्कर मंडळी मात्र लांब राहिली.

आता तुमची ही 'इलेक्ट्रॉनिक आजी' शुभंकरोति म्हणत आली आहे. ह्या म्हातारीची घरातल्या 'हम दों'ना उठबस करावी लागणार नाही. तिचे उपासतापास सांभाळावे लागणार नाहीत. तिचं तोंड तर कधीही बंद करता येईल.

पॉप संगीत, ढिशाँव ढिशाँव चित्रपट आणि कॉन्व्हेंटच्या मेणबत्त्यांच्या प्रकाशात ह्या इलेक्ट्रॉनिक आजीला आपला लामणदिवा सांभाळायचा आहे. एका संस्कृतीत वाढदिवसाला दीप (मेणबत्त्या) विझवतात, तर एका संस्कृतीत दीप प्रज्वलित करून ओवाळतात. एका संस्कृतीत दीप विझवल्याबरोबर शस्त्राने कापाकापी असते, तर आपल्या संस्कृतीत आपण भाळी कुंकुमतिलक लावतो.

अशोक,

आजीच्या हातात लामणदिवा देण्याचं मोठं कार्य तुम्ही केलंतच. ज्या पिढीची वाट प्रकाशात उजळून निघावी असं तुम्हाला वाटतं,

त्या पिढीने तुमच्या भाळी यशाचा कुंकुमतिलक लावावा ही अष्टविनायकाजवळ प्रार्थना.

त्यासाठी तुमची कॅसेट घरोघरी पोचली पाहिजे. पॉप, डिस्को, हल्लागुल्ला गाणी ह्यांपैकी माझा कशावरही घुस्सा नाही. जे माणसांपर्यंत प्रथम पोचतं, वेगाने भिडतं आणि विचार करायला लावत नाही, तेच झटपट रुजावं हा आजचा धर्म आहे. आपण त्या वेगाने म्हणूनच प्रथम पोचण्याचे यत्न करायला हवेत.

मला स्वत:ला 'कोटीच्या कोटी उत्तरेकडे उड्डाणे करणारा मारुतीराया' आणि चंद्राकडे झेपावणारं रॉकेट सारखं वाटतं.

दोन्हींकडे शक्तीचा प्रत्यय आहे. म्हणूनच हनुमानस्तोत्राचा छंद जोपासला गेला, शक्तीच्या उपासनेचा मंत्र गवसला की रॉकेटची पूजा फार अंतरावर नाही.

मनाचं कार्य हलके हलके बुद्धीकडे सोपवायचं.

आज तुम्ही 'मनाला' हात घातला आहात. प्रार्थनेने मनाची शक्ती वाढते. ते कार्य 'अष्टविनायक' आणि 'शुभंकरोति' ह्या जुळ्या बहिणींकडून घडो.

तुमचा,
वपु काळे.

अशाच एके दिवशी काहीतरी चाळा म्हणून 'मरण म्हणजे काय?' हे समजायला लागल्यापासून आपल्याला किती माणसं कायमची सोडून गेली, ह्याची मी यादी केली. मी पाहिलेला पहिला मृत्यू माझ्या वयाच्या दहाव्या वर्षी. डेक्कन जिमखान्यावरच्या आमच्या बंगल्याच्या समोर ठेंगडींचा बंगला होता. भाऊबंदकीमुळे त्यांना तो विकावा लागला. आफ्रिकेला राहून मायदेशी वास्तव्य करायचं म्हणून आलेल्या अलूरकर नावाच्या गृहस्थाने तो बंगला घेतला. त्यांचा मुलगा शरद. तो तडकाफडकी गेला. माझ्याच वयाचा होता. शेवटचं दर्शन घेण्यासाठी त्याला जवळून पाहण्याची हिंमत माझ्यात नव्हती. आणि कुणी तसं सुचवलं पण नाही. बाप अत्यंत तिरसट आणि माणूसघाणा. आमच्या घराच्या जाळीतूनच त्याची प्रेतयात्रा मी बघितली. तिथपासून मी जेव्हा यादी केली, तेव्हा तो आकडा २१२ च्या घरात गेला. म्हणजे गेल्या साठ वर्षांच्या कालावधीत सरासरीने दर दीड ते दोन महिन्यांनी मी एक एक आप्त गमावलेला आहे. ह्या यादीमध्ये निशिगंध प्रकाशनाचे चिं. शं. जोशी ह्यांचं नाव मला लिहावं लागेल, ह्याची मला कल्पना नव्हती. 'हेक्स्ट' ह्या जर्मन कंपनीत ते नोकरीला होते. गोरापान वर्ण, गोल चेहरा आणि सतत हसतमुख. वाङ्मयाची आवड म्हणून त्यांनी 'निशिगंध' नावाचं मासिक काढलं. मासिक जेमतेम सहा ते आठ पानी असायचं. वार्षिक वर्गणी होती दोन रुपये. मी ग. वा. बेहेरे आणि जोशी ह्यांची मुद्दाम ओळख करून दिली. ग. वा.

नेहमी त्यांची चेष्टा करायचे. एकदा जोशींनी ग.वां.ना विचारलं,

'मासिक कसं काय वाटलं?'

गवा म्हणाले,

'मासिक वाचायला सुरुवात करेपर्यंत तुमचा अंकच संपतो, तेव्हा अभिप्राय काय देऊ?'

पण जोशी स्वत:च्या उपक्रमावर खूश होते. त्यांनी सांगितलेली एक गोष्ट तर नाकारता येणारच नाही. ते म्हणाले होते,

'वार्षिक वर्गणी दोन रुपये ठेवली. आज साडेचारशे माणसं दोन रुपयांची मनिऑर्डर करण्यासाठी पोस्टामध्ये जातात हीच अचिव्हमेंट नाही का? त्या कालखंडात त्यांच्या मासिकासाठी वि. आ. बुवांनी खूप मदत केली. ठाण्यात भरलेल्या साहित्य संमेलनामध्ये जोशींचा सिंहाचा वाटा होता. जर्मन कंपनीत नोकरी केल्यामुळे म्हणा किंवा स्वत:च्या अंगभूत शिस्तीमुळे म्हणा, जोशींनी संमेलनाची शिस्तबद्ध तयारी केली होती.

'निशिगंध' अंकाची दिवाळीसाठी तयारी सुरू झाली. मी त्यांना विचारलं,

'साहित्य काय देणार?'

ते म्हणाले,

'गंगाधर गाडगीळ, अरविंद गोखले, दि. बा. मोकाशी, श्री. ज. जोशी, शं. ना. नवरे, विद्याधर पुंडलिक, मधु मंगेश कर्णिक, वसंत कानेटकर, व. पु. काळे, विजय तेंडुलकर इतकी नावं अनुक्रमणिकेत एकत्र वाचायला मिळाली तर त्याचेच दोन रुपये होतात.'

चिंशंच्या घरच्या बैठकी ह्या रात्री सुरू होत असत. एकदा रात्री बाराच्या सुमारास मला चिंशंची आठवण झाली. मी वसुंधरेला विचारलं,

'ठाण्याला येतेस का?'

ती माझ्यापेक्षा दुप्पट उत्साही.

रात्री साडेबाराला आम्ही जोशींच्या घरी पोचलो. बेल वाजवता क्षणी दार उघडलं गेलं. मी विचारलं,

'अवेळी आलो का?'

जोशी हसत-हसत म्हणाले,

'आता तर कुठे सुरुवात आहे. आता एकेकजण येतील.'

त्याप्रमाणे अशोक चिटणीस, श्याम द्विवेदी आणि काही नेहमीचे चेहरे दहा-दहा मिनिटांच्या अंतराने आले आणि जोशींचा दरबार हाऊसफुल्ल झाला. पहाटे साडेचार-पाचच्या सुमाराला वहिनींनी सगळ्यांसाठी कालवलेला दहीभात आणला. जोशींची ही एक खासीयत. ते दिवसातून लहर आली की दोन-तीनदा दहीभात

खायचे. दहीभातामुळे ॲसिडिटी होत नाही, हा त्यांचा लाडका सिद्धान्त. असा हा राजबिंडा, अजातशत्रू माणूस ॲसिडिटीमुळेच जावा हा दैवदुर्विलास.

माणसासारखी आणि मित्रांसारखी धनसंपदा नाही. चालत्या-बोलत्या माणसाच्या सहवासात राहायला मिळणं, ह्यासारखं वैभव नाही. हवी असलेली व्यक्ती अकल्पितपणे समोर आली, म्हणजे आपण पटकन् म्हणतो,

'देवासारखा आलास.'

देव ह्या संदर्भातली आपली संकल्पना, आपण आपल्या हयातीत पुरी करू शकणार नाही. आपण निर्माण केलेली कल्पना ही आपल्यापेक्षा मोठी होऊच शकणार नाही आणि तरीसुद्धा अपेक्षित व्यक्ती योग्य वेळेला भेटल्यावर तोंडून शब्द फुटतात, ते हेच की, 'देवासारखा आलास!'

चि. शं. जोशी कधीही भेटले तरी हेच शब्द ओठांवर येत राहिले. जिताजागता माणूस म्हणजे चैतन्याचं रूप. परिपूर्ण आनंद देण्याचं सामर्थ्य म्हणूनच मित्रांच्यामध्ये असतं. माझीही खूप दिवसांत भेट न झाल्यामुळे जोशींनी मला एक पत्र पाठवलं. जोशी नेमके कसे होते, हे सांगता येणं कठीण आहे. शब्दांचं अपुरेपण इथे छळत राहतं. शेवटी हेच म्हणावं लागतं की, ज्यांनी जोशीला पाहिलं नाही, त्यांच्यापर्यंत जोशींना शब्दांतून नेता येणार नाही आणि ज्यांनी त्यांचा सहवास लुटलाय, त्यांना सांगायची आवश्यकता नाही.

त्यांचं पत्रही तितकंच बोलकं आहे.

C.S.JOSHI
B.Sc.(Hons.), M.Sc. (Tech), A.I.C.

8, RAMA NIVAS,
OPP. SCHOOL NO.19,
VISHUNAGAR,
NAUPADA,
THANA 400 602
TEL. : 595749

हरवले आहेत

पूर्ण नाव वसंत पुरुषोत्तम काळे. वय सुमारे ४२. मध्यम उंची, रुबाबदार कपडे. लेखक आहेत असे आसपासचे व ओळखीचे समजतात. चटकन स्नेह व्हावा असे व्यक्तिमत्त्व. सुमारे एक-दीड महिन्यापूर्वी 'डोके दुखते आहे, ॲनासिन घेऊन टीव्हीवर जाऊन येतो' असे सांगून गेले. तेव्हापासून पत्ता नाही. सिनेमाच्या गोष्टी लिहिण्याच्या छंदापायी रजा घेतली असा ऑफिसातल्या मंडळींच्यात समज आहे. घरी फोन केल्यास 'झोपले आहेत' एवढेच उत्तर येते. या गृहस्थाचा

ठावठिकाणा माहीत असणाऱ्यांनी वरील पत्त्यावर फोनने कळवावे. योग्य वाटल्यास इनाम देऊ.

प्रिय वसंत, वारंवार भेट न झाल्याने सर्वजण काळजीत आहेत. चिंतामण चिंतेत, अशोक शोकात व डॉक्टर (द्विवेदी) आजारी असल्यासारखे दिसत आहेत. तरी तात्काळ माणसांत यावे. झाले गेले विसरून. इकडे कुणीही रागावणार नाही याची खात्री बाळगावी.

–सर्वजण.

जोशींच्या पत्रात ॲनासिनचा उल्लेख आहे. त्याचाही एक किस्सा आहे. एकदा अरविंद गोखल्यांचा मुलगा आनंद माझ्याकडे आला. तो त्या वेळी जाहिरात वगैरे विभागात काम करत असावा. तो मला म्हणाला,

'कोणत्या तरी अनोळखी माणसाचा चेहरा वापरून, 'मी ॲनासिन घेतलं आणि दोन मिनिटांत बरा झालो' अशी जाहिरात केली, तर त्याचा फारसा परिणाम होत नाही. म्हणून आमच्या साहेबाने सांगितलंय की, एखाद्या समाजमान्य व्यक्तीचा जाहिरातीकरिता फोटो मिळवता आला तर तो मिळवा. तुम्ही असा एखादा फोटो द्याल का?

अरविंद गोखल्यांचा मुलगा म्हटल्यावर माझ्या मनात 'सॉफ्ट कॉर्नर' होताच. आणि त्याहीपेक्षा अशा जाहिरातीचा नेमका काय परिणाम होणार आहे, जाहिरात कशी येणार आहे हे मला काहीच माहीत नव्हतं. जाहिरातीत मी आणि स्वाती होतो. स्वाती तेव्हा सहा-सात वर्षांची होती. आमच्या दोघांची जाहिरात छापून आली.

'ॲनासिन घेतलं. बरं वाटलं आणि दोन मिनिटांत टीव्हीवरचा शॉट ओके झाला!'

मला वाचकांची निषेधाची पत्रं आली. पण त्या पत्रांत निषेधापेक्षा आपलेपणाच जास्त डोकावत होता. वाचकांनी प्रश्न विचारले होते,

'उद्या कुसुमाग्रज कोकाकोलाची बाटली घेऊन कोक घेतला आणि दिवाळीकरिता कविता लिहिली' अशी जाहिरात पाहायला आम्हाला आवडेल का?'

जाहिरातीतलं गांभीर्य त्या वेळेला मला समजलं.

श्री. व. पु. काळे यांसी,
कृ. सा. न. वि. वि.,

मी आपली पुस्तकं नियमित वाचतो. मी आपल्या यंदाच्या काही दिवाळी अंकांतील कथाही वाचल्या आहेत. मला त्या फार आवडल्या. माणसाला अनेक

छंद असतात, तसा मला नामांकित साहित्यिकांच्या स्वाक्षऱ्या जमवण्याचा छंद आहे. माझ्या संग्रहामध्ये आपल्या स्वाक्षरीशिवाय शोभा येणार नाही. तरी कृपया आपली स्वाक्षरी पाठवावी, ही विनंती.

आपला,
चि. विजय गजानन गोखले.

अनेक वाचक आणि कार्यक्रमाला येणारे श्रोते मला एक प्रश्न विचारतात,

'तुमच्या मुलामध्ये तुमची लेखनकला उतरली आहे का?'

मी 'हो' म्हणून उत्तर देतो.

स्वातीजवळ लेखनगुण आहेत. ती Extrovert आहे. तिच्या बोलण्यातदेखील सूत्रबद्धता असते. तिच्या चार-पाच कथाही प्रसिद्ध झालेल्या आहेत. प्रत्येक कथेतला विषय वेगवेगळा होता. पण तिने लेखनाकडे गांभीर्याने लक्ष दिलं नाही. सुहासकडेही त्याचे असे स्वतंत्र विचार आहेत. त्याचा एक नमुना सांगावासा वाटतो.

वयाच्या सतराव्या वर्षीचं हे पत्र. विजय गजानन गोखले ह्या वाचकाचं मला पत्र आलं. काही कथांची भलावण करणं आणि शेवटी लेखकाची स्वाक्षरी मागणं अशा स्वरूपाची जशी पत्रं येतात, त्या टाईपचं हे पत्र आहे. राम मंदिर रोड, (गुरुकृपा), ठाणे ह्या पत्त्यावरचं पत्र. पत्र १९७२ साली आलेलं. विजय गोखले ते आता विसरूनही गेला असेल. पण वयाच्या सतराव्या वर्षी सुहासने परस्पर पाठवलेलं उत्तर अजून माझ्या संग्रही आहे. सुहासने पाठवलेलं पत्र अजून माझ्याकडे झेरॉक्स रूपाने आहे. ते पत्र असं–

आपण आपल्या नावामागे 'चि.' लिहिलं असल्याने आपण लहान असणारच. पण 'चि.' लावल्याने त्याचा अंदाज येत नाही. मी सुहास काळे. श्री. व. पु. काळ्यांचा १७ वर्षं वयाचा मुलगा. तुमच्या दृष्टीने 'चि.' असेन की काय ते तुम्हीच ठरवा. आपण 'चि.' असल्यास आशीर्वाद, मी 'चि.' असल्यास नमस्कार!

बहुतेक तुम्ही या पत्राच्या उत्तराची आशाच सोडली असणार. सॉरी हं! पण ऑफिसच्या कामाच्या गडबडीत कथा कशा व आजपर्यंत एवढ्या कथा कशा लिहिल्या गेल्या हे खुद्द माझ्या वडिलांनाच ठाऊक नाही. 'जोर' आला की कथा लिहायची. मग रात्र असो, दिवस असो. हे असं आहे. त्यात तुमच्यासारख्याने असं पत्र पाठवलंत की ते आम्हा मुलांना (मला एक धाकटी बहीणही आहे. चि. स्वाती.) दाखवून वाचून दाखवणं हा कार्यक्रम झाला की ताबडतोब दुसऱ्या कामाची आठवण होते. मग सवडीने सर्व आवरायला घेतलं की हे असं पत्र मिळतं.

मिळाल्यावर आपल्या आळसाची लाज वाटते.

तरी तुम्ही रागावणार नाहीत ना?

माझ्या वडिलांचे ठाण्यात बरेच कथाकथनाचे कार्यक्रम झालेत. त्याला तुम्ही आला असालच. पण तरीही या पोस्टकार्डवर सही पाठवल्यावर तुमच्यावर हे पोस्टकार्ड कापून ते आपल्या स्वाक्षरी-वहीत चिकटवायला लावणं हा अन्यायच आहे. आपण सवडीने घरी आलात तर आम्हास अतिशय आनंद होईल.

तेव्हा मात्र आपणास माझे वडील नक्कीच सही देतील. पत्र 'फारच लवकर आलं' याबद्दल अगणित वेळा क्षमस्व.

आपला,
सुहास.

दादाने जसं वाचकाच्या पत्राला परस्पर उत्तर पाठवलं तसंच एकदा आईनेही पाठवलं होतं. आई उत्तम टीकाकार होती. समीक्षक होती हे मी अगोदरच सांगितलंय. जे तिला अयोग्य वाटेल ते ती बिनदिक्कत सांगून टाकायची. बापूंना वाईट वाटेल का, असा विचार न करता! पण जर कुणी परक्यांनी बापूंवर, ते बरोबर असताना जर काही आरोप केले तर तिला ते सहन व्हायचं नाही. ती योग्य रीतीने त्या आरोपाचा परामर्श घ्यायची.

९/११/१९८५

प्रिय सौ. सुखदाताई,

सप्रेम नमस्कार,

तुमचं ७.९ चं पत्रं मिळालं. 'वपुर्झा' वाचून तुम्हाला झाला तेवढाच आनंद तुमचं पत्र वाचून आम्हाला झाला.

एक सांगते, पुढे येण्यासाठी वपुंना 'वपुर्झा' काढावं लागलं नाही. त्यापूर्वीही त्यांचं साहित्य काही पारितोषिकं घेऊन पुढे आलं. तुमच्या एका प्रश्नाचं उत्तर असं की, 'वपुर्झा'मध्ये सगळे विचार वपुंचेच आहेत. दुसऱ्यांच्या विचारांवरून स्वत:च्या नावाचं पुस्तक काढायला वपु एवढे 'हे' नाहीत. त्यांचे काही विचार खूप आवडले हे कळवलंत. त्यात तुमचं मोठेपण दिसून आलं.

तुमच्या विचारांच्या
पुस्तकाची वाट पाहणारी,
सौ. वसुंधरा काळे.

मला खरोखरच आश्चर्याचा धक्का बसला. जेव्हा बापूंनी माझी, दादाची जुनी पत्रं माझ्यासमोर ठेवली आणि म्हणाले,

‘ही पत्रं मी प्लेझर बॉक्स-भाग २ मध्ये छापत आहे.’

ती पत्रं वाचता-वाचता मी भूतकाळात एक छानशी फेरी मारून आले.

‘श्रमसाफल्य!’

ती. अण्णांच्या श्रमांचं साफल्य झालं. दगडी, प्रशस्त अंगण असलेला बंगला. चाळीतल्या दीड खोलीत राहणाऱ्या मला आणि दादाला एवढं मोठं घर म्हणजे अप्रूप वाटायचं. आजही तो बंगला जसाच्या तसा नजरेसमोर तरळतो. डेक्कन जिमखान्यावरून सरळ प्रभात रोडला जायचं. लिज्जत पापडच्या त्या काळच्या फॅक्टरीसमोरचा बंगला तो श्रमसाफल्य! फाटक-अंगण-चार पायऱ्या दरवाजा-ओटी-माजघर-पडवी-मागचं अंगण आणि अंगणातलं तुळशीवृंदावन! जर सर्व दरवाजे उघडलेले असतील तर फाटकातून थेट तुळशीवृंदावन दिसायचं!

माझी आजी-ताई फार कडक सोवळं पाळायची. तिच्या स्वयंपाकघरात प्रवेश करायला आम्हाला बंदी होती. तिच्या नकळत तिच्या स्वयंपाकघरातल्या साम्राज्यात घुसून खाऊ पळवायला मजा वाटायची. पण ही मजा अगदी क्वचित मिळायची. तिचं ते साम्राज्य कडीकुलपांत असायचं.

दिवाळीला आम्ही श्रमसाफल्यात असायचो. आई, बापू, मी, दादा, ताई, अण्णा, आत्या, आत्याचे यजमान श्री. टिळक आणि मुलं अनिल, अजित, अभय!

एका दिवाळीत बापूंच्या कार्यक्रमामुळे आणि दादाच्या नाटकाच्या प्रयोगांमुळे माझ्या एकटीचीच रवानगी पुण्याला झाली. चार-पाच दिवसांनी आई-बापू-दादा पुण्याला येणार होते. त्या चार-पाच दिवसांत माझी रामरक्षा पाठ झाली पाहिजे अशी आईची-बापूंची सक्ती होती. काही कारणास्तव आई-बापू उशिरा येणार असल्याचं कळलं. दहा-बारा दिवसांत रामरक्षा नक्की पाठ होईल असं मला वाटलं. आज करू, उद्या करू म्हणत रामरक्षा पाठांतर राहिलंच. त्यात ताईकडे हट्ट करून मी कंबरपट्टा मागून ठेवला होता. आता पुण्याला आले की आई, बापू ओरडणार! भीती वाटत होती, पण कंबरपट्टा हवाच होता. रामरक्षा पाठ होत नव्हती म्हणजे गुन्हाच! काय करावं? सरळ पत्र पाठवलं बापूंना. तेही पाकिटाशिवाय आणि स्टँपही नव्हता. पाकिटाकरता आणि स्टँपकरता पैसे कुणाकडे मागायचे? पैसे कशाला हवेत? असं विचारलं तर काय सांगायचं? बंगल्याबाहेर एका दिव्याच्या खांबाला छोटीशी पोस्टाची पेटी लटकत असायची. त्यात पत्राचा कागद घडी करून, पत्ता लिहून पोस्ट केला. आजकाल स्टँप लावलेली पाकिटं जिथे पत्त्यावर पोचत नाहीत, पण त्या काळात पाकीट-स्टँप नसलेलं पत्र मात्र all the way पुण्याहून बापूंना मेहता इस्टेट, दादर, मुंबईत पोचलं.

ती. स्व. बापूंना साष्टांग नमस्कार,

पहिली गोष्ट सांगायची म्हणजे तुम्ही मला रामरक्षा पाठ करायला दिली आहेत तर ती काही मला पाठ करता येत नाही. कारण त्यातले जे अवघड संस्कृत शब्द आहेत, ते माझ्या तोंडातून येत नाहीत. हां तुम्ही असं म्हणाल की, दादा अध्यक्ष झाला होता तेव्हा त्या छोट्या मुलाने एक रुंद संस्कृत श्लोक म्हटला होता. कारण त्याला संस्कृत बोलण्याची सवय होती. पण तशी सवय मला नाही. वाटल्यास तुम्ही मला संस्कृत सोडून दुसरा श्लोक द्या. मी पाठ करीन. आता श्लोकाचा विषय बंद.

काल मी गेले होते जागरणाला. तेव्हा मी तिथे एक गाणं म्हटलं ते म्हणजे देवाहुनीही या देशाचा.

बापू, रागावू नका हं! आणि तूदेखील रागावू नकोस. ताईने मला कंबरपट्टा करायला दिलाय. हासुद्धा आता विषय बंद.

बापू व आई, माफ करा.

चुका चुकून झाल्या असतील तर तुम्ही लिहिलेल्या पत्रात मला त्या सांगा, म्हणजे पत्रात लिहून द्या.

बापू व आई यांना साष्टांग नमस्कार.

तुमची लाडकी,
स्वाती.

घरातल्या घरात पत्रं लिहिण्याची आम्हा काळेमंडळींना भारी हौस. ही सवय नक्की कशी आणि कुणामुळे लागली हे मात्र माहीत नाही.

टिपिकल चाळीची अशी एक जात असते. लहान मुलांना भलभलते प्रश्न अगदी खोचकपणे विचारले जातात आणि तितक्याच खोचकपणे नव्हे, भोचकपणे त्या लहान मुलांनी निष्पापपणे दिलेली उत्तरं आईवडिलांपर्यंत पोचवली जातात. त्यातला एक अतिमहत्त्वाचा पण कॉमन प्रश्न–

'तुला आई जास्त आवडते की बाबा?'

'दोघंही.'

'असं नाही, एकच काहीतरी सांग.'

'तुम्ही सांगणार नाही ना कुणाला?'

'नाही ग!'

'शपथ?'

'हो, शपथ!'

'मग सांगते, बाबा!'

त्यानंतर ते निष्पाप पोर खेळायला धूम ठोकतं आणि खेळून परतल्यावर आई त्याला/तिला ठोकून काढते.

'इतकं दिवसभर मी राबते, तुमच्या खस्ता काढते आणि बाबा जास्त आवडतात काय?'

ह्या सीनमधून मीही लहानपणी भूमिका केली होती. फक्त आईने ठोकून काढलं नव्हतं, पण तिला वाईट वाटलं होतं. मलाही नंतर मी असं सांगायला नको होतं असं वाटत राहिलं. ती बया अक्षरश: महान होती, उत्तर दिल्याशिवाय सोडायलाच तयार नव्हती. तर मी तरी काय करणार?

माझा ओढा बापूंकडे जास्त होता. दिवसभर दमून घरी आल्यावरही, मला पाठीवर घेऊन रामरक्षा-भीमरूपी म्हणत ते चाळीच्या कॉमन गॅलरीतून फेऱ्या घालत. ते ऐकता-ऐकता मला झोप कधी लागायची कळायचंच नाही. हळूहळू त्यांचे व्याप वाढायला लागले. कार्यक्रम-मित्रपरिवार ह्यांच्या गर्दीत ते असायचे. त्या मानाने घरात ते कमी वेळ असत. मी त्यांना मिस् करत होते. आत्ता खरं तर इतकं जुनं प्रसंगानुसार आठवतं पण त्या वेळच्या माझ्या भावना नक्की काय होत्या, हे मात्र मला ह्या पत्रामुळे समजलं.

॥श्री॥

पत्रात चुका असल्यास न हसणे.
तीर्थस्वरूप बापूंना साष्टांग नमस्कार,
विनंती विशेष,

तुम्ही ऑफिस सुटल्यावर लवकर घरी यावे. कारण रोज काहीतरी कारण काढून तुम्ही उशीर करता आणि दादा शाळेतून आला की मित्राकडे अभिषेकींच्याकडे असा इकडे जातो. आईला मोकळीक नसते. मग मला सुने सुने वाटते. म्हणून तुम्ही लवकर या असे मी म्हणते व रात्री पालेकरकाका किंवा कथाकथन असल्याशिवाय रात्री कुठेही जायचं नाही. म्हणजे रोज रात्री हं! विनंती विशेष संपले व पत्रही संपले.
आपली,
व. पु. काळे यांची मुलगी.

आमचं सर्व घर शिवाजीमय झालं होतं. दादा येता-जाता 'रायगडाला जेव्हा जाग येते'चे संवाद म्हणत असे. दौऱ्यावर तो बरेच वेळा एकटा जायचा. कधी आई, कधी बापू सवडीनुसार त्याच्याबरोबर जायचे. आई दादाबरोबर दौऱ्यावर गेली की बापू माझी आई व्हायचे. अगदी शाळेची तयारी इथपासून जेवण बनवणं, वेण्या घालून देणं. एकदा सकाळी असेच बापू माझ्या वेण्या घालत होते. तेवढ्यात

राजदत्तकाका आले. कॅमेरा हा त्यांच्या अंगचाच अविभाज्य अवयव होता. ताबडतोब दोन-तीन फोटो काढले गेले. मजा वाटली.

दादा नाटकात काम करतो, त्याचं कौतुक होतं, तर मलाही काम करावंसं वाटायला लागलं होतं. आणि आश्चर्य म्हणजे विनापरिश्रम ते मिळालंही!

सचित्र पत्रं ही ती. अण्णांमुळे काळे घराण्याला मिळालेली देणगी दादाच्या आणि आता दादाची मुलगी तन्मयी इथपर्यंत आली आहे. दादाला शिवाजी महाराजांचं चित्र काढायला खूप आवडायचं. तेही न बघता, मनानेच! शिवाजी महाराजांचं चित्र काढताना तो कुठूनही सुरुवात करायचा. म्हणजे जरीटोपाच्या झिरमिळ्या-मोतीच अगोदर कधी काढेल तर कधी मोजड्यांपासून सुरुवात करेल. तरीही शिवाजी महाराजांची प्रतिमा अगदी दाढीनेच जरी सुरुवात केली तरीही प्रपोर्शनमध्येच रेखाटली जायची.

एकदा गंमत झाली. शिवाजी मंदिरला प्रयोग होता. प्रवेश असा होता की, महाराज आजारी असतात आणि त्यांना एक मावळा धरून, आधार देत देत घेऊन येतोय. हा मावळा कुणीही बनायचं. कारण त्याचं काम तेवढंच होतं. त्या प्रयोगाला बापू गेले होते. आयत्या वेळेस कुणीच नव्हतं म्हणून बापूंना मावळ्याचा वेष दिला गेला. बापूंना अप्रतिम मेकअप् केला गेला. त्यांचं नाकच वाकडं केलं गेलं. आणि एक-दोन व्यंगं त्यात बापूंनी अॅड केली. प्रसंग गंभीर! पण बापूंचा हा अवतार बघून स्टेजवरच्या हंबीरराव, सोयराबाईंना हसू यायला लागलं. बापूंच्या त्या मेकअपचे फोटो दादाने अजून जतन करून ठेवलेत.

दादा रामराजेमय झाला होता. एकपात्री प्रयोग म्हणजेच एक पूर्ण सीन दादा करून दाखवत असे. संपूर्ण नाटकच पाठ होतं त्याचं. तो दौऱ्यावर गेल्यानंतर घरी जी पत्रं यायची त्याची, तीही ऐतिहासिक भाषेतच!

बापूंची उत्तरंही त्याला ऐतिहासिक भाषेतच जायची! शिवाजी महाराजांचा काळ आम्ही ह्या काळात जगलो.

॥श्री॥

तीर्थरूपसे बापूंना साष्टांग नमस्कार,

आम्हाला आईसाहेब पुसदला अशोकमहालात भेटल्या. आम्ही दाट झाडात लपून बसलो होतो.आईसाहेबांनी आम्हाला फसवण्याचा विचार केला. त्यांनी हेजीब पाठवून आम्हास कळविले, 'मासाहेब अकोल्याहून आल्या नाहीत. आता घोड्यावरून येतीलच.' पण त्याआधी रामराजे येथे आलेच नाहीत, ते करवंद खात जाळीत बसले आहेत असा निरोप पाठविला होता. पण मासाहेब आल्याच.

एकंदरीत प्रयोग ठीक गेले. मोरोपंत नेहमी आम्हाला हसवण्यासाठी म्हणत असत,

१) अर्थशून्य भासे मज हा कलह नाटकाचा... रायगड, मत्स्यगंधा... असे म्हणून निघून जात. हे दुसरंच,

२) हंबीरराव, स्टेशनास्टेशनावर हुकूम पाठवा. नाना सापडतील तिकडे कैद करौन आमच्यासमोर हजर करा. आणि

३) इतकी वर्षे आमच्यासंग संसार केलात पण राणीसाहेब, आमच्या मनाची ठेवण आपण अद्याप ओळखली नाहीत. राजकारण म्हणजे नारळातले पाणी. त्यात आमचा जीव कधीच गुंतला नाही. परिस्थितीने आमची स्थापना रायगडावर केली. पण मनात उभी हयात घालविली आम्ही आर्किटेक्चररच्या परिसरात. असोसिएशन दुखणाईत झाली म्हणजे सुरेश केंकरेसारखे दुसरे औषध नाही.

हे बोल आम्ही मांसाहेबांना बोलून दाखवले. मांसाहेबांची हसता हसता मुरकुंडी वळली.

स्वातीताई कशा आहेत? आमचे हे कसे काय आहेत? पपी बरोबर पाठवून द्या खलिता.

तुमच्या खलित्याची
वाट पाहणारे,
रामराजे.
२४/४/६६

॥श्री॥

गोब्राह्मणप्रतिपालक, क्षत्रियकुलवंतस
चि. रामराजे ह्यास शुभाशीर्वाद.

आपण उत्तीर्ण झालात राजे, उत्तीर्ण झालात.
केवळ उत्तीर्णच झाला नाहीत राजे, ७८ टक्के गुण मिळवलेत.
आम्हाला तुमची याद येते.

आपल्या यशाकडे मासाहेब आणि आम्ही डोळे लावून बसलो होतो. राजे, जान कुर्बान केली तरी तुमच्या यशाचं मोल होणार नाही, मग क्षुद्र इन्स्पेक्टरच्या पोशाखाची काय बात? राजे, जरूर शिवू आम्ही तुम्हाला ड्रेस!

मात्र राजे, तुम्ही हळू हळू मोठे होणार, मग तुम्हाला कळायला लागणार, मग तुम्ही मासाहेबांची बात ऐकणार, नाही राजे नाही, तुम्हाला लवकर शहाणं व्हायला हवं. मासाहेबांचं तुम्ही लवकर ऐकायला हवं. आत्तापासूनच तुम्ही शहाणं व्हायला हवं.

राजे, तुम्ही पत्र तर मोठे छान लिहिलेत. तुमचे हे पत्र पाहायला आज ती. अण्णा मुंबईत हवे होते. त्यांचीही आम्हाला याद येते.

राजे लवकरच आम्ही पुण्यास येऊ. मात्र कधी येऊ तो मनसुबा सांगू शकत नाही. आम्ही येईतो आपण पुण्यासच राहावे आणि 'श्रमसाफल्याचा' कारभार पाहावा. आम्ही येऊ शकत नसल्यास आपणास वर्दी देऊ. आपण मग तत्काळ थोरल्या मासाहेबांना घेऊन मुंबईस यावे.

थोरल्या मासाहेबांना आमचे मुजरे कळवावेत.

तुमचे,
बापूसाहेब.

दिवस पालटत गेले. शिवाजी महाराजांच्या राज्यातून आम्ही शिवसेनेच्या राज्यात आलो. रामराज्याचा काही काळ रॉबिनहूड झाला होता. ते प्रयोगही छान झाले होते. पण नंतर ती पत्रं, ते दौरे ह्या सर्वांना पूर्णविराम मिळाला. आता ते दिवस आठवले की वाटतं, ते आपल्या आयुष्यातलेच दिवस होते का?

बापूंची घोडदौड मात्र मस्तपैकी सुरू होती. घरातल्या घरातला पत्रव्यवहारही चालूच होता.

१८/६/१९७९

प्रिय बापू,
हार्दिक अभिनंदन!
हं! आता विचारा का?
मी सांगते. *I am most lucky.* कारण ही बातमी सर्वप्रथम आपल्या घरात

मला समजली. श्री. भेंडे ह्यांनी फोनवरून कळवलं की, थांबा हो, एवढे उतावीळ होऊ नका. प्रथम sorry. कारण हा पेपर तुम्हाला न विचारता वापरला. पण काय करू? इतकी सुंदर बातमी सांगायला ह्यापेक्षा चांगला पेपर कुठला?

तुम्हाला 'मी माणूस शोधतोय' ह्या पुस्तकाबद्दल गव्हर्मेंटचं प्राईज मिळालं आहे. ही बातमी मला ८.५९ वाजता श्री. भेंडे ह्यांच्याकडूनच समजली.

रात्री उशिरा याल तेव्हा मी झोपलेली असणार. सकाळपर्यंत थांबू शकणार नाही म्हणून हे पत्र. हा एक उपाय.

मूड खराब करून आला असलात तर तो ठीक-आनंदित होऊन जाईल व प्रथमपासूनच मूड चांगला असेल तर ही त्यानंतर ही बातमी म्हणजे दुधात साखर! (काय? मराठी विषय नीट शिकू शकेन की नाही?)

प्लीज अक्षर बघू नका. अक्षरापेक्षा बातमी जास्त-जास्तच सुंदर आहे.

Now goodnight.

your loving
Swati!

तीन शब्दांच्या राज्यात

बेटा,

अचानक झुळूक यावी तसं तुझं पत्र.

प्रसन्नतेचा शिडकावा करून नाहीसं होणं हे झुळुकीचं कार्य.

तेच कार्य तुझ्या पत्राने केलं.

प्रथम घाबरलो.

गावातल्या गावात पोरगी पत्र का पाठवते हा प्रश्न पडला. पण पहिल्याच परिच्छेदाने हे चिंतेचं सावट दूर केलं. मागील पिढीतल्या मंडळींचा पत्रलेखनाचा एक संकेत होता. पत्राचा प्रारंभच ते 'इकडील सर्व क्षेम' ह्या तीन शब्दांनी करीत असत.

ह्या तीन शब्दांत तीन लोकीचं राज्य मिळाल्यासारखं वाटायचं. 'स्वर्ग, पृथ्वी, पाताळ.'

हे तीन लोक ही कविकल्पना आहे की त्यांना अस्तित्व आहे ह्याचा शोध मानवी प्रयत्नांच्या पल्याडचा आहे, पण अगदी स्वत:पुरतं बोलायचं तर ती तीन राज्यं कोणती?

मन, बुद्धी आणि शरीर हीच ती तीन राज्यं. ह्या तीन राज्यांत ... आनंदाचे तरंग असणं हेच त्रैलोक्याचं राज्य. तीन राज्यांत एक दिवाळी, म्हणजे एकदमच आनंदोत्सव, हे एक दुर्मिळ दृश्य आहे.

आपल्याला 'तीनही वॉर्डात आज पाणीपुरवठा होणार नाही' असल्या बातम्यांची जास्त सवय. म्हणूनच 'मी खूप आनंदात आहे' हे वाक्य वाचलं आणि आनंदून गेलो. त्यानंतर ही वार्ता तू प्रथम मला कळवलीस त्याचा जास्त आनंद.

पहिला आनंद निखळ होता की, पिल्लू मजेत आहे. दुसऱ्या आनंदात हे तिने आपल्याला सर्वांत प्रथम कळवलं ह्याचा अहंकर होता. माणसाला त्याचं व्यक्तिमत्त्व फुलविण्यासाठी दोन्ही प्रकारच्या आनंदाची आवश्यकता आहे. जो अहंकार विध्वंस करीत नाही, कुणाला उपद्रव देत नाही वा कमी लेखत नाही, तो अहंकारही अधूनमधून व्हायला हरकत नाही.

मुलाला परीक्षेतले सगळे प्रश्न सोडवता आले याचा बापाला आनंद होतोच, पण त्याने ज्या विभागाची जास्त तयारी करवून घेतलेली असते, त्यातले प्रश्न विचारले गेले की नाही का जास्त आनंद वाटत? बापाचा तो अहंकारी आनंद जितका निरुपद्रवी असतो, तसाच आनंद मला झाला. कुणाचीही न जिरता न जिरवता आपल्याच मनात वेळूचं बन फुलणं हा तो स्वान्तसुखाय आनंद.

तुझ्या पत्राने दोन्ही प्रकारचे आनंद होणं एवढंच कार्य केलेलं नाही. मला त्या पत्राने मागे बघायला लावलं. लोकमान्य टिळकांसारखा महापुरुष जेव्हा स्वत:च्या आयुष्याकडे मागे वळून बघतो तेव्हा त्या बघण्याला 'सिंहावलोकन' म्हणतात. माझ्यासारखा जेव्हा मागं वळून बघतो तेव्हा त्याला 'सशावलोकन' म्हणतात.

माझ्या अंगात थोडातरी कडकपणा असता तरी तुम्हा दोन्ही मुलांचं माझ्या हातून कल्याण झालं असतं.

'मी' कल्याण करणारा कोण, असा आध्यात्मिक पातळीवरून स्वत:ला प्रश्न विचारून सुटका जरूर करून घेता येईल. तो अर्थ वा सुटका मला अभिप्रेत नाही. एरवी चोवीस तासांपैकी तेवीस तास व्यावसायिक पातळीवरच राहत आहोत, तर सुटकेपुरती गीता पुढे करण्यात काय मतलब? किंबहुना तो मतलबच.

तेव्हा माझ्या अंगात तो कडकपणा हवा होता. तुमच्या तिघांच्याही तंगड्या पकडून काही काही गोष्टी हुकूमशहा होऊन मी करायलाच भाग पाडायला हवं होतं. 'अमुक तमुक' केल्याशिवाय जेवण मिळायचं नाही, ही भाषा संसारात वापरायला यावीच लागते. संसार यशस्वी करून दाखवण्याची, माणसं घडवून दाखवण्याची हीच भाषा असते. कारण हीच भाषा व्यवहारात यशस्वी ठरण्याची आहे.

शिस्त हा प्रकार रक्तात नसेल तर ती बाहेरूनच लादण्याची गोष्ट आहे. 'लादणं' ह्या क्रियापदातच dictatorship सामावलेली आहे. जबरदस्तीने करायला भाग पाडणं. परमेश्वर वा नियती तुम्हाला कापूस देते. त्याचा कपडा बनवणं हा जसा शास्त्राचा भाग, संशोधकतेचा भाग आहे तसाच शिस्तीचाही आहे. ठराविक क्रमाने ठराविक कृती करणं म्हणजे शिस्त. कापसाचा कपडा झाला, कपड्याच्या पायजमे-

शर्टसारख्या वस्तू झाल्या. लज्जारक्षण झालं.

आता ठराविक संकेताप्रमाणेच कपडा दिसायला हवा अशी इच्छा होणं म्हणजे 'इस्त्री' आली. ही इस्त्री हा जो जास्तीचा संस्कार त्याला म्हणायचं शिस्त.

इथे मी फसलो.

साफ हरलो.

म्हणून सुहासच्या अंगात एवढ्या कला आहेत, गुण आहेत, त्याचं पुढे काहीही झालं नाही. कारण मी शिस्त लावली नाही.

नियतीने त्याला सगळं दिलं. संगीत, अभिनय, चित्रकला, उत्तम शरीर आणि सौंदर्य. ह्या सगळ्याला इस्त्री करायचं काम माझं होतं. माणसातून व्यक्तिमत्त्व घडविण्याची जबाबदारी बापाची असते. तिथे मी साफ पराभूत झालो. कारण मला हुकूमशहा होता आलं नाही.

मी हुकूमशहा झालो नाही, कारण अण्णा कधी हुकूमशहा झाले नाहीत. हुकूमशाही केली की, माणसं अरेरावी होतात किंवा पळवाटा शोधतात. पळवाटा शोधणारी माणसं दोन प्रकारची. एक प्रकार भित्र्या माणसांचा, दुसरा ऐदी-ऐषआरामी माणसांचा.

तरीही मी हुकूमशहा व्हायला हवा होतो. पण का झालो नाही?

एकच कारण.

दुबळेपणा हे तर मुख्य कारण.

पण दुसरी एक ठाम श्रद्धा. प्रेमाने सगळं जिंकता येतं हा ठाम विश्वास. आपल्याच घरातल्या माणसांना, काय काय घडलेलं आवडेल हे ओळखूनच प्रत्येकाने तसं वागावं ही अपेक्षा. जबरदस्तीत कसला आनंद? सगळी घरातली आहेत. Blood Relations म्हणतात तशी. मजेत जगावं, स्वत:ची कर्तव्यं चोख बजावून आनंद निर्माण करावा अशी साधीसुधी इच्छा असलेला मी. माझी सात्त्विक वृत्तीच, माझीच गळचेपी करील ह्याची कल्पना नव्हती.

तुमच्यासमोर मी सातत्याने काम करणारा माणूस आहे हे उदाहरण होतं. परमेश्वराने लेखन-कथनात यश दिलं. ह्या दोन दैवी देणग्यांमुळे आपल्या घरी सातत्याने कलावंत, प्रतिभावंत माणसांचं जाणं-येणं राहिलं. त्या सर्व माणसांची साधना सतत तुमच्यासमोर उदाहरणादाखल होती. म्हणूनच कष्ट, सातत्य, उद्योगप्रियता ह्या सर्व गुणांचे तुमच्यावर अप्रत्यक्ष परिणाम घडत राहावेत हा माझा प्रयत्न.

ह्या सर्वांतून जबरदस्तीशिवाय तुम्ही मुलांनी शिकावं हा हेतू. म्हणूनच सतत चांगल्या माणसांची संगत, चांगल्या विचारांची जोपासना, सात्त्विक खेळीमेळीचं वातावरण ह्यापलीकडे दोन छड्या मारायच्या असतात हे साफ विसरलेलो. इथेच मी बापाच्या कर्तव्याला किंवा आदर्श बाप ही भूमिका न पेललेला कलावंत ठरलो.

आपल्यासमोर दादरला कर्वे राहतात. त्यांची मुलं C.A. तर कुणी इंजिनिअर होतात. कारण कर्वे एक लेखक नसले तरी त्यांना 'बाप' कसं व्हायचं ते माहीत होतं आणि लहानपणापासून सुबत्ता लाभलेल्या मुलांनी काय केलं?

पण तुम्हा मुलांचं काहीही चुकलेलं नाही. मी मार्गदर्शन बरोबर केलं नाही.

भूतकाळातील हे चित्रण कशासाठी?–असं तू म्हणशील. त्याचा उपयोग पुढच्या वाटचालीसाठी होणार आहे का? तर मागे वळून बघण्याचा हा आटापिटा एकाच हेतूने. जे घडून गेलं, त्याची चिंता नसते. चिंतेचं नातं भविष्यकाळाशी असतं. चिंतनाचं नातं भूतकाळाशी. भूतकाळाशी सांगड, त्याच्या नावाने बोटं मोडण्याशी, दुःखाशी न घालता, चिंतनाशी घालावी. चिंतनातून माणसं समजतात, घटनांचा क्रम उलगडतो. विसंगतीत सुसंगतीचा शोध घ्यावासा वाटतो. बस्स्! भूतकाळातली 'भूतं' गाडून फक्त 'काळाचा' वेध घ्यायचा.

लेखक व्हायचं असेल तर हेच करता आलं पाहिजे. जी जी माणसं आयुष्यात येतील त्यांची नावं विसरायची. अभ्यास वृत्तीचा करायचा. चित्रण वृत्तीचं करायचं. व्यस्तातून (माणसं, जड वस्तू) अव्यस्ताचा (वृत्ती, चैतन्य) शोध म्हणजे कलानिर्मिती.

ह्यासाठी माणसांवर उदंड प्रेम करण्याची शक्ती हवी. हलकटपणाचं यथार्थ चित्रण करण्यासाठी हलकट माणसंही आयुष्यात यायला हवीत. त्यांचा अभ्यास करावा इतका त्या माणसाचाही लोभ वाटायला हवा. माणसावर फुली मारून त्याला पुसून टाकणं म्हणजे त्या वृत्तीच्या अनुभवाला नाकारणं. अशा माणसाला किती अंतरावरून बघायचं हे ठरवणं महत्त्वाचं.

पोपटाचा पिंजरा आपण शेजारी उभं राहून बघतो. क्वचित पिंजऱ्याच्या गजातून तर्जनी आत सरकवतो. पोपटाला झेप घेण्याची संधी देतो. ह्याउलट नागपंचमीला दात पडलेल्या नागालाही लांबूनच कुंकू वाहतो. तेव्हा ती खबरदारी घ्यावीच लागते, पण अनुभवाचं ते दार बंद करून चालत नाही लेखक व्हायचं असेल तर.

आता शेवटी आणखी एक मूलभूत प्रश्न. प्रत्येक माणसाने कुणी ना कुणी व्हायलाच हवं का? तशी खरं तर आवश्यकता नाही. पण कुणी ना कुणी व्हायचं असेल तर तो ठणका ज्याचा त्यालाच लागायला हवा. पाडगावकरांच्या एका कवितेत ते म्हणतात–

बायकोपोरे म्हणाली, 'अरेरे.'
आईबाप म्हणाले, 'अरेरे.'
'हा' 'तो' म्हणाला, 'अरेरे.'
पण सगळा फुकट गलका.
ज्याला फोड त्यालाच ठणका.
तसा हा ठणका Ownership चा हवा.

माझं मत विचारशील तर ते फार वेगळं आहे. साहित्य, कला, नृत्य, नाट्य, संगीत हा सर्व ललितकलांचा उगम कशासाठी? तर मानवी जीवन आनंददायी करण्यासाठी. एकमेकांना सुखी करण्यासाठी.

संसाराचं नंदनवन करण्यासाठी.

आता ह्यासाठी कलावंतच होण्याची निकड आहे का?

स्वातीचं नाव वपुंपेक्षा जास्त किंवा वपुंइतकं गाजलं तर वपुंना निश्चितच अस्मान ठेंगणं वाटेल, पण वपुंनी लेखक होण्यापूर्वी आपल्या मुलांनी पण लेखक व्हायला हवं, म्हणून लेखन केलं का?

निरनिराळ्या अनुभवांतून जाताना वपुंना वाटत राहिलं, माणसांनी माणसांशी असं वागता कामा नये किंवा माणसं अशीही असतात, हे चार माणसांना सांगावं. माणुसकीची आपल्याला अभिप्रेत असलेली व्याख्या इथपर्यंतच.

पण यातलं काहीही न करता मिठ्ठास शब्दांनी माणसांची मनं जिंकता आली तर?

हजारो माणसांना आनंद देता आला तर तो हवाच आहे, पण ते हजारांशी जडलेलं नातं काही तासांचंच असतं. उरलेले सगळे तास तुम्ही आपापल्या वास्तूत असतात. हजार माणसांना हवेहवेसे वाटणं, हा योगही सहजासहजी साध्य नाही. ह्यासाठी खूप राबावं लागतं. अहंकार विसरून एकरूप व्हावं लागतं. बेटा, आपल्या घरातील, नात्यातील, परिचयातील माणसं हाच आपला समाज. अनोळखी माणसांवर आपण प्रेम करीत नाही, म्हणूनच सहवासातल्या माणसांना आपलं अस्तित्व हवंहवंसं वाटलं पाहिजे.

मला माझ्या मुलांकडून इतक्या किमान गोष्टींची अपेक्षा आहे. भोवतालच्या माणसांना जिंका, प्रेम करा, करायला लावा. तुकाराम महाराज म्हणतात,

'एक तरी ओवी अनुभवावी.' म्हणजे संपूर्ण गाथा, पाच हजार ओव्यांची भले पाठ कराल, पण त्याऐवजी एक ओवी प्रत्यक्षात अनुभवलीत तर?

तसं मी म्हणतो, 'एकच दिवा लाव, पण तो अखेरपावेतो तेवत ठेव.' माझी स्वाती, तिच्या नातेवाईकांत, नवऱ्याच्या बाबतीत प्रत्येकाला हवीहवीशी वाटावी, ह्यात वपु जिंकले.

हीच अपेक्षा सुहासकडून-सीमाकडून. बापाचा वारसा, त्याचीच कला पुढे नेऊन चालवता येतो, असं नाही. त्याहीपेक्षा मोठा वारसा कोणता? तो माणुसकीचा. हा वारसा बापापेक्षा मोठा. लेखनातून माणुसकीचाच धागा वपुंना सांभाळायचा होता, आहे. माणुसकी ही कोणाही एकाची वैयक्तिक मक्तेदारी नाही. माणूस म्हणवून घेणाऱ्या प्रत्येकाचा तो हक्क आहे. त्या माणुसकीचा प्रारंभ स्वतःच्या घरापासून, अगदी निकटवर्तीयांसाठी जीव टाकणं. जीव लावणं. इतकं प्रेम करावं

की मन, शरीर, बुद्धी तिन्ही लोकांत आनंदोत्सव निर्माण करावा.

बेटा, वपुंचा वारसा लेखन नव्हे, कथाकथन नव्हे, उदंड प्रेम करणं, हा तो वारसा.

प्रेम कुणावर? सगळ्या चांगल्या माणसांवर, वृत्तींवर, निसर्गावर, सगळ्यावर.

कधी जिंकलेला,
कधी हरलेला एक
तुझाच मित्र,
वपु.

॥श्री॥

लाडक्या स्वातीस,

व्योमातून उडताना ओढीतसे मज घरटे,
अन् उबेत घरट्याच्या, क्षुद्र तेच मज गमते.

मनाच्या ह्याच अवस्थेत तू आकाशात भरारी मारलीस. तू आकाशाकडेच धावलीस म्हणूनच माझा बांध टिकला. सिमेंट कॉंक्रीटच्या व्यवसायात आयुष्य घालवून आमची धरणं पानशेतचीच आहेत.

मातीची.

अर्थात त्याचा मला खेद नाही.

हे बांध लवकर कोसळतात. ह्या मातीच्या बांधांना कुणी भीत नाही. ह्या बांधाची जर कुणाला ठेच लागलीच तर बांध फुटेल, चालणाऱ्याचा अंगठा नाही. हे चालणाऱ्यांना माहीत आहे. ते बेदरकारपणे चालतात.

प्रवाह वाहता असतो. त्याने वाहतच राहिलं पाहिजे. बांध स्थिर असतो. त्याने प्रवाहाला वाहून दिलं पाहिजे. त्याने प्रवाहाला दिशा वगैरे देण्याच्या भानगडीत पडू नये. प्रवाहाची दिशा, प्रवाहाचा आकार, प्रवाहाची गती वगैरे ठरवणारे बांध हे पक्के कॉंक्रीटचे असतात. ते प्रवाहाला, प्रवाहाच्या मर्जीप्रमाणे पाट वगैरे काढून देत नाहीत. प्रवाहात राहून कोरडं कसं राहायचं हे कॉंक्रीटच्या बांधाकडून शिकावं.

मातीच्या बांधाचं ते कार्य नव्हे. आपण मातीचे आहोत हे त्या बांधांनी कायम लक्षात ठेवायचं असतं. आपल्या डोळ्यांतलं पाणी मातीच्या बांधांनी न सांगता प्रवाहात सोडायला शिकलं पाहिजे. म्हणजे प्रवाह मोठा होतो आणि बांधही टिकतो.

मला मध्येच मी कॉंक्रीटचा आहे असं वाटतं. मी काही काळ फसतो, प्रवाह फसत नाही.

बांध जखडलेला असतो. पाणी उताराकडे धावणारच. उतार नैसर्गिकरीत्या लाभतो. तसा तो लाभला नाही तर? मग उतार नाही पण 'उतारा' शोधावा लागतो.

बांधाला फक्त ओलावा हवा असतो. वाहत्या प्रवाहाकडून बाकी काही नको असतं. दोन्ही बाजूंनी हाताचा कोट करून बांध प्रवाहाला छातीशी धरायचा प्रयत्न करतो ते इतकंच सांगण्याच्या इराद्याने की, तुमचं कार्य, जमीन हिरवी करणं हे. वाहता वाहता जीवन देणं हे. तोडणं ही तुमची वृत्ती असता कामा नये. 'बरोबर नेणं, सहप्रवास करणं' हे तुमचं कार्य! हा तुमचा स्थायिभाव असायला हवा. प्रवाह कसा असतो? हलक्या वृत्तीचं पान जरी त्यात पडलं तरी प्रवाह त्याला स्वत:बरोबर नेतो. पाण्यात दीपोत्सवाच्या दिवशी दीप सोडतात ते तर तो आनंदाने नेतोच, पण एरवी काटक्या, पालापाचोळाच जास्त. काठावरच्या वेली, सुवासिक फुलं वाहतीलच पण गावातल्या माणसांनी टाकलेले निर्माल्याचे ढीगच जास्त.

प्रवाह सगळ्याचा स्वीकार करतो. अति होतं तेव्हा नको असलेल्या गोष्टी काठावर आणून टाकतो. तेही किती कौशल्याने? हळुवार लाटांनी आंजारत-गोंजारत तो त्या नकोशा गोष्टी काठावर आणून टाकतो.

तसं माणसांनी बनावं, हे बांधांना सांगावंसं वाटतं. पण प्रवाहाला तेवढंच ऐकायला सवड नसते. बांधाकडून कधी काय घ्यायचं ते प्रवाहाला नेमकेपणानं कळतं. त्याबद्दल तर बांधाला मुळीच खेद नाही. बांधाने द्यायचंच असतं. स्थिर माणसाला व्याप कमी, खर्च बेताचा.

प्रवासी माणसाला सगळंच जास्त लागतं. कधीकधी त्याने बांधाची मदत घ्यायची असते, स्वत:चे हात थकले की.

बांधाचं सांगणं इतकंच.

प्रवाहाने वाहत राहावं. अनेकांना सामावून घ्यावं. चांगल्या कार्यासाठी धबधब्यासारखं कोसळावं. झऱ्यासारखं प्रसन्न राहावं. काही काही ठिकाणी जलाशयासारखं शांत व्हावं. सतत वाहतं राहिलं की, जवळ काही उरत नाही. वाहत्या पाण्याप्रमाणेच खोल पाण्याजवळही खूप सांगण्यासारखं असतं. म्हणूनच जलाशयासारखं स्थिर व्हावं. खोली वाढवावी. आपण जिथून निघालो त्या ठिकाणाचा मागोवा घ्यावा. तेव्हा आपण किती छोटे होतो ह्याचा अंदाज घ्यावा. बांधाचं आपण काहीच देणं लागत नाही का? घेतलं किती त्या मानाने दिलं किती ह्याचा शक्य तर विचार करावा, पुन्हा वाहत राहावं.

वाहता वाहता डोळ्यांसमोर मात्र नदी असावी, महासागर असावा. महासागराइतकं विशाल होता आलं तर मग बांध लागत नाहीत. आपणच मग कुणाला तरी आधार होतो. घेता घेता आपणच देणारे होतो आणि देण्याची ही शक्ती, छोटा प्रवाह असतो तेव्हापासून मिळवायची असते.

बांध एका जागी असतो. वाहत्या प्रवाहाने त्याला प्रवासात घडलेल्या गंमती सांगाव्यात. माणसांचे अनुभव सांगावेत. आपण कुणाकडून काय घेतलं, काय

शिकलो हे सांगावं. थोडक्यात म्हणजे, आम्ही प्रवाहपतीत आहोत म्हणून वाहत नसून जाणीवतेने विहार करीत आहोत हे बांधाला कळावं. इतकीच बांधाची इच्छा असते. ही इच्छा कशासाठी? कारण त्यामुळेच बांधाला कळणार असतं की, ह्या प्रवाहाचा पुढे अनुभवसमृद्ध सागर होणार आहे की, हा जन्मभर एक प्रवाहच म्हणून ओळखला जाणार आहे? विशाल माणसाच्या मनाप्रमाणे ह्याचं पात्र रुंद होत जाणार आहे की, ह्याची फक्त लांबीच वाढत जाणार आहे? चिंतनशील व्यक्तीप्रमाणे ह्याची खोली वाढणार आहे की, वरवरचा खळखळाट ऐकत हा आयुष्य उधळणार आहे?

बांधाचा आधार तर घ्यायचा पण त्याला प्रवाहापासून कोरडा ठेवायचा. हे बांधाला असह्य होतं. किनाऱ्यावरच्या झुडुपांकडून, पक्ष्यांकडून जेव्हा बांधाला प्रवाहाची वळणं, आडवळणं समजतात तेव्हा त्याला यातना होतात. बांधाला संवादाचा ओलावा हवा आहे. आपण पुढचा प्रवास कसा करणार आहोत हे पाण्याकडूनच समजावं अशी इच्छा आहे. बांधाच्या उपदेशाची भीती बाळगून पाट आवाज न करता वाहतात असं पाहिलं की, बांधाचे अश्रू प्रवाहात सोडण्याची बांधाची हिंमत होत नाही.

ते अश्रू आतल्या आत झिरपतात, बांधाला ठिसूळ करतात. कच्चे बांध वाहून तरी जातात नाहीतर जमीन त्यांना कुशीत घेते. बांध होता की नव्हता, हेही कळत नाही.

असं झालं की वाटतं, प्रवाहाला सांभाळण्याची बांधावर जन्मत: जबाबदारी असतेच.

पण मग बांधाला कुणी सांभाळायचं?

प्रवाहाची काहीच जबाबदारी नाही? तो कुणाचंही काहीही देणं लागत नाही का?

ह्याचा विचार करायलाही जर प्रवाहाला सवड नसेल तर?

तरीही,

बांधाचं काहीच म्हणणं नाही.

मातीचा बांध काहीच अट्टहासाने मागत नाही.

कारण मुळात मातीच काही मागत नाही. ती सूर्याची आग झेलते. वळवाच्या सरी झेलते. ज्वालामुखीचा अल्सर सांभाळते. नांगराचा फाळ उरात खुपसून घेते आणि डुलणाऱ्या कणसांच्या मोत्याचा नजराणा करते. बांध असतो किंवा नसतो. माती असतेच. एक बांध एकदाच जन्माला येतो. म्हणूनच मग त्या संदर्भात सुरेश भटांच्या ओळी आठवतात–

गेली निघून दूर पुन्हा आढळेन का?

माझा कराल शोध परी सापडेन का?
होता कसा, कशास फुलांना विचारता?
होतो जसा, तसाच पुन्हा मी घडेन का?

तुमच्या दोघांचा,
वपु.

आम्ही बांधाला सांभाळू शकलो का? प्रवाहाने फक्त वाहणंच महत्त्वाचं मानलं का? प्रवाह स्वत: बांध झालाच नाही? हे कसं शक्य आहे? प्रत्येक प्रवाह स्वत:च्या मस्तीतच वाहत असतो. प्रवाहाला अनेक इतर प्रवाह भेटतात आणि खळखळाट वाढतो. ह्या वाहत्याक्षणी कुठलाच प्रवाह भानावर नसतोच.

प्रत्येक बांध हा प्रथम प्रवाहच असतो. कालांतराने वाहता वाहता त्याला कुठेतरी थांबावंसं वाटतं. खळखळाट कमी होत आलेला असतो. नवे नवे छोटे छोटे प्रवाह उगम पावत असतात. सृष्टीचं ते वेगळं रूप बघता बघता प्रवाहाला ते रूप जपावंसं वाटतं. प्रवाह बांध होतो.

मला लाभलेला बांध मातीचा होता म्हणूनच छान होतं. त्यामुळेच मी बांधापर्यंत पोचू शकले. बांधाला ओळखण्याचा निदान प्रयत्न तरी करू शकले. इतका मोठा बांध, कण न् कण ओळखू शकेन इतकी ह्या प्रवाहाची आकलनशक्ती नाही. पण बांध कसं व्हायचं?–हे मात्र हा प्रवाह नक्की शिकलाय. हा बांधही मातीचाच आहे. सिमेंट कॉंक्रीटचा नाही. आता हा प्रवाह बांध झाल्यावर त्याला बांधाचं दु:ख कळायला लागलंय, जे प्रवाह असताना कळत नव्हतं. हा शाप असेल. प्रत्येक प्रवाहाला आणि प्रवाहाचा बांध झालेल्याला!

खरंच दूर निघून गेलात! शोध कुठे करू? तुम्ही इथेच तर आहात.

दादाला, मला पुन्हा प्रवाह व्हायचं आहे. आईचा-तुमचा बांध तयार ठेवाल ना?

www.ingramcontent.com/pod-product-compliance
Lightning Source LLC
Chambersburg PA
CBHW061453030726
47503CB00005B/1698